I0726453

NGÔN NGỮ
TẠP CHÍ VĂN HỌC NGHỆ THUẬT
SỐ 4 1/11/2019

NHÓM CHỦ TRƯƠNG:

Luân Hoán - Song Thao - Nguyễn Vy Khanh - Hồ Đình Nghiêm - Lê Hân

CỘNG TÁC TRONG SỐ NÀY:

Cao Nguyên, Cao Thoại Châu, Cái Trọng Ty, Châu Yến Loan, Chu Vương Miện, Cung Tích Biền, Dư Mỹ, Dzạ Lữ Kiều, Đặng Hiền, Đỗ KH, Đức Phổ, Elena Pucillo Truong, Hạ Quốc Huy, Hiền Nguyễn, Hoàng Chính, Hoàng Vũ Thuật, Hoàng Xuân Sơn, Hồ Chí Bửu, Hồ Đình Nghiêm, Hồ Xoa, Huy Tưởng, Huỳnh Liễu Ngạn, Lê Giang Trần, Lê Hân, Luân Hoán, Lữ Quỳnh, Mang Viên Long, MH Hoài Linh Phương, Minh Ngọc, Ngã Du Tử, Nguyễn An Bình, Nguyễn Dạ Quỳnh, Nguyễn Đức Bạt Ngàn, Nguyễn Hàn Chung, Nguyễn Huy Côn, Nguyễn Nhã Tiên, Nguyễn Sông Trẹm, Nguyễn Thành, Nguyễn Thiếu Dũng, Nguyễn Văn Gia, Nguyễn Vũ Sinh, Nguyễn Vy Khanh, NP Phan, Phạm Công Luận, Phạm Ngũ Yên, Phan Huyền Thư, Phan Ni Tấn, Quan Dương, Quỳnh Nga, Song Thao, Thiếu Khanh, Tiểu Nguyệt, Trần Dzạ Lữ, Trần Hoàng Vy, Trần Mộng Tú, Trần Thị Nguyệt Mai, Trần Vạn Giã, Trần Vấn Lệ, Triều Hoa Đại, Trương Văn Dân, Vũ Đình KH, Vũ Thị Huyền Trang, Vũ Trọng Quang, Xuân Thao

BÌA: Uyên Nguyên Trần Triết
DÀN TRANG: Nguyễn Thành & Lê Hân
ĐỌC BẢN THẢO: Trần Thị Nguyệt Mai

LIÊN LẠC:
Thư và bài vở mời gởi về:
- Luân Hoán: lebao_hoang@yahoo.com
- Song Thao: tatrungson@hotmail.com

TÒA SOẠN & TRỊ SỰ:
- Lê Hân: (408) 722-5626 han.le3359@gmail.com

Mục Lục

THƯ TÒA SOẠN

Trong bất cứ sinh hoạt nào cũng cần có hướng đi tới. Có tích cực tiến mới mong phát triển. Tạp chí Ngôn Ngữ tuy thực hiện cho vui là chính. Nhưng dĩ nhiên chúng tôi cũng mong được phát triển, theo chiều hướng rủ rê những bạn đồng hành, cùng đưa ra những lạ lạ, mới mới trong sáng tác.

Qua bốn số báo, an tâm có sự phong phú bài vở, nhưng cảm tưởng của chúng tôi vẫn chỉ đạt được động tác nhúc nhích, chưa có gì mới lạ. Ngay ở thành phần phải nỗ lực chính vẫn là những bàn tay có tuổi. Sự mỏi mệt và cùn mòn không thể không có. Những nhà văn nhà thơ có lòng khuyến khích bằng cách góp bài đa số cũng không trẻ trung hơn. Sự có mặt của lớp trẻ quá ít.

Trong mùa hè vừa qua, chúng tôi có được gặp một số bạn văn. Trong đó có họa sĩ kiêm nhà thơ Phan Nguyên từ quê nhà qua thăm Montréal. Ngồi cạnh nhau, anh có hỏi về sinh hoạt văn học nghệ thuật của anh em Việt Nam, đang là thị dân của thành phố này. Chúng tôi khó chối bỏ sự thiếu hào hứng, nếu so với các thập niên tám mươi, chín mươi. Buồn hơn khi phải trả lời anh Nguyên là không có cây bút, cây cọ nào mới, thuần túy sinh hoạt văn học nghệ thuật bằng Việt ngữ.

Tạp chí Ngôn Ngữ, bốn trên năm người chủ trương, mang quốc tịch Canada; người còn lại quốc tịch Mỹ nhưng vẫn còn giữ quốc tịch Canada. Do đó tờ báo được các bạn văn ở các quốc gia khác gọi là báo ở Canada. Thật tình chúng tôi không muốn co cụm như thế. Nhất là nơi in lẫn "tòa soạn", vẫn ở trên đất Hoa Kỳ. Nguồn tiền sinh hoạt cũng ở đấy.

Điều rất may, qua bốn số, chúng ta có thể thấy người góp bài ở khá nhiều nơi trên thế giới. Đặc biệt những khuôn mặt ở quốc nội khá đông, có thể kể: Cao Thoại Châu, Mang Viên Long, Thiếu Khanh, Châu Yến Loan, Đinh Thị Thu Vân, Tiểu Nguyệt, Trương Văn Dân, Trần Dzạ Lữ, Hồ Chí Bửu, Nguyễn Hữu Hồng Minh, Đỗ Duy Ngọc, Phan Huyền Thư, Lê Vĩnh Tài, Lê Văn Trung, Nguyễn Văn Gia, Nguyễn Thành, Ngàn Thương, Nguyên Cẩn, Nguyễn An Bình, Dung Thị Vân, Nguyễn Đăng Trình, Trần Mạnh Hảo, Nguyễn Lệ Uyên, Hạt Cát Diệu Sinh, Phạm Hiền Mây, Elena Pucillo Truong, Trần Thoại Nguyên, Trần Vạn Giã, Nguyễn Vũ Sinh, Nguyễn Huy Côn, Phạm Công Luận, Như Không, Nguyễn Ngọc Hạnh, Nguyễn Nhã Tiên, Nguyễn Châu, Hồ Xoa, Phan Trang Hy, Vy Thượng Ngã, Ý Nhi... Tuy thế tài năng từ thanh xuân hình như vẫn chưa có.

Những cây bút hữu danh định cư tại Hoa Kỳ luôn đông hơn ở Gia Nã Đại: Hạ Quốc Huy, Cung Tích Biền, Trần Mộng Tú, Khánh Trường, Lữ Quỳnh, Thái Tú Hạp, Lê Giang Trần, Cái Trọng Ty, Trần Yên Hòa, Nguyễn Văn Sâm, MH Hoài Linh Phương, Minh Ngọc, Nguyễn Xuân Thiệp, Nguyễn Văn Sâm, Trần Doãn Nho, Nguyễn Minh Nữu, Đỗ Kh, Phương Tấn, Quan Dương, Trần Vấn Lệ, Chu Vương Miện, Trần Thị Nguyệt Mai, Uyên Nguyên Trần Triết, Đức Phổ, Trần Thiện Hiệp, Xuyên Trà, Nguyễn Dạ Quỳnh, Nguyễn Hàn Chung, Cao Nguyên, Dư Mỹ, Khê Kinh Kha, Hoàng Lộc, Hoài Ziang Duy, Lâm Chương, Phan Xuân Sinh, Hoàng Nga, Võ Phú, Mộng Hoa Võ Thị...

Xa chúng tôi hơn nữa, là những tác giả Đặng Tiến, Sỹ Liêm (Pháp), Phan Việt Thủy (ở Úc), Đỗ Trường, Hoàng Quân, Ngô Nguyên Dũng (ở Đức), Huy Tưởng, Hư Vô (ở Úc).

Trong đông đảo tác giả hiện diện trên Ngôn Ngữ vừa kể, chỉ có chừng vài ba người còn phảng phất thanh xuân. Chúng tôi mong đợi những cây bút trẻ hơn hoặc nằm trong thời kỳ trung niên. Sự có tuổi của các tay viết, ít nhiều có thể kéo theo sự hao mòn trẻ trung trong sáng tác.

Chuyện cũ mới, qua hình thức dễ nhận ra cụ thể, nhất là bộ môn thơ. Ở đây, chúng tôi xin thưa rõ, các bạn đừng nên có suy nghĩ Ngôn Ngữ chỉ ưu tiên thơ có vần. Với thể loại nào chúng tôi cũng hoan nghênh, nếu bài viết đủ để hiểu được, đủ dẫn đến sự đồng cảm hoặc hưởng thụ cái mới lạ qua cảm nhận.

Ngôn Ngữ số 4 hôm nay, vẫn có nội dung không thu gọn trong chủ đề nào. Nhiều đề tài cũng có vài khuyết điểm của nó, nhưng sẽ luôn dễ dàng cho các bạn góp bài. Hy vọng số tới chúng ta sẽ cùng thực hiện số chủ đề mùa xuân, một chủ đề cũ rích nhưng ít thiếu trong làng báo Việt ngữ.

Thư tòa soạn, thường không nên dài dòng. Lỡ tay khoe lực lượng mong quý bạn đọc vui vẻ thông cảm, xem như biết thêm nơi cư ngụ của một số người viết.

Luân Hoán

Ghi thêm:

Các bạn viết ở Canada, ngoài chúng tôi, góp tay cho Ngôn Ngữ, còn có các tác giả: Phan Ni Tấn, Bắc Phong, Hoàng Xuân Sơn, Võ Kỳ Điền, Nguyễn Đức Tùng, Tiểu Thu...

Cung Tích Biền Những Năm 2000
NGUYỄN VY KHANH

Cung Tích Biền, công dân của miền Nam với thân phận đi giữa hai lằn đạn - ông có hai người anh, một *"anh là Cộng sản chết không mồ, em là Quốc gia chết không tìm ra xác"* (người tập kết, người bị tù "cải tạo", hai cái chết đều do Cộng sản Hà-Nội gây ra!). Trước 1975, ông từng bị nghi ngờ nếu không vì xuất thân từ vùng kháng chiến chống Pháp thì cũng vì gia đình ông, cũng như nhiều người khác có anh em ở chiến tuyến đối nghịch; đời sĩ quan của ông không hanh thông, từng bị chỉ định nơi cư trú và giải ngũ sớm. Nạn nhân cả sau biến cố 30-4-1975, ông đã phải chịu đựng và câm lặng hơn 30 năm. Nhưng dù muốn dù không, Cung Tích Biền cũng đã chứng kiến nhiều cảnh bạo lực, "nhân tình éo le" và chướng tai gai mắt. Tình cảnh nạn nhân và chứng nhân đó đã được ông đưa vào sáng tác, đã là nguồn, là chất liệu làm nền cho văn-chương Cung Tích Biền. Trong các sáng tác khi có thể và không nhiều, ngọn bút của ông mang nặng tính nhân bản và không pha hận thù, nếu có chăng là suy tư, hài hước tình đời, là nhắc nhở để tránh, để khỏi... Dùng ẩn dụ, ví von xa xôi, xa xưa và không gian khác, lạ lẫm thay vì hiện thực dễ dàng thấy sao nói vậy. Đề tài thời nhiễu loạn, "gió chướng", do đó không hề thiếu, quan điểm và phê phán ông cũng không thiếu, nhưng biến thành con-chữ và đến được với người đọc là vấn nạn mà một nhà văn có bản lãnh như Cung Tích Biền không thể không đắn đo. Đó có lẽ là lý do khiến những sáng tác hiếm hoi của ông sau 1975 khi còn ở lại trong nước khá cô đọng, kiệm lời, không thừa chữ, không phải lý lẽ cho ra lẽ, nhưng từ khi ông định cư ở Hoa-Kỳ, hết "kiểm duyệt", hết phải "sống trong phòng đợi", thì ngòi bút ông như ngựa mất cương, tha thiết hơn, dài hơi hơn và phê phán triệt để hơn. Người đọc sẽ thấy diễn biến đó từ những truyện trong *Thằng Bắt Quỷ* (Tân Thư, 1993) đến *Xứ Động Vật* ("tân truyện"; Nhân Ảnh, 2018) và gần đây, *Mùa Xuân Cô Mơ Bay* (CA: Thao Thao, 2019).

Kinh nghiệm sống cũng như các biến cố lịch sử cận đại đã được và tiếp tục hiện hữu, "sống-còn" trong các sáng tác của Cung Tích Biền, và ông xác tín trong một phỏng vấn của Đặng Thơ Thơ rằng *"viết là một cách tự cứu rỗi, cũng là cách tôi an tử dần dà. Đó là Mệnh"*. Vì theo ông, *"Một văn chương hoàn chỉnh chính là Một Nạn Nhân./ Một Hoàn chỉnh Văn chương là tật nguyền ráp lại./ Một thường-trực-trả-lời, trong hoàn cảnh Việt Nam hôm nay, phải là một trung-thực-chịu-nạn./ Văn chương có thể huyền ảo, nhưng trách nhiệm của Nhà văn không hề là một hư ảo"* (Trích từ "Cung Tích Biền nói chuyện với Đặng Thơ Thơ", 24-3-2008: https://damau.org/17335/ctb-noi-chuyen-voi-dang-tho-tho).

*

Bài này chúng tôi ghi lại vài nhận xét về hai tác phẩm mới nhất của Cung Tích Biền: *Xứ Động Vật* và *Mùa Xuân Cô Mơ Bay* là những sáng tác độc đáo mang tính Cung Tích Biền những năm 2000. Thật vậy, các truyện của tập *Thằng Bắt Quỷ*, dù viết sau 1975 vẫn được Cung Tích Biền viết cẩn trọng hình thức, chữ dùng. Bút pháp ẩn dụ hoặc chạm đến dị thường, huyễn hoặc, nhưng trung dung trong bày tỏ cũng như tâm trạng và còn cho thấy niềm tin mang tính nhân bản và hữu-thần, thù hận, hằn học có chăng cũng vẫn mang tính văn hóa phổ quát, tức đã bắt đầu rời bỏ văn hiện-thực của những tác phẩm viết trước năm 1975. Với *Xứ Động Vật* và *Mùa Xuân Cô Mơ Bay*, Cung Tích Biền đã nhất quyết rời xa "nền" văn chương dẫu sao cũng còn "lịch sự" của *Thằng Bắt Quỷ*. Hai tập sau, ông viết với sự chân thành của *nạn nhân trí thức*, nhưng nay toàn trí toàn tâm, viết như không còn gì để mất. *Xứ Động Vật* được ghi là "tân truyện" gồm 3 liên-tiểu-truyện Xứ Động Vật, 2 liên-tiểu-truyện khác và một truyện ngắn, viết về xã hội Việt Nam thời hậu-1975 và "hội nhập", "mở cửa" dưới ngòi bút sắc sảo và rất nhân bản. *Mùa Xuân Cô Mơ Bay* là những mảnh rời đời sống và tư duy của người Việt đôi bờ.

Hai tập truyện này được viết ra khi còn ở trong nước – mà Cung Tích Biền cho là *"bị rất nhiều rủi ro, thiệt thòi mọi mặt trong đời sống, nhưng trong vị thế một người Cầm bút, Tác giả lại được hưởng nhiều may mắn, về phần "thu gom thực tế""* (Lời Thưa của Tác Giả, MXCMB, tr. 9) và cập nhật chỉnh sửa sau này ở ngoài, Cung Tích Biền đã đưa người đọc đến một thế giới văn chương khác, dị thường và quỷ quái và nói chung dễ khiến người đọc có cảm tưởng **choáng ngợp** và **rùng mình**. Cung Tích Biền đã sử dụng người chết, ma quỷ để nói chuyện người sống và cảm nhận hiện thực. Cái Chết ở Cung Tích Biền trở nên siêu thực, mang mặt nạ "lãng mạn", "văn chương" cho cái bi đát, cùng khổ hôm nay. Cung Tích Biền thường xuyên chiêm nghiệm về nỗi chết và những cái chết cùng những "kiểu" chết. Ông nói đến như thân thiết với cái Chết mà ông xem như là một tất yếu, một xác-thực lớn nhất mà từ đó, trên đó, con người có thể dựa vào để dựng xây cuộc đời, tức là cuộc sống đem ý nghĩa đến cho cái Chết hay nói khác, vì cái Chết mà cuộc sống có ý nghĩa.

Con người sống và kiếm tìm tâm linh nhiều hơn, hay cái Chết là một lối thoát đáng được chuẩn bị hơn? Trang Tử chủ trương vui cái sống gắn liền với cái Chết. Ngoại thiên Chí Lạc chép truyện Trang Tử gõ bồn, theo đó sống chết cùng một thể, thế nên cứ vui sống cái sống gắn liền với cái Chết. Cái Chết hiện hình trong chiếc đầu lâu khô-khốc bên đường của cái sống. Cái Chết kề bên như trời che đất chở, và cái sống kề bên cái Chết, đầu lâu nói với Trang Tử trong mộng: chết còn vui sướng hơn sống nữa. Và thế là quên hẳn cả cái sống cùng cái Chết. Đó là đạt được thuật chí lạc đạt tới Đạo và quên hẳn cái sống và cái Chết. Nhưng dĩ nhiên khác với thân phận người Việt.

Xứ Động Vật: Sau 1975, miền Nam bị kẻ Ác cưỡng chiếm, đã trở thành "Xứ động vật", "Xứ toàn-chuồng" đầy ác thú: *"Cuộc sống đã được cái lưới thép an ninh thắt chặt, bủa vây từng ly hiện hữu vật chất, lẫn một sợi mơ tưởng trong tâm hồn mỗi con người. Cuộc sống đã là toàn bộ trần truồng. Bày ra trước đám đông cả cái lỗ chân lông riêng tư. Phải làm sao mọi người hiểu rằng trong đầu của anh là cái khuôn đúc cài sẵn, tư tưởng được phát đều chỗ công cộng"* (tr. 93). Một đại-úy cộng-hòa trốn trại tù tìm gặp Hiền, người yêu cũ và Tảo, đứa con tám tuổi, đã bị hàng xóm nay được ác thú chỉnh huấn, trở thành "đàn quỷ dữ" lùng bắt: *"Trong cái nền gọi rằng "công lý" đỏ* tươi dưới ánh trăng úa bạc quê nhà về sáng, nó nhờ nhờ ma cỏ, như đâu trong một phiên tòa chốn địa ngục (...) Một giọng nói lanh lảnh, đanh như thép: "Phải đập nó một trận thôi bà con ơi. Thằng ngụy này da thịt bằng sắt như vỏ xe tăng Mỹ."

Chỉ một lời hô hoán khích động bất ngờ là biển bão trở nên sóng thần. Một lúc thôi không ai nhận ra anh. Chỉ loáng, người yêu xưa của Hiền, thần tượng một thời bỗng hóa màu. Con người khốn khổ như một bức tượng sáp bôi kín máu là máu (...) Những phần da thịt anh vỡ ra dính lại trên tay, trên mặt đám người thực hiện "công lý của nhân dân". Bọn này hóa Đỏ bởi máu người..."

Người phụ nữ đau khổ tận cùng: "Hiền ôm lấy xác người. Những dây thừng quấn quanh anh nhuộm đỏ. Tóc đỏ. Áo quần đỏ bầy nhầy thịt nát. Mà làm sao thế này? Làm sao lúc đầu chỉ một đôi mắt sáng, rất buồn, cũng rất hờn căm; nó cô đơn nhìn một rừng mắt cũng rực hờn căm. Mà làm sao? Một mái đầu trung niên sớm bạc trắng vì lao tù trong núi trời phương Bắc, giờ đây phải chịu đựng nghìn xỉa xói chửi bới. Bỗng cái làn tóc sương ấy, từ đôi mắt rực lửa hận cô đơn ấy thét lên: "Chúng mày giết tao đi. Chúng mày mới chính là thú. Giết tao đi. Tao không bao giờ đội trời chung với chúng mày."

Mà chao ôi, những bão bùng là thoi đấm, chân đạp tập thể; rồi ai xui chúng dùng cán cuốc lưỡi sắt; từ quần quại với một ít máu bầm chuyển qua máu vọt thành vòi. Thay vì thấy thịt nát đã chùn tay, chúng lại cuồng máu say thù, bằm thêm cho nát, cho vụn cái khúc ruột không đâu xa nghìn dặm, mà ngay đây, cái đống đồng bào đã máu nát thịt tan..." (tr. 93, 96, 97, 98).

Liên-tiểu-truyện Xứ Động Vật Mưa Hồng dùng hai anh em sinh đôi Tảo và Jim để kể chuyện khốn cùng của sinh linh đất Việt. Song sinh nhưng chiến tranh khiến đôi ngả chia ly, người rơi rớt làm con nuôi khó nghèo trong nước, kẻ bị / được ném lên tàu vượt biên. Số phần Tảo không may, được những người mẹ nuôi rồi bà ngoại nuôi nhưng tất cả đều đã chết, Tảo phải sống lây lất, ăn mày, ăn xin, làm ma đói giữa một Sài Gòn đã đổi chủ: "Trong đêm Sàigòn, Đô thành xưa, hôm nay ngập mưa, từng đoàn người ma ốm o, đầu đội nón lá, trong lớp áo mưa mỏng, còng lưng trên xe đạp chở những bao tải ni-lông vụn, đồ ve chai. Gió thổi ngược đánh bật cả nón bay, đến xiêu vẹo người. Bọn ma đói này là dân nhập cư từ Bắc vào Nam, từ những miền quê đói khó, không công ăn việc làm, không phải là quân có chức quyền, lận lưng con dấu đỏ thủ trưởng rất mau chóng giàu có. Bọn ma đói này dai sức đến khiếp. Muốn có dăm đô la trong một ngày đêm hai-mươi-bốn-tiếng-đồng-hồ làm việc chết bỏ, bọn ma sống phải vượt trên năm mươi cây số trên chiếc xe đạp cà tàng, đến bến cảng Sài gòn phía nam thành phố, chờ chực tranh nhau mua/lượm các loại phế liệu mang về giao cho các lò ve chai tận phía bắc thành phố, miệt Hốc Môn Củ Chi.

Đèn Đa Kao mờ tối một lúc. Rồi điện cúp luôn. Tảo ngủ vùi trên băng ghế trạm xe buýt chỗ lề đường. Bỗng hắn nghe một câu chửi thề: «Đù mẹ thằng thầy chùa ngũ sắc tí hon này nhường cái băng đá cho tao ngủ chút coi.» Tảo chưa kịp phản ứng đã bị thằng to bự đá văng xuống nền mưa lạnh nhơm nhớp bùn đất. Thằng to bự vật ngay một đứa con gái đi cùng xuống cái băng đá, lột quần. Rồi hắn đút cái gì ấy vào cửa khẩu con nhỏ. Con nhỏ cười trong đêm ma." (tr. 114)

Người em Việt-kiều Jim trở về tìm máu mủ, khi sắp gặp lại thì Tảo đã vừa bị bọn giang hồ giết, cũng vì giành nhau kiếm ăn và chỗ ngủ. "Xưa kia, ở vùng C., thằng bé Tảo từng chứng kiến một bọn người mắng một con người là thú; rồi cùng nhau giết người bị mắng nhục không nương tay. Hôm nay một đứa có tiền án giết người cướp của, đồng lõa với một tập thể cùng khắp thượng tầng, đã hạ thủ một người dám mắng chúng: "Mày là thú trong lũ thú"." (tr. 123)

Chuyện đã được viết ra, nhưng vẫn có những sự thật bên kia bờ mà ở bên này chưa chắc đã rõ, ngay cả văn chương cũng khó lột tả hết sự thật. Theo Cung Tích Biền, "Văn chương, khó thể lột tả tận ngọn nguồn, dẫn tới. Chỉ ra chỗ di căn của hoạn nạn, hố thẳm của đọa đày trong kiếp con người, như tiểu thuyết phô bày, dù dưới ngòi bút của một nhà văn đầy tài năng. Chữ nghĩa cổ kim chỉ mô tả cái vỏ của từng số phận con người. Lắm khi tô màu một cách vô tội vạ lịch sử, chỉ làm con người mủi lòng, khóc đau chốc lát, hoặc kiêu hãnh trong ngu mê dại muội, mà thôi. Mỗi việc riêng của thằng điên Tảo, hậu trường chưa muốn khép. Nó mở dần, mở dần những hang động." (tr. 98, 99)

Trong liên-tiểu-truyện Xứ Động Vật Vào Ngôi, thời đảo điên "Xã hội trong hầm chuột hun khói. Nhân ảnh dị dạng. Mọi thứ bậc đổi ngôi. Cái gì lạ lùng quái gở nhất cũng có thể thường trực xảy ra (...) Không có gì phải đau lòng, là đáng ngạc nhiên cả. Đó là chuyện thường ngày trên một xứ Rồng Tiên mọi sinh hoạt xã hội đang bình thường lật ngửa, bỗng nhiên nhào đầu, lật úp cái rụp. Bộ não đang dạng tươi, bỗng một chiều được sấy khô giống nhau, trong cái lò bát quái. Một người bị nhức đau hàm dưới, nha sĩ - từng có hơn ba cái bằng tuyên dương chống Mỹ - nhổ một lúc sáu cái răng hàm trên, cả răng cấm. Bệnh nhân trợn ngược mắt trắng, giãy đành đạch bất tỉnh, giống con cá lóc bị đập đầu trước khi hy sinh cho bàn nhậu...* (tr. 139).

Qua cái Chết và những con người chết, Cung Tích Biền muốn mổ xẻ lịch sử cận và hiện đại. Khúc, một kiến trúc sư nay ngoài 30 tuổi, vào năm lên tám, từng "tình cờ thấy một người đàn ông nhàn nhã giết vợ mình", mà lại có những nạn nhân kỳ lạ: *"Người bị giết chừng như sẵn sàng, âm thầm thụ hưởng, như được ban một chung nước thánh"*, làm như *"để thoát khỏi Xứ-Toàn-Chuồng, con người có một phản ứng tuyệt vọng, như một hội chứng, rất mực phản kháng cái gọi rằng Khí-hậu-động-vật"*. Người ta dùng chính sinh mạng thân ái để giải quyết, chung chi cho một rủi may lúc hỗn mang" (tr. 133-4). Một *"người đàn ông khởi đầu cuộc tháo rời một con người"* - một người chồng muốn "tháo lồng tử sinh" cho vợ mình mà ông *"từng ôm nựng hôn hít làm tình"* (tr. 151). Người đàn ông sau đó bỏ các phân mảnh người vào bao bố "nhân ái" rồi "cất công" đi bỏ phân tán mỗi góc phố xa cách nhau một phân mảnh. "Nhãn hiệu chính là Máu. Nỗi đau, cái Nhục phải được nhân gian nhận diện, không lập lờ. Ông định lấy viết ghi tên trên mỗi chiếc bao:

"Phải có tiếng nói. / Không hề vô danh.
Không thể không tháng ngày.
Cuộc tự xử này không mang tính huyền thoại.
Nó là có thật trên một quê hương có thật,
được tác dựng bởi một hành sự mang tính gội rửa, tháo gỡ.»
"Sống nơi này Sống cách nào cũng là một cách Chết" (tr. 158).

Giết vợ xong ông mới nhìn thấy đứa nhỏ 8 tuổi nhưng không nỡ giết - *"Không. Nó phải Sống và phải Đợi chờ"*. Ông rời nhà, bỏ Khúc lại, dặn tìm người nhà khác; Cung Tích Biền đặt tựa cho câu chuyện là Hành Trình Minh Triết.

Người đàn ông vào tù chung thân, nay thành một ông lão tâm thần, suốt ngày *"với hàm răng rụng sạch, chỉ còn hai cái lợi hôi hám, màu thịt tim tím, lão già ra sức gặm một cục đá to bằng năm tay. Lão thè lưỡi liếm đá. Nụ cười trắng, lão nói nước chảy đá mòn mà con ... 'cha liếm đá cho mòn, cho nhỏ nhỏ nỗi đau'"*. Khúc thăm nuôi, được ông xác nhận làm đúng năm xưa: *"Ta đã nói rồi, ta chỉ thanh lý cái*

Đã-Bị-Giết. Những Công dân Xác chết. Ta không chịu được quanh ta đầy hơi thở một nhung nhúc thây người. Lạy Cha, con không là thần tiên (...) Con ơi tao là cha mày. Tao từng ngồi nhẵn ghế nhà trường, đã ung vữa đôi mắt vì chữ nghĩa thánh hiền. Tao hiểu cái đời hạ nguơn này từ khi các hiện tượng càn khôn thoạt nảy sinh từ phôi. (...) Cũng như mày không thể nào hiểu vì sao một kẻ sát nhân, sát từng bộ phận, giết từng con vi khuẩn trong xác người thân yêu như tao, hãy còn vừa đang thở lại vừa đã chết trên cái Xứ-Toàn-Chuồng này. (...) Vì bọn khát máu giết triệu người chỉ xem như một rủi may lịch sử. Nó giết chục triệu người không hề bị quy tội sát nhân. Tao giết một người, dù không thể còn một giải pháp nào khác, cũng đã đủ sức nặng rơi tõm xuống địa ngục. Nhưng số mệnh đều cáng không cho tao vé tàu. Chúng bỏ tao lại trên một cõi đất vừa trơ trụi vừa rợn người này. Chúng hiểu rõ là tao sẽ bị băm vằm dưới nhiều hình thái vi diệu khác, lâu dài và hờ hững dưới bóng trời nghi hoặc này. Cái ngày Hôm qua, Hôm nay, và mãi ngày Hôm kia sẽ đến, chúng đốt lửa người...” (tr. 161-162) – Ông sẽ chết, “tắt thở vì một cục đá tròn trĩnh chẹn ngay ở cổ họng. Thay vì nghẹn cơm ông ta nghẹn đá”!

Ở Hàn Chính Khúc phát triển thuyết lý “minh biện” về Mùi: “Có phải vì mùi mà có những cái chết kia không? Có phải vì thương yêu mà kẻ thân yêu bị tàn sát? Và muốn trọn vẹn nên phải nhai nuốt cái đau thương mang hình hài kia không?”. Nhân vật “tôi” thì nghĩ rằng: “Như thế, “không đành lòng” thì phải giết người sao? Tôi đồng ý rằng khác mùi thì khó thể hòa đồng, mùi vô sản hay tư bản? Tôi hiểu, tôi chia sẻ cái tang chế bất khả tư nghị của người cha giết vợ. Nhưng luân lý đã đóng đinh lên thường hằng, rằng anh có quyền tự hủy nhưng không có quyền hủy một con người. Cái quan điểm xem con người là phương tiện, hay giải pháp e rằng không nhân văn tí nào. Cứ lùa người vào chỗ chết hàng loạt, cứ cứu cánh biện minh cho phương tiện, cái đó chúng ta hình dung ra sức mạnh của một bọn dã thú” (tr. 164).

Theo Cung Tích Biền, “Nỗi đau đã biến thành Mùi”: “Mùi Mậu thân tre trúc che chắn. Nhưng chiếc mành thời gian không lọc được mùi. Tàn tật có thể hàn gắn. Chết chóc có thể giải thích. Mùi, nó nghìn thu”. Và “Mùi Tự do bị thiêu cháy” gây hoang mang “Tự do bị thiêu cháy. Nó là ánh-sáng-mùi tệ hại nhất trong vạn mùi. Nó ở mãi với bao la” (tr. 165, 167). Miền Nam đã trở thành “cái lồng cu ngột ngạt” và cuối truyện thêm một xác người phân mảnh, được xem như một "*cuộc trở về – không là tái sinh - của Nàng khá ly kỳ. Cái đầu, chỗ công viên, về trước. Hai cánh tay thiếu bàn tay về sau một chút. Một ngày rưỡi sau Nàng về tạm đủ nhưng còn thiếu quả tim. Hai bàn chân về sau cùng. Nàng chậm chạp và khiếm khuyết như Lịch sử. Cái được gọi là Lịch sử giống nòi tôi luôn là một bất toàn cho bất cứ ai, và luôn là một Mong Đợi Hạnh phúc cho tới giờ nhắm mắt mỗi đời người...*" (tr. 180).

Ở Cung Tích Biền, văn-chương về cái Chết là một thứ văn không yên ổn, vì con người bị bứng ra khỏi đất, từ một thế giới chuyển qua thế giới khác, cõi sống/cõi chết, từ một hiện hữu bình thường đổi sang một thể-trạng không thể định nghĩa, từ «to be» sang «not to be» («đổi sang từ trần»). Cái Chết nói chung xưa nay vẫn là mối kinh hoàng, là nỗi sợ chính của con người: sợ cõi lạ, cõi hư vô không thể biết vì không thể có kinh nghiệm khi sống, khi còn ở một trạng thái trước, khác. Tuy từng được xem là một cấm-ky, nhưng tabou cái Chết không là một đối tượng, mà là một thứ trực giác, cảm nghiệm cá nhân. Cái Chết là một biểu tượng, là một chấm dứt; nhưng vì không phải là mục-đích tự thân, cái Chết không phải là hết, là kết thúc một cuộc đời hay cái gì, mà là một bắt đầu khác, một sự sống khác tùy theo cách cắt nghĩa của các tín ngưỡng, tin tưởng (Thiên đàng, Vương quốc trí tuệ, Trí huệ, Cõi sống đích thực!).

Cái Chết nặng nề và thường trực với Cung Tích Biền; cái Chết luôn có mặt ở đó, như một chứng cứ không thể bác được về những tàn độc của một loại người và sự phi lý của cuộc sống, của một cuộc chiến. Cái Chết và những cách/kiểu chết là nhóm chủ-đề mà Cung Tích Biền đã đưa đến cho sáng tác văn-chương của ông cái nhạy-cảm rất hiện đại và một trực giác hiện sinh, thực hữu: cái Chết có mặt trong các truyện, trong dàn dựng hình thức, nội dung cũng như tâm lý các nhân-vật chủ chốt.

Liên-tiểu-truyện Xứ Động Vật Màu Huyết Dụ ba phần chuyện lão Kiên, như một giải thích phân tâm về cái Chết oan trái của tha-nhân, người khác. Cái Chết trở thành một đối đầu bi thảm, một thất bại, một bất công tuyệt đối, nhưng đồng thời cái Chết khiến cho cuộc sống có ý nghĩa, giá trị và cuối cùng, sự khẩn thiết phải sống và hiện hữu! Không phải vì chết mà Cung Tích Biền nghĩ đến cái Chết, chính ra là để vượt qua cái Chết và sống! Ông đã nói đến cái Chết như là quên lãng của thân xác và có những cái Chết khiến cho cuộc sống có ý nghĩa.

Con ma đàn bà tên Bóng sẽ quấy rầy lão suốt hành trình tàu đường sắt xuyên Việt, "*Cái Bóng đen hóa thực. Vẫn ngồi đây. Một trực diện. Mà mâu thuẫn đồng hành*". Lão dù thức, ngủ đều khó khăn nhận ra chân, hư và "*ác mộng là của riêng mình, là bạn lữ, là bệnh, là thường trực cái bóng đen lơ lửng, to lớn. Nó huyễn hoặc. Nó lẫn pha giữa cái thực và ảo giác. Nỗi đau nhức không rời trên sân khấu tồn tại. Lão phải thường trực đánh vật với ranh giới thực, mộng. (...) Làm sao lão có thể tự khấu trừ những trò hư ảo tàn phá, ăn sâu át-xít vào những tháng năm xương máu có thực, đời lão. Khấu hao xong những trò vong mạng phung phí, đời lão chẳng còn gì. Một cục cứt trôi sông. Mà con sông lịch sử chẳng hiền hòa chi. Nó đánh tan tác không còn một-đơn-vị-cứt-nào-được-riêng-cục-hòn. Tất cả hòa thành bãi rộng bùn hôi. Tập thể. Tăm tắp. Tất cả là một mênh mông hư huyễn*" (tr. 188, 189).

Hóa ra "*Kiên đã ngụy trang, đã trung hòa nỗi nhục riêng tư, vợ ngoại tình, vào một nỗi nhục lớn hơn. Ông đã bỏ một con sâu nhỏ vào cái môi trường nghìn triệu sâu bọ, rồi phong kín, tô vẽ và tôn xưng nhãn hiệu. Cái lý tưởng nào vĩ đại đủ che bóng, hào nhoáng cho lớp sâu trùng đen. Cái lăng tẩm tổ tiên vua chúa nào rực hào quang trang nghiêm để cứu chữa, rửa sạch ung thư cho những thế hệ bị lừa. Những thế hệ lừa đã biến thành sói, cực hung hăng trong hoang mạc đồng loại Toàn-Chuồng*". Ông tự hỏi với con ma Bóng: "*Bây giờ có thể chồng bà đã hiểu ra là có những nỗi nhục gấp nghìn lần cái nhục bị vợ cắm sừng. Con mụ vợ đưa đồ cho thằng khác xài là chuyện nhỏ. Cả một dân tộc này bị lôi lên giường gian dâm với những tên đồ tể, bị hôn mê bởi những lời dụ dỗ, bị chủ thuyết hôn ám ma đưa lối quỷ dẫn đường. Nhục thời thế chẳng hạn. Nhục mình hát ru, tự lừa phỉnh để tiêu pha vô nghĩa cả sinh mệnh riêng mình chẳng hạn.*" (tr. 192)

Sau mấy mươi năm biệt tích, lão Kiên trở về làng cũ. Vẫn bên mình cái lọ xương cụt của người phụ nữ của đời lão. Xe ôm đưa lão đến bờ sông Thu, "*Ở đó bỗng xuất hiện mờ thoáng một người đàn bà trong trang phục màu đen. Bà phảng phất như mây núi sớm Kiên đã thấy khi ngồi trên chuyến tàu về sáng. Như cái dáng xa vắng, vàng lạnh giới thiệu cái lọ xương cụt trong toa tàu. Như cái bóng lênh đênh trong giấc ngủ hằng đêm lão Kiên rơi rụng.*" Bà kể lể: "*Con đường này dẫn về vùng tháp Chàm Mỹ Sơn đây. Tôi có một tuổi nhỏ với rêu và cỏ hoang, với những đỉnh tháp lá xanh thưa và chim mùa đông. Những cơn mưa hoang mị cùng những tiếng vang động mơ hồ không* thể định hướng từ dĩ vãng Chàm. Có một lần tôi thấy xác người và máu giữa những khe đá. Những bầy dơi thiêng. Và những vỗ cánh trong không, khi chiều xám...*" (tr. 197, 198)

Sông Thu đã hơn một lần đổi bờ với những giành đất, chiến tranh. Lần mới nhất khiến *"Trên bãi chiến trường giành đất tanh hôi, càng lúc gió càng mạnh hơn. Reo réo. Từ bờ Bắc vào xóm làng phương Nam. Ra đầu ngõ thấy xác người. Đêm nằm đầy ác mộng. Tỉnh giấc là tứ phương thối hoặc. Dân bờ Nam hoảng loạn bỏ làng xóm miếu mộ già trẻ nhất tề bỏ xứ mà đi. Tre trúc có hồn mà không có đôi chân, đâu thể ra đi, đành đau đành úa. Những sinh linh, hồn phách và cội nguồn đã lỡ cắm rễ sâu trong Mẹ. Đành ở lại thì đành tan, chịu gục. Tương truyền, sau khi dân bờ Nam bỏ chạy, dân bờ Bắc được nhiều vùng đất mới, đã lập Lăng thờ quan. Là Người đã định danh lịch sử, đã tân lập địa giới mới, thông qua mùi tử khí, và xác người ngập ngụa."* (tr. 200)

Cuối cùng, lão Kiên cũng tìm tới được mộ của Bóng đang bốc, được tặng cái xương tàn từ nay lão dùng làm gương soi, nhưng lão trả lại cho cô gái để bình cốt được vẹn toàn và Bóng được "giải kiếp". Lão đã nhận ra mình có lỗi với máu xương!

*

Trong hai tập truyện này, cái Chết thường trực hiện diện và quy hồi qua những hình ảnh sọ người, xương cốt, ma quỷ, ma sống chuyên hút máu, ... Rồi những chuyện ăn thịt người, ngậm xương, quật mồ, xác chặt từng khúc, xác hồn tìm nhau, sống chung, v.v... Đất nước nay trở thành "Xứ sở Những nấm mồ hoang", như ở Nghĩa trang Gò Dưa Sài gòn *"có âm vang âm khí, trang nghiêm rất mực, lạ lắm cái điệu đời nghêu ngao, cái ngất ngưởng riêng nó. Nó bao gồm, thu tóm mọi sắc màu, một trần gian dị dạng đêm trăng tỏ trăng mờ. Có bóng ma đi rảo hô hào đoàn tụ, hòa giải. Có ma hát lời thịnh nộ. Ma hưu trí già nua bảo thủ rị mọ, hoặc bần thần hối lỗi một tuổi trẻ của mình bị ung vữa, bèn tức tốc dạy cho xấp nhỏ sau này biết nhìn lại lịch sử. Rất nhiều hồn ma thời đại. Hồn ung dung. Hồn phẩm hạnh. Ma đúng ma. Ma tuổi xuân tóc xanh đã ung thư gan. Ma yên hùng vỡ sọ não do tốc độ đua xe nơi xa lộ. Ma đa tình ngồi vắt vẻo trên mộ bia đêm trăng tỏ, thổi kèn xắc xô "Trở về mái nhà xưa". Ma thời thượng, uống rượu Mỹ, ôm đàn ghi-ta Đỏ, hát nhạc Nâu thời Đổi gió, "Mỗi ngày tôi chọn một niềm vui". Rất ư phóng khoáng chỗ lập trường. Nơi đây nắng tháng Tư chuyển mùa. Trời mất máu. Bia đá đổ mồ hôi"* (XĐV. Nghiệp Chưa Hề An Nghỉ, tr. 57). Riêng mộ anh Thiếu úy T.V. Nghiệp – sinh ngày 4-8-1954 và tử trận ngày 11-3-1975, gần như chiều dài của miền Nam Cộng-hòa, cuối cùng đã được trùng tu.

Trong Mùa Xuân Cô Mơ Bay, Người Đi Theo Bóng cũng là chuyện người sống thân thiết thích gần người quá cố – nói như tác giả "Tiền thân tôi ở Cõi Ngoài": *"Trong khí hậu một xã hội bất an, tôi vẫn thích nghĩa địa (...) tôi hợp với nghĩa địa hơn những nơi đông người như cắm trại hay hội họp, vì cái hiu quạnh, an phận, tắt giấc mơ đời, của nó".* "Tôi" cũng có chủ ý: *"Tôi làm kẻ đi rong giữa cuộc đời tìm một phần đời đã mất. Có thể, chỉ là một tìm kiếm, như bao tuổi trẻ đi tìm, chỉ là tìm kiếm mà thôi. Cái đích phía trước, chính là niềm vô vọng, là ngõ huyễn hư. Cuộc nội chiến còn dài lâu. Bao là cánh cửa trong khuya khoắt hãy còn khép hờ, chờ một người sẽ trở lại. Có một người đã trở lại. Không đến chỗ cánh cửa chờ mong. Mà nơi mộ chí tôi thường đến. Người con gái ấy, Túy Nha"* (tr. 159). Người con gái đến từ xa lắm và ngôi mộ nàng chăm sóc là một người lính. Họ bất ngờ ôm lấy nhau - *"Thấy ma thì ma nó chụp liền. Ma ám mà."* Họ bên nhau qua đêm, rồi chàng đưa nàng về nghĩa trang - *"tình yêu đến từ nghĩa trang và trở về nghĩa trang"*, thực hư không rõ với quãng thời gian sáu tiếng trong một không gian mộ chí!

Để chống cái Chết, thơ văn siêu-thực dùng con người để tra vấn sự im lặng, tìm bí mật của sự hiện diện và biến mất của im lặng. Cung Tích Biền đã trình bày rõ ràng sự bạo-động mờ ám của những im hơi lặng tiếng và từ đó ông không thể giữ im lặng. Cần phải mở miệng, lên tiếng, dù chỉ một mình! Trong nghịch cảnh và tình cảnh văn hóa, xã hội bi thảm, buồn thiu như thế, ông chủ trương *"Đành lòng sống trong phòng đợi của lịch sử"* như đã cắt nghĩa trong phỏng vấn của Lý Đợi năm 2007. Cung Tích Biền đã cho biết ông viết *Xứ Động Vật "trong một hoàn cảnh rất khó khăn. ... thời gian trước và sau khi Tác giả bị giải phẫu ung thư tại bệnh viện PV thập tử nhất sinh. Lại đang còn ở trong nước, dưới một chế độ độc tài, toàn trị, triệt tiêu mọi quyền tự do..."* (XĐV, tr. 241).

Căn bản là chuyện tình cảm giữa người sống và người chết, liên hệ hôm nay với hôm qua, mà còn là lời ta thán của những hồn oan của dân lành. Biến cố Tháng Tư 1975 đã biến đổi cả một đất nước thành địa ngục và tác hại mấy chục triệu người dân miền Nam. Ai đã từng kinh qua làm nạn nhân của biến cố lịch sử đó sẽ không bao giờ quên, mỗi lần nhớ lại vẫn bàng hoàng. Đảng Cộng sản đã là thần chết đầy ma lực dang rộng cánh tay dài hung hãn sát hại và cướp đi mạng sống nhiều sinh linh. Chết vì lao động cưỡng bách, đày đọa, vì tù khổ sai. Chết vì những trận đòn thù, tra khảo tàn bạo. Chết giữa rừng thiêng nước độc của trại "cải tạo". Chết vì đói khát, tem phiếu, kỳ thị, lý lịch. Chết nơi hoang dã của những vùng gọi là kinh tế mới. Chết khi vượt biển và xuyên núi rừng tìm tự do. Chết vì không lối thoát, vì bất hạnh, oan khiên đổ lên đầu lên cổ. Thần Chết thường trực ám ảnh con người sống, nhất là người Việt miền Nam sau 1975!

Nhưng trong cái Xứ Động-vật Toàn-chuồng là Việt Nam sau 1975, con cháu của "giai cấp" thắng, "Hồng Chuyên", "quan lại triều đình" mới, tung hoành phá phách để chết, sống trong "chuồng người mênh mông thịt-chạy-thây-đưa" như để chết cho đúng với tam-đoạn-luận. Chúng xưng là "Việt kiều nội địa" đua xe, gây gổ, đập phá, "xã hội hóa giao cấu toàn triệt". Để chết, như Xíu Mại. Gia đình tan nát, như của Liu, v.v... *"Bọn trẻ con nhà thế lực hôm nay có sự khoái lạc mù mờ khi bố mẹ chúng là đám thiêu thân. Bọn Họ đấy, lịch sử can qua, một đời dùng nhân mạng, thân phận riêng mình, có khi cả danh phẩm của tộc họ, làm củi đun cho lý tưởng, chủ nghĩa. Ác nỗi, ngọn đèn lý tưởng, hấp lực bọn thiêu thân ấy, nay chỉ còn là một Màu Đỏ hung hiểm và bệnh hoạn. Một cái biển máu khô."* (Một Phần Khí Hậu, tr. 29).

Mùa Xuân Cô Mơ Bay là những chuyện xảy ra thường ngày ở Việt-Nam hậu-1975: các trụ điện lẻ loi sau những khai thông đường đã trở thành chỗ "treo linh hồn" cho những tay lái say rượu đêm khuya, cô Chơi lấy chồng tàn phế người Hàn quốc, anh em người Bắc kẻ Nam, nay Bắc thắng trở về đòi nhà [*"Chú khỏi phải lo giấy tờ chuyển nhượng cái nhà chú đang sở hữu này cho tôi. Pháp luật, công lý ở trọn nơi chúng tôi. Nội bộ chúng tôi sẽ tự làm tất. Lịch sử này, số phận các chú chúng tôi còn đầy đủ quyền tẩy sạch huống chi việc giấy tờ để sở hữu một ngôi nhà"* (Anh Em Cùng Một Mẹ)]. Hai người bạn thân từ nhỏ, tấm ảnh cũ tình cờ cha con Cù mới khám phá ra cha mẹ Cuội đã chiếm nhà mình và đuổi họ ra đường từ tháng Tư năm 1975 (Bọn Mầm). Ngành y tế bất tài, tàn ác, nguy hiểm chết người cho những ai lỡ phải vào bệnh viện. Giá Rai, Có Những Ngày Như Thế là bút ký chuyện Cung Tích Biền làm "cu li" cho Công ty Xây dựng số 8 tính xây một trại chăn nuôi ở Giá Rai thời cuối năm 1978 cùng Nguyễn Thụy Long.

Vỡ Hoang Trước Bình Minh của một hôn nhân ma mị, hoài thai

với mộng và *"màu của thời gian trong hồn người bị mộng đuổi miệt mài...".* Rừng Đom Đóm là chuyện Mạnh, một người đàn ông tuổi 50 *"lúc vợ còn sống thì thờ ơ, hành hạ vợ tới độ tàn ác; lúc vợ qua đời lại ôm thi hài vợ khóc than thảm thiết... Khóc mưa bão suốt sáu tiếng đồng hồ, Mạnh mời cô Trâm, cô gái vốn thường sơn móng tay móng chân cho các bà các cô, đến làm sắc đẹp cho vợ mình"* trước khi chôn cất.

Đêm Hoang Tưởng nói chuyện nơi các vùng đất của tháp Hời vàng tự nhiên xuất hiện và nhiều, trồi lên cả mặt đất đưa đến hiện tượng dân đi tìm vàng rồi có công ty và cả cướp cạn. Một Lão ông xuất hiện mắng đám cướp cạn *"Ta không phải là tiên sinh của các ngươi, theo nghĩa thông thường. Ta là Tiền nhân. Trong xác thân du côn du kề các người đã có một phần xác mỗi phần hồn của ta. Trong bình sinh gieo rắc, Ta là các người, các người cũng là Ta. Hãy nghe đây, mau rời bỏ mê cuồng, hãy nhặt lấy vàng rồi cút đi. Hãy trả lại quê hương này cuộc bình yên (...) Chớ đắm mình trong điệp điệp mơ hoang rừng vàng biển bạc. Chớ lềnh đềnh theo khí chất mong đạt giàu sang qua ngõ tắt. Hãy rời khỏi nơi nương náu ngủ ru trùng trùng hứa hão, hẹn bừa, những điều hiện thực không thể. Hãy bừng sáng một thể linh tiên niệm. Hiểu Núi sông và giữ lấy Tự nhiên... Khó thể toàn bộ giang sơn là một tổng thể kim loại. Còn nơi nào cái lỗ chôn nhau cắt rún. Tìm đâu cát bụi mơ mòng. Đâu nơi sở trụ một linh hồn cần nương náu quê hương. Mơ hão. Khó thể một dân tộc, thể chế, đất đai, một sớm mai vui mừng đã kim loại hóa toàn phần"* (tr. 106, 107). Nhưng hôm sau khi trời sáng tỏ, một trận gió lớn thổi tung bụi. *"Bọn cướp đường choàng dậy ngó quanh. Không Tiền nhân. Chẳng có xác Đại ca nào đây. Không có núi không có sông. Không nhìn ra mặt núi sông. Không một mảy may vàng. Chỉ quanh đây những luống cày, màu đất vàng khô. Một chị vải thô chân đất đem mong chờ đến cho một ai đó trên những luống cày. Một thằng bé truồng cười trong nắng"* (tr. 108).

Nhị Xuân là chuyện cô gái xa xứ đã lâu nay trở về tìm lại quê nhà. Cô quả thật là *"một tâm hồn dị chủng khắc khoải trong một xác thân dị chủng. Nhớ một vẻ đẹp thánh nữ đành cưu mang một mùa Xuân nơi cội nguồn giống nòi cha cô hằng trải qua nhiều nghìn năm. Lòng người trong nhân gian ấy xuống cấp, lạc đường vào nẻo quỷ. Nhưng thiên nhiên ấy vẫn còn một lời thân ái chào cô. Quê hương ấy, vẫn còn một phần lương tri tận hiến sau cùng, đưa dắt cô trên những nẻo đường hy vọng".* Nhị Xuân, cô *"thấy nơi đây luôn có một cái gì ở* trống” và *“Mùi thời gian thật buồn”*, cho nên ngày cuối *“sâu trong mắt nàng nỗi buồn như tan chảy, xoắn tròn, và kêu rít. Nàng đưa cái hoa giò giẻ cánh trắng nhỏ, phần trong tâm cánh hoa có màu vàng nghệ lên tầm mắt. Nàng nghe hoa nói bằng đôi mắt!”* (tr. 152, 153).

Bí Ẩn Ba Nô là chuyện Ba Nô, một người điên luôn ở truồng ở chợ Diêm, *“đang phơi chim dưới bóng trời... Cái dương vật trần trụi to bự như một quả chuối già đưa qua đánh lại. Nó lại rất hình tượng chuối, vì không thẳng chìa ra như khi hành lạc, mà cong khum vào bộ dái. Cứng, mới cong được. Đây có thể là biểu hiện cái khí dương nơi một người đàn ông còn mạnh mẽ, nhưng không bị giựt dây, kích dục thường tình... Ba Nô hằng ngày đi qua các cửa hàng, đứng giữa một bầy gái, nó vẫn thế. Hình như dâm lực trong cõi này, cái khí Nữ, dù âm ma tới cỡ nào cũng không gợi dục được hắn”* (tr. 176, 177). Thân với Ba Nô, “tôi” nghi ngờ Ba Nô là một Lộng Giả – như Bùi Giáng, nên quên cả ngày phải trở về đơn vị sau một tháng nghỉ phép. *“Ba Nô được lệnh vác một khối thuốc nổ TNT đút dưới lườn xe thiếu tá quận trưởng”* nhưng cuối cùng, *“Ba Nô thân yêu của tôi đã cháy. Một phần nghìn giây sau tiếng nổ, Ba Nô bay lên trời. Ba Nô thành những mảnh. Máu thịt tung tóe một vùng rộng, trong sân vận động, trước một cổng trường mà hôm qua bọn học trò đã học bài sử ký”*. Ba Nô đã tự chọn cái chết khi nổ thay cho gia đình viên quận trưởng.

Mùa Xuân Cô Mơ Bay, cô gái *“Mơ Bay còn trẻ. Mộng ước của cô lớn lao, ngoài giới hạn. Thông thường, những ý tưởng lớn lao của tuổi trẻ luôn lồng trong đó cái hoang mơ, hư tưởng. Cô hiểu rằng, với đôi tay có ngày cô sẽ bay như chim. Hoặc mái tóc cô, sẽ là đôi cánh. Tư tưởng sẽ biến cô nhẹ tênh. Ý chí là nhiên liệu. Mơ Bay sẽ bay ngọt ngào. “Anh ạ, vì em có một đôi cánh vô hình. Siêu nhiên là lực đẩy em lên cao”* (tr. 193). Sống ngoài thực tế, cô té gãy cần cổ, phải qua giải phẫu. Nhà văn, *“con người đang trôi hoang giữa hai bờ, bên này Mơ, bên kia là Mơ Bay”* được người cha cô Mơ yêu cầu: *“Anh là nhà văn. Anh có thể vẽ ra thần linh, điều động ma quỷ. Một tay viết tài tình, đa mộng tưởng của anh, như anh, mà ra. Lần này, mong anh chỉnh lại nhân vật của anh đi, trong đó có con gái tôi. Anh có thể dùng những giọt mực huyền ảo, vẽ lại được những giấc mơ của mình một cách khác kia mà. Đâu cần có Mơ Bay nhà chúng tôi anh mới thực hiện được cuộc đào thoát của anh ra khỏi cái vực thẳm siêu hình này. Tôi không phê phán rằng anh đúng sai, tốt xấu, chỉ mong cái phúc huệ của nhà tôi."*

Nhà văn từ tốn: *"Đa tạ. Tôi sẽ sửa lại bản thảo. Nhưng nhặt Mơ ra khỏi trang chữ thì tôi còn gì để viết. Bóng tối chính là nền. Âm bản là phản chiếu kỳ ẩn. Đôi khi mồ-hôi-nước-mắt-luống-cày-tiếng-chim-núi-non-suối-nguồn, chúng từ trang viết biến ảo đi ra. Cõi đời, cuộc sống có thật đã biến hình thay dạng qua ngọn bút. Tôi chỉ là phần hồn của Mơ. Đúng ra Mơ là ngọn đèn, tôi ánh sáng. Đèn tắt, chẳng còn tôi"* (tr. 199). Thật vậy, nhà văn ở đây viết là "tra vấn cái Viết Văn" trong một thế giới ảo vì luôn *"truy tìm cái uyên nguyên, cái ngẫu nhĩ tương phùng giữa Mộng và Thực"*, còn cái hiện thực trước mắt có là ảo hay không là *"do nơi mỗi tâm thức. Con người ngoài nhục nhãn hãy còn tâm nhãn, tuệ nhãn. Có thể đó là cái có thực trong một Mặt Đất luôn Mùa Đông. Mặt Đất ấy không muốn chuyển mình".* Cô Mơ, như thế giới văn chương, vẫn còn bay vì cô *"có một đôi cánh vô hình, một lực siêu nhiên sẽ đưa em Ra Ngoài…"* (tr. 203).

Mối Tình Thời Gió Chướng, truyện cuối của tập truyện, viết ở ngoài vào tháng 3-2019, đã như một hồi tưởng qua nhiều biến cố lịch sử của đất nước – Cung Tích Biền gọi chung là "thời gió chướng". Khởi từ khi đất nước bị chia đôi tháng 7-1954, *"Ngưng tiếng súng, chia cắt đất nước ra làm hai, sông Bến Hải là giới tuyến giữa hai bên, là chuyện có thực. Hai thế lực đối kháng tập kết về mỗi miền, để chờ một Ngày Thống Nhất Đất Nước, hai miền Bắc-Nam sẽ hợp một. Trên văn bản ký kết là hai năm sau. Nhưng mọi người ai cũng biết, cứ xung khắc này, khó mà hợp nhất trong một giải pháp hòa bình. Từ nay, phân ly sẽ còn lâu dài, là không thể chối từ. Một toàn diện đổi trắng thay đen trong xã hội mới, giữa lòng người với nhau sẽ là một hiện tình. Đứa con ra đi, người chồng tình nghĩa ra đi, khi trở lại, nếu họ muốn chiến thắng bằng súng đạn, họ sẽ là kẻ ngoại xâm".* Một loại người mới xuất hiện trong buổi giao thời: *"Quốc gia tự do, quốc gia có nhân từ, bác ái, mở lòng, nhưng Quốc gia cũng thừa sự tàn nhẫn tuyệt đối, dành cho những ai không là "Quốc gia" với mình. Ác nhơn, cái chính kiến nó bèo bọt nổi trôi theo phận người, là vi trùng lớp lớp trong não thùy, nó ăn dần xương máu. Bên mô cũng rứa. Là triền miên bao năm, trong cộng-đồng-người đó đây, cuộc sống gọi rằng mỗi bên ấy, chẳng thấy đâu một giống nòi thuần nhất. (…) Lịch sử sao oái ăm! Trong cõi Không-đội-trời-chung ấy, năm chầy tháng chặn, từ phố thị tới làng quê, luôn là một xã hội, ít nhiều, lẫn lộn Xôi với*

Đậu. Một thằng người, hai mắt toàn đỏ huyết. Một anh hiền hòa tươi sáng, hai con mắt vàng ròng. Cùng một vùng thôn dã, lũy tre làng. Dưới chung một ánh đèn phố thị. Lại một lũ nửa nọ nửa kia, khuôn mặt một con mắt này Nam, con kia Bắc; nhìn gà hóa cuốc. Một bọn lé-tư-tưởng ... Miền miền, làng xóm, nhà nhà, đã âm thầm tạo ra một giống-nòi-xôi-đậu" (tr. 215, 7, 8). Mùa Hè năm 1975, người chồng tên Lương tập kết nay trở về, phê phán dáng ngoài của Vọng, con trai chung, "bảo nó đi hớt tóc cạo râu. Cho xong tàn tích. Sau đó mới tính chuyện cha con". Rồi y vui nhận mấy thùng quà mà chị Bạc, người vợ cũ cho, y "quơ tất" và trở ra Bắc. Chị "đã hiểu, đã rõ thấy. Những ngày chạy loạn vừa qua, sự đổi trắng thay đen đến cửa nhà tan nát, của tiền có đó mất đó, thân thuộc chia lìa, kẻ ở người đi, nào ai mang theo được gì. Chế độ mới, gia sản này của chị ai cướp đi cũng được, ngay cả Lương. Lương cướp ngày cũng được. Biền biệt cái tình nghĩa vợ chồng. Đã xa lắm với người từng đầu ấp tay gối". Vài tháng sau thì Yến, bà vợ "lô-gích" Đảng kết cho Lương ["Mấy cụ lớn chỉ thị lấy thằng chồng nào mụ vợ nào, thì phải đớp vào đấy"], vào gặp chị Bạc. Thị đã nhận xét rằng: "Người trong Nam này không chút thiện cảm gì với chúng em. Cũng một thời chiến chinh gian khó, sao trong Nam này người ta sống thoải mái, giàu có, rộng lòng. Còn chúng em khổ rách. Dù rất mới mẻ, nhưng em đã gặp, em rất hiểu. Vì sao người Miền Nam rất nhớ thương quá khứ. Và, vì sao quá khứ là cái gì chúng em luôn rất sợ hãi." Cung Tích Biền kết chuyện tình chị Bạc cũng như "thân phận chung. Những hình nhân đen đẫm nôn nao in hình trên nền ánh sáng lồng đèn kéo quân. Bị điều động bởi ánh đèn trung tâm. Ánh sáng trung tâm càng sáng, càng nóng, bọn hình nhân càng chạy quay tít, càng trước sau miệt mài đuổi theo nhau. Không người sau nào kéo được chéo áo người trước. Chẳng ai bắt gặp ai. Tất cả đều chạy về phía trước. Cuộc tìm kiếm, hóa là mãi mãi thất lạc nhau. Hôm nay Bầy Sói đã vào làng. Lương đã Trở Lại. Chị Bạc và Vọng, đành phải Bỏ nước Ra Đi" (tr. 227, 232, 233).

Những giấc mơ khởi đi từ những tình cảnh bi hài. Với Cung Tích Biền, cái tàn khốc nhất vẫn là ở những con người chủ động ra tay đối xử với đồng loại xem họ như những con thú. Như nạn nhân, mang thân phận nạn nhân – và hơn thế, nạn nhân bị hiểu lầm, ngộ nhận là đứng cùng phe với tập đoàn tàn bạo đó, ông tự cho cái quyền viết ra, nói lên sự thực và phỉ nhổ đám tàn độc đó. Đã hơn một lần, Cung Tích Biền cho biết ông chỉ ghi lại cái hiện thực của "thế gian *ngột ngạt, phũ phàng ấy, một xã hội vào thời mạt pháp, kẻ lương thiện thua trận, lũ lang sói đã vào ngôi"* và khiêm tốn thú nhận *"chỉ không đủ tài năng để mô tả cái thảm trạng Đã-Có. Chỉ không đủ dũng khí để Viết-Cho-Đúng, Cái mà bọn Sài Lang muốn giấu nhẹm trước lịch sử, muốn chúng ta Không-nên-làm-một-con-người-chân-thật, đối với Sự Thật"* (Lời Thưa của Tác Giả, MXCMB, tr. 9-10).

Nhân vật của Cung Tích Biền, những con người hướng thượng hoặc tự khẳng định là con người, đã từ cõi chết hoặc sống như đã chết, dù trong hoàn cảnh nào, cũng tìm sự sống. Họ nếu chưa đã thì sẽ ngoi lên từ cái Chết tâm linh hoặc từ hầm mộ xương và xác người; sống vì phải sống nhưng khi tình cảnh xảy ra, có thể chấp nhận chết để người khác được sống!

*

Với hai tác phẩm này, thiển nghĩ Cung Tích Biền đã cho độc giả nhìn thấy và tin rằng, miền Nam và Việt Nam Cộng Hòa đã bị chôn sống, nhưng vẫn chưa chết, ít ra ở phẩm chất và sức sống! Viết để trần thuật, làm chứng và ở một vị thế cực chẳng đã, Cung Tích Biền đã thành công phá đổ tất cả, từ nội dung đến hình thức cũng như đặt lại các vấn đề, vấn nạn. Sáng tác trong tinh thần hậu-hiện-đại, con chữ mang dấu ấn cấu trúc của thời đại, các chuyện kể được viết ra như những liên-văn-bản, nội dung, tình tiết, lớp lang bị đảo lộn, cắt khúc hoặc xuất hiện như không hẹn trước, như đã là lịch sử của đất nước. Văn chương Cung Tích Biền như một cõi mê cung, siêu thực đồng thời như hiện thực huyền ảo, nhưng phong phú và chân thật.

Trước 1975, Cung Tích Biền từng có những sáng tác về hòa bình và thời sự. Sau khi miền Nam rơi vào tay cộng sản, ông hiếm khi xuất hiện trên báo chí và xuất bản chính thức trong nước nhưng vẫn bị một số ngộ nhận. Ông định cư ở Hoa-Kỳ năm 2016 nhưng trước sau đã có mặt với sinh hoạt văn học hải ngoại; đó là lý do chúng tôi viết về ông như một nhà văn Việt Nam hải ngoại.

Nguyễn Vy Khanh
9-2019

Đời Ngửi Khói
CUNG TÍCH BIỀN

I

Đầu tiên bà mẹ đẻ ra một anh con trai, ngoài tên khai sinh chính thức, tên gọi thân mật trong nhà là Tôm. Hai năm sau, cũng bà mẹ này đẻ ra một cô con gái, tên là Cua, chính tôi.

Đương nhiên cha tôi là người tôi thương yêu nhất. Cái lẽ thường tình, vì ông, mẹ đẻ ra chúng tôi. Cũng vì ông, chúng tôi có những gốc rễ cùng nhau, dính liền những nỗi đời hân hoan, cùng nhớ nhung đau khổ, cùng một nhóm máu, một họ chung. Qua cái nhìn trí huệ, chúng tôi có những nối kết hiển linh đáng rùng mình, thiêng liêng hơn là việc vì cùng/chung nhau trên một bàn ăn.

Có những khi, nỗi nghi hoặc đã âm ỉ lên khói trong hồn, của vài chục năm sau những tháng ngày chia biệt, Tôm ra biển, rồi biệt tích; tôi bơ vơ đi tìm anh; mới thấy chúng tôi có những "của cải chung" thuở ấu thơ.

Chúng tôi có chung một căn phòng để ngủ chung, một căn nhà cha mẹ nhìn ra bãi biển qua một đường phố ven biển nhiều cây xanh; lá cây có thay đổi theo mùa xanh/rụng; bóng cây theo nắng sớm rực rỡ, hoặc chiều hoang buồn ngủ; mùa hè gió mùa thổi lộng; những mưa đầu đông chúng tôi đã tê cóng ôm lấy nhau tìm ấm.

Chúng tôi có chung những vỏ sò hai anh em nhặt lên bỏ chung vào cái hộp thiếc rỗng; chung cùng ly kem, mút chung cây kẹo; những vì sao đêm chung nhìn, không ai giành nhau tia nắng; chung một con nhồng nhảy nhót trong lồng. Con nhồng láu cá biết nói một vài câu ngắn ngủi, vâng dạ, chào khách. Rồi con nhồng một ngày lạnh lẽo chết toi. Nó gầy nhom, bày nhiều mớ thịt xam xám như có ai thù ghét nó vặt trụi lông đêm qua. Lại có chung một con nhồng khác, trẻ trung yêu đời hơn con nhồng già vừa ngỏm. Cha tôi nói, để cho Tôm Cua có cái vui chung trong nhà.

Thời gian không bào mòn, mà chừng có những màn sương rêu ngày càng bao bọc, khiến mớ hiện thực, mớ của cải chung của tuổi thơ chúng tôi, ngày qua ngày, biến ra hư huyễn. Đã xa thẳm những cỏ cây, núi biển, chim muông, những trăng những mặt người. Những tên gọi có ý nghĩa biểu đạt sự vật hiện hữu, sờ nắm được, thuở kia, nay đã ẩn tàng là những biểu niệm trừu tượng. Chúng tôi tìm nhau, biến ảo trong cái thế gian mơ hoặc ấy.

Khi lớn khôn, nhớ lại cái ôm nhau đêm lên năm lên bảy, mùi da thịt ấm nồng, máu truyền nhau cái âm vang lênh đênh trong giấc ngủ âm dương; tôi nghi ngờ, hành trình ngộp thở ấy, có khi không phải do đường dây huyết thống, mà là từ một tình yêu tật nguyền nào đó giữa chúng tôi.

Hôm nay mất Tôm, tôi, một cõi hồn sứt mẻ, một nửa đời bị tê cóng lưu niên. Máu bên ấy, máu của ai, một nửa.

*

Từ bé, tôi rất kinh ngạc một anh Tôm khôi ngô nhưng tính tình có hơi lãng đãng, đã có những điều khác lạ hơn những trẻ cùng tuổi. Rất thông minh, trí nhớ rất tốt. Bài học gì chỉ đọc qua một lần là coi như thuộc nằm lòng. Ai kể một chuyện tiếu lâm, đọc một bài thơ khá dài, nghe qua, là Tôm nhớ đời. Lúc mười tuổi, trong đầu não của Tôm như đã được cài đặt sẵn một bộ sách lịch sử nhiều nghìn trang. Trần Cảnh lên ngôi vua Nhà Trần năm nào, Công Chúa Huyền Trân về với vua Chiêm Thành năm nào, Tôm kể ra thành thạo như con cháu, như chính người nhà của ông... Trần Thủ Độ.

Cha tôi, đời nhà binh, khá lạ lùng, ông không hề khen con mình giỏi giang mà cho rằng những hiểu biết "đáng nể" của con trai mình là không cần thiết. Thời nội chiến, đầm đìa những trầm luân, từ núi đồi tới góc phố, cái cần phải thành thạo là cách ném lựu đạn, bóp cò súng. Với cha tôi, cái đầu não thông thái không thể thay thế cái nón sắt. Giữa trái tim nồng nàn và chiếc áo giáp chống đạn, ông chọn cái sau.

Càng ngày, chừng được thần linh phù hộ, "cài sẵn trong đầu óc Tôm" mọi thứ; anh như đã từng kinh qua, đã học, hoặc đã gặp gỡ đâu từ kiếp trước. "Hiện tượng Tôm", mang lại rất đỗi kinh hoàng cho mọi người.

Kể đường dài, Tôm cũng có nhiều dấu hiệu mà người đời cho là anh sẽ thành một gã khờ. Thường ngơ ngác trước những chuyện đời thường, thế tình, Tôm không hề lưu ý bụng mình đói no, lơ đãng trước lời chào hỏi của bạn bè. Sau này khôn lớn, tôi biết những cái thiếu, thừa, đói no giữa bình thường tục lụy, không động tâm được anh Tôm, vì lúc nào đầu óc anh cũng lưu lạc gió bụi, hoang mị theo những hình ảnh, những ý niệm, viễn cảnh trong một thế giới riêng mình. Đó là miền hoang rỗng.

Cha tôi di chuyển khắp miền, theo quân lệnh. Một thời, toàn bộ gia đình chúng tôi phải chuyển vào Nam theo cha. Vì quá nhiều vật dụng gia đình phải mang theo, chúng tôi di chuyển đường bộ. Tới một thành phố biển, cả nhà ngủ lại một đêm. Di chuyển cực nhọc, đêm, chúng tôi ngủ vùi. Sáng thức dậy, ai nấy nhìn quanh, chẳng thấy Tôm đâu cả. Cả cha mẹ hốt hoảng chạy đây đó, nhờ người này kẻ nọ, cùng nhau tìm con.

Là thế này, khoảng một giờ khuya, tiết trời mùa hè thanh vắng, đêm đó đêm trăng sáng tỏ, Tôm nằm cạnh cửa sổ, nao nao trong lòng, anh thức dậy, lặng lẽ bước ra đường, xem trăng thanh, phố vắng. Rồi ra tới bờ biển; biển đêm thăm thẳm, rừng dương cồn bãi, anh đi mãi một hồi, đi mãi, ra người đi lạc! Khi chúng tôi tìm được anh, thật kinh ngạc, Tôm đang trong một nghĩa địa. Bấy giờ sương đêm xuống lạnh lắm. Anh ngồi co người trong một mộ bia to lớn. Rêu xám, cỏ hoang.

*

Ai cũng bảo Sàigòn là "Hòn ngọc viễn đông". Ai cũng mê được cư trú trong những khu giàu có phồn vinh, ngay trung tâm đô thị.

Tôm không ưa thích những phố thị sầm uất. Rất khoái những vùng ngoại ô, nhà cửa thưa thớt lẫn lộn với những vườn tre trúc, những ngôi chùa u tịch. Buổi trưa vắng Tôm thích ngồi một mình, sân chùa. Mẹ tôi lo sợ đứa con thông minh của mình mang bịnh u trầm.

Cha tôi khác, ông nói, không lo xa chuyện lơ đãng của đám nhỏ. Ông chờ một ngày Tôm đủ tuổi ông sẽ cho vào lính. Với cha tôi, khi là một anh lính, khép mình trong kỷ luật, gian khổ chỗ quân trường, đẩy ra chỗ chiến trường hiểm ác, không thể có dù một cái tích-tắc để suy ngẫm vớ vẩn về cuộc đời buồn nôn phi lý, mà phải làm sao để chiến đấu, bảo tồn được cái mạng sống chính mình cùng đồng đội, thì mọi con người, lúc ấy, sẽ "Nên Người".

Năm ấy, cũng sắp mãn năm học, mẹ dự định những ngày hè, sẽ cho chúng tôi đi du lịch.

Nhưng vào một buổi sáng, những người lính mang quân phục khác hẳn với người lính Cộng hòa đã xuất hiện trên các đường phố của Thủ đô miền Nam. Trong cánh cửa khép hờ nhìn ra, cha tôi bảo họ chính là kẻ thù truyền kiếp của ông. Da dẻ họ xanh xao gầy ốm. Lưng còng khom vì sức nặng của vũ khí cầm tay, chiếc ba lô trên vai. Quân phục bạc màu chàm, nhăn nhúm. Họ là kẻ hôm nay đã chiến thắng, đã bước đi trên các đại lộ của Sàigòn, nơi mà từ lâu chỉ là một viễn mơ, khó bước tới. Lẽ ra ai nấy phải có cái bước hiên ngang, nụ cười tươi mở, nhưng sao mỗi khuôn mặt là mỗi đăm đăm những âu lo bàng hoàng; như họ mới chính là những nạn nhân của số phận.

Bấy giờ, cha tôi, bà con tôi, mỗi người bỗng như trúng phải một cơn gió độc, hay mỗi người đang vướng chỗ cần cổ một cục xương. Trúng gió thì buồn nôn. Hóc xương thì khó thở. Buồn nôn thì đâu thể tĩnh tại. Khó thở thì đâu nói năng được gì.

Có một chú nghèo khó, hớt tóc dạo; mẹ tôi thương tình cho chú một quãng đất trước nhà, chỗ lề đường; chú dựng cái lều, tạm hành nghề. Chú ít nói, mắt đăm đăm, luôn nhìn ngó mọi thứ. Chiều hôm ấy, khi mọi sự đời đã rõ ràng, Sàigòn tiêu tán đường, chú lộ mặt là một anh nằm vùng. Câu dè bỉu đầu tiên mà chúng tôi nghe được là từ một người đã mang ơn mẹ tôi, chú thợ tóc. *"Đời chúng mày, con cái nhà quan, từ nay sắp tàn rồi."*

*

Có một thời trần gian rất lạ. Sáng trưa chiều tối, cả thành phố đầy khói. Không phải cháy nhà cháy kho, mà khói rất mơ màng. Rất nhẹ nhàng, thư thả bốc. Người ta hè nhau đốt sách. Tất cả sách đã in ấn tại miền Nam suốt hai mươi mốt năm qua. Sách của một nền văn chương học thuật Cộng hòa. Dòng nhân văn, văn hóa rộng lớn ấy là không cần thiết với chế độ mới.

Tổ tiên, đã trở ra một tập thể tội hình, đã nhất tề bị buộc phải bước lên giàn hỏa thiêu. Từ ông Thiệu ông Diệm, ông Bảo Đại chí ngược về ông Gia Long, Nguyễn Hoàng, sách ra tro, đốt ráo.

Một lần, ham chuyện lạ, Tôm chạy tơn tơn theo đội thiếu nhi khăn quàng, thu nhặt sách báo từ các nhà mang ra cổng nạp, chờ đốt. Chợt thấy Tôm, chú thợ hớt tóc chỗ lề đường da dẻ thiếu máu hôm nào, nay bỗng thành ông Phó chủ tịch phường trong chế độ mới, ông mắng ngay Tôm, *"Cút ngay, mày không xứng đáng làm cái vinh dự thiêu hủy những tàn dư xấu xa này."*

II

Tôm của tôi bắt đầu nhiễm một căn bệnh rất lạ lùng, kể từ ngày *//Khói ơi khói bốc lên trời / những hồn chữ nghĩa một thời sầu đau//* là *"Bệnh ngửi khói"*.

Anh như cái bọn thằn lằn, cái lũ mối mọt nơi cột kèo trên sườn nhà, trong căn phòng một người hút thuốc phiện. Ngày ngày đêm đêm, anh chàng nghiện nằm bên bàn đèn rít thuốc. Ngọn đèn mờ mờ ma cỏ, thứ ánh sáng tiên nâu. Mùi thơm từ khói thuốc hấp dẫn đã thu hút bọn thằn lằn mối mọt. Chúng thò đầu ra ngửi. Lâu ngày nên ghiền. Những ngày người ấy đi xa, phòng thiếu mùi khói thơm. Bọn lơ mơ kia rối rắm, vội vã tìm mùi, nhớ khói. Trên trần nhà, bày ra những con mắt lơ láo của bọn thằn lằn chờ người. Trong thân ruột cột kèo, bọn mối mọt im re, quá mệt mỏi vì lên cơn nghiện.

Với Tôm, đã cao chót vót chỗ tổng thể, và có thể, anh đã nhận ra cái mùi đáng yêu từ những trang chữ, những hồn sách kia. Như những ai thèm mùi khói hương, từ những lư nhang, lò trầm chỗ chùa chiền. Những ai ly hương nhớ khói và mùi hương chỗ bàn thờ cúng tổ tiên nơi cố quốc.

Khói sách ấy bay lên là tụ hồn của núi đồi tre trúc, cỏ và nước, tiếng ca dao mẹ ru, tiếng lặng lẽ đêm mùa hè im vắng, em mãi chờ đây, "Anh sẽ về".

*

Từ những trang sách cổ tới những sách mới vừa xuất bản tươi màu còn thơm mùi giấy, dòng chữ ký tặng trân trọng ở trang đầu, những triện son tác giả, những lòng thành chung nhau, những trí tuệ thanh cao tinh túy, tất cả hóa thân ra những đám tro tàn. Đầy ngập đó đây những vết thương cháy nám trên đường phố, hiên nhà, công viên. Trong nắng, tro tàn bay lang thang hỏi nắng. Chiều mưa, những dòng nước buồn bã chảy trên ven đường róc rách một màu đen. Lợn cợn mặt nước những mẩu giấy nhỏ nhoi từ các trang sách cháy sót. Chúng bồng bềnh lang thang. Một chưa hóa kiếp. Những ngập ngừng vết thương thời thế.

*

Đã hơn tuần nay, mỗi chiều tối, Tôm đốt năm bảy trang sách tiểu thuyết, hoặc một mớ trang giấy của một tập san văn chương -- phải là giấy có in chữ, không phải giấy trắng. Anh đốt. Rồi, rồi anh... ngửi khói. Chừng mê mẩn. Chừng ngỡ ngàng say đắm. Anh đốt, anh ngồi, anh ngửi. Anh mơ hồ, như một con thú nhỏ nhoi trong ánh trời hừng sót lúc núi rừng đã vào đêm. Ánh lửa soi hiu hắt phía bờ ngực. Ánh sáng cái bóng Tôm mờ soi trên vách tường phía sau. Tôi đứng xa nhìn, anh như trong một hang động hoang mờ. Tôi không dám bước tới, cái thế giới bí ẩn kia sẽ nuốt chửng tôi ư.

Tôi rùng mình, sao ứa nước mắt. Trong mớ trang sách tan tác tan tành lẫn tang thương được Tôm gom về đốt ngửi, có những sách tự điển; nhiều trang màu sắc đẹp đẽ hình Đức Trần Hưng Đạo, Nguyễn Trãi, Quang Trung; sách dạy nấu ăn, có hình đĩa gỏi gà, hình cái lẩu; có khi thấy hình thi sĩ Tản Đà khuôn mặt chữ điền, tóc hớt ngắn, rất chịu chơi.

Bấy giờ, những hồn sách điêu tàn, những bức tử số phận không một lời từ tạ ấy, đã hằng đêm ngày bao quanh Tôm. Anh như một nhà học giả, chung quanh là tài/tư liệu, nhưng đây không là những quyển sách sang trọng và nguyên vẹn trong những thư viện trang nghiêm, nơi vinh danh cái trí tuệ, văn hóa của loài người. Trên nền nhà một cậu bé, giữa dấu hiệu một thiên tài lẫn một gã khờ ngây, là những trang sách rời rã, bị bức thoát ra ngoài thân xác vốn nguyên lành, mới ngày hôm qua.

Cái đám "chữ nghĩa bại trận" chung quanh Tôm, trong khuya khoắt đáng lạnh người ấy, được Tôm tuần tự móc lên từng tờ, ngồi âm thầm đọc. Rồi lặng lẽ ngửi. *Anh phải lưu giữ cái kho tàng chữ nghĩa ấy, qua mùi. Những khói ấy có là vĩnh cửu khi tiếp cận máu người?*

Tôm âm thầm, Tôm tuần tự lượm nhặt, và đọc, rồi khói bay. Khói mệt mỏi, không muốn lên thinh không. Khói ốm o, rời rạc từ một mớ văn chương, vài trang triết học, mỹ thuật, một bản nhạc. Con khỉ ngửi. Con khỉ cô độc.

Thế giới cô quạnh đêm khuya của riêng Tôm, nhìn mà rùng mình. Trước mặt, chung quanh Tôm, bữa tiệc tàn, quỷ ma lộn xộn một mớ rau sống đồ thừa, đổ chung bừa bãi trên nền đất, không cần bát đĩa. Cho vào miệng một món gì ấy, một ít rau thơm, lại thêm một cọng hành. Tôm đọc từng tờ này sang tờ nọ, khuôn mặt, đương nhiên tai mắt mũi họng, dịch chuyển theo từng vui buồn gợi ra từ những nội dung ấy, qua chữ. Một lúc thẫn thờ. Một lúc hoang mang. Tôm chìm, đêm sâu. Đêm Sài gòn im vắng cái xác chưa nhắm mắt, đang u hiển mong chờ. Chờ một ai thân yêu sẽ trở về vuốt mặt, êm xuôi.

*

Tôm buồn bã nhìn ngọn đèn dầu khuya – điện thành phố đã bị cúp mấy đêm liền – lại ngơ ngác nhìn quanh, tai lắng nghe cái im vắng lạ thường ngoài phố đêm Sài gòn. Giấc ngủ của ai vừa thở vừa như chết. Giấc mơ khuya gặp gỡ nhau giữa thân này hồn nọ, trên lưng mỗi con người khốn khó lại phải cõng một người, cùng đi tìm nơi cấp cứu. Sài gòn bỗng lẻ loi và xiêu lệch. Tôm đốt thêm mấy trang sách. Rất thánh thiện, Tôm ngửi khói. Thuần thành như một Phật tử dâng hương. Nhắm mắt, nhắm mắt. Ngửi. Và ngửi. Tôm tắm rửa trong tro khói cái số phận chính mình.

Tôm bồng bềnh cái hiện thực xám ngắt tro bụi của hôm nay. Lửa khói kia bàng bạc mùi hương đọa lạc, nỗi oan từ chữ nghĩa nát tan hình hài.

Rồi những đêm rất dài, lây lất đêm âm dương tịch mịch của Tôm, đã dần dà hóa biến trong tôi. Tôi, con Cua bé nhỏ này đây, con Cua tê cóng của anh Tôm, nay đã lây bệnh Người.

Nhưng trong tôi, khói hoạn nạn không còn bay, cái bay lãng đãng không lời. Mà khói nặng nề. Khói lê bước đó đây. Bước mỏi mê từ những con hẻm quanh co dẫn ra tới những đại lộ trung tâm thành phố, nơi có lần tôi nhìn thấy một chợ hoa bày biện rực màu mỗi cuối năm. Khói đau. Khói tiếc nhớ. Những âm vang khói chạm đất khi có khi không. Bàn chân khói, màu lửa than, thân hình khói luôn biến dạng. Máu trong tôi mê man những khói. Trái tim quê nhà bầm đời khói. Tôi có thể vuốt mặt, chặn dòng nước mắt khi khóc. Nhưng bất lực với những niềm đau âm u không rõ vết.

*

Tôm bị đuổi học. Anh nằm trong những danh sách rất dài, thành phần không được tới trường học. Ngoài cái tiêu chuẩn đương nhiên cách mạng dành cho con cái "Người bại trận", Tôm còn mang một cái tội khác. "Tôm thông minh xuất chúng" luôn rất nhiều thắc mắc, luôn phê phán điều sai trái. Vậy là "Có vấn đề về tư tưởng". Tôm cần phải vào trại cải huấn dài ngày.

Tội nghiệp Tôm, sau khi bị đuổi học, anh bắt đầu lẫn lộn giữa thực và mơ. Nhầm lẫn giữa cơn mưa có thật về sáng với trận hỏa hoạn người ta đốt cái nhà của cha mẹ mình trong ác mộng. Anh la thét trong bóng tối, lúc trời đang cơn mưa dữ bên ngoài, "Tôi cháy, cháy".

Quả là lúc năm giờ sáng trời có đổ cơn mưa lớn. Cơn mưa hiện thực đã trở thành ngọn lửa thiêu trong giấc ngủ về sáng của Tôm. Một lúc ngưng mưa, nơi đường phố dẫn tới công viên đã râm ran tiếng hát của một bọn thiếu niên. Chúng đi từng đoàn, có nhịp trống, họa cùng tiếng hát. Tôi và Tôm không là thành phần *"Tương lai của tổ quốc"* trong đó. Từ nay chúng tôi đi ngoài dòng đời. Hừng đông tỏa sáng ngoài kia, không phải để sưởi ấm chúng tôi.

III

Cha ăn tiệc cúng ngày Tết Đoan Ngọ mồng Năm tháng Năm buổi trưa, cùng mẹ và hai chúng tôi. Mẹ buồn lắm. Một giờ chiều cha mang một cái xắc, trong đó mẹ bỏ vài bộ áo quần, một ít thuốc men, để cha vào trại tập trung. Trước khi rời nhà, dù buổi cúng trưa đã xong, cha vẫn thắp thêm ba cây nhang, đứng trước bàn thờ, ông bái lạy ông bà. Cha bảo, ba nén nhang này là tỏ lòng mang ơn, và để tạ từ tổ tiên.

Cha tôi đi. Rồi, các chú các bác tôi, những bại binh bất đắc dĩ, lần lượt vào các trại tù, tận sâu trong núi rừng. Trong rất nhiều năm dài, cũng như mẹ tôi, các dì các cô của tôi, ai nấy sống lẻ loi, không có người chồng, không có người cha thân yêu trong nhà. Ai nấy sợ hãi và đợi chờ. Ai nấy tự xoay xở cơm gạo để mẹ con sống cùng nhau qua ngày. Một cái gì đó chẳng rõ bóng hình trong đợi chờ. Một cái gì chập chờn lơ lửng, có thể chết thật hoặc chết hụt. Không rõ cái hoang mang. Chưa thể đặt tên nỗi chết. Đợi và Chờ.

Khi cha tôi mang cái xắc tần ngần bước ra khỏi cửa nhà, thuở ấy, tôi vẫn nghĩ, "Rồi cha sẽ về". Tôi yêu lắm, khi cha tôi bỏ cái xắc một bên, ông bế tôi lên, cười, và hôn vào má của tôi. Chẳng ai nghĩ đó là cái hôn để mãi mãi chia biệt.

*

Từ trong nhà tù cha tôi nhắn tin cho mẹ, bảo là hãy tìm mọi cách bỏ nước ra đi. Ông nguyện chết một mình, mẹ con muốn tạ ơn ông là phải bằng cách Ra Đi.

Mẹ tôi đóng tiền vàng, để người ta tổ chức cuộc "ra biển", nhưng bốn lần đều bị bắt lại. Sau cùng, mẹ tính kế mỗi mình anh Tôm ra đi. "Nếu lọt, tính sau".

Mẹ đưa anh, còn tuổi vị thành niên, đến một xóm đạo tại Bà Rịa, ở nhà một người bạn rất thân thiết của mẹ. Xóm đạo gần biển, đã rất nhiều cuộc ra đi thành công, gọn nhẹ. Hầu hết bà con Công giáo nơi này là từ miền Bắc di cư vào Nam, từ hai mươi năm trước.

Mẹ may cho Tôm một cái quần xà lỏn [quần đùi] bằng loại vải dày, bền chắc. Ngay chỗ lai quần mẹ thêu chỉ màu đen tên tuổi anh Tôm, thêm tên cha mẹ. Mẹ dặn dò Tôm nhiều lần, "Con phải mặc cái quần này suốt hành trình. Nó nhắc nhở nếu lúc con quên những chi tiết cần thiết khi cung khai lý lịch, hoặc liên lạc về sau với gia đình."

Tiền vàng mẹ đã trút hầu bao cho những chuyến đi bất thành, bây giờ cạn láng, không đủ tiền đóng góp để cả nhà ra đi. Đành cam tâm, đau xé ruột gan để thằng bé Tôm đi một mình.

*

Tôi có ngồi cùng mẹ buổi chiều tiễn đưa anh Tôm. Chỗ bực thềm giáo đường, tôi và anh không nói được gì. Tôm đã sợ hãi cái thế gian mình được sinh ra. Anh không có mong ước như mọi người, những hy vọng tươi sáng về một cuộc sống hạnh phúc, bên kia biển.

Nắng vàng rừng thông xa phía kia. Tôi đã nghe tiếng sóng biển. Chúng tôi nhớ con nhồng, những vỏ sò.

Cuộc hải hành ấy sau đó, một tháng, rồi một năm, không một ai gởi một tin lành về quê nhà. Mấy năm sau, có một người trở lại. Chị ấy nói rõ, chị nhớ lúc nổi trôi trên biển, lúc đầu chị rất gần cậu bé đáng yêu ấy, cậu bé ra đi chỉ bận mỗi cái quần đùi. Chị ngậm ngùi nói: *Trôi dạt mỗi phần một nơi, một ít được tàu biển cứu, một mớ có thể được vào bờ. Ông trời không tàn nhẫn, tiêu diệt hết đâu."*

Nhất định anh Tôm của tôi đã đến được một bãi bờ nào đó. Có ngày anh em sẽ gặp lại nhau. Tôi vẫn đợi chờ. Mỗi buổi chiều, khi còn chút nắng hiu hắt trước hiên nhà, tôi vẫn mơ hoặc Tôm còn bơi trên biển. Chiều vàng tênh phương này chắc là đã nhiều khói phía biển sóng bên kia.

Tôm đã mang khói đi. Đêm nay, tôi còn một món của-cải-chung với anh. Đó là tấm chăn cũ, anh em đắp chung, ngủ chung giường thuở tôi lên năm.

Tôi hôn tấm chăn, như Tôm ngửi khói sách.

Cung Tích Biền

Little Saigon, 2-2018

Nxb Nhân Ảnh sẽ giúp các bạn
thực hiện in sách bất cứ thể loại nào các bạn yêu cầu

Rồi Sẽ Lỗi Hẹn
HỒ ĐÌNH NGHIÊM

Tàu dịch chuyển khỏi ga ban trưa. Không nghe tiếng thổi súp-lê gửi tín hiệu sau cùng của người kiểm soát đứng lẻ bóng bên đường rầy. Chẳng vọng vào tai một hồi còi như lời quả quyết tới việc băng mình ra đi. Không luôn những bàn tay vẫy bên dưới để níu kéo mắt nhìn ngoái trông bao mái đầu cố thò ra ngoài ô cửa. Bây giờ mọi chuyện dường đã đổi khác, ngay cả khăn mù-soa cũng biến mất, đâu ai còn dùng nó, giấu trong túi quần để moi ra mà chấm nước mắt, vày vò trong bàn tay cố giữ lòng thẳng thớm. Tàu đi, nó muôn đời mang vào thân đôi hình tượng: Đoàn viên hoặc chia lìa. Chẳng hiểu sao có người tự ví đời mình là một con tàu? Kẻ khác lại thích hóa thân thành những sân ga? Cũng như Trinh, cô biểu tôi hãy mua vé tàu hỏa trong khi leo lên xe đò thì con lộ sẽ được thu ngắn đi. Cô thích đón tôi ở một sân ga gió lộng với đèn úa vàng soi mờ bức tường vôi cũ thay vì những ngọn néon sáng xanh bắt đầy quanh bến xe cố làm ra vẻ hiện đại?

Ra ngoại ô, vùn vụt tàu trôi như vừa tăng tốc độ. Những cái loa bắt kín đáo đâu đó trên trần lục đục lên tiếng, hết Pháp sang Anh, phát âm chậm rãi như biểu lộ sự thành tâm: Xin lỗi quý hành khách vì sự chậm trễ ngoài ý muốn, hãy giữ chiếc vé hôm nay lại để chuyến đi lần tới chúng tôi sẽ giảm giá tới 20 phần trăm. Toa có *cafeteria* vừa mở, chúng tôi xin được đón tiếp và phục vụ quý hành khách. Cảm ơn, chúc mọi người thấy thoải mái trong chuyến đi an lành.

Ban đầu là những khu dân sinh đứng co cụm, một cánh đồng xanh cỏ, khối bê tông đồ sộ của một nhà máy thở khói thành từng cụm mây loãng, kế đến là mặt nước phẳng lặng chừng không muốn trôi trên con sông vàng màu bùn, chúng hiện ra rồi thoáng biến bên ngoài cửa như muốn nhắc nhở về cái đứt đoạn mà cuộc sống bạn từng trải cũng chẳng khác gì, vuột mất rồi bắt gặp lại, rời xa rồi hẳn có lúc phải cận kề. Nếu ngồi trên xe đò chạy suốt liên tỉnh lộ, không rõ cảnh sắc có thay đổi. Tôi ít khi vác thân di chuyển đường dài, tôi sống có vẻ cố định, ngại đón nhận cái mới làm xáo trộn mọi thứ đang dần vào khuôn khổ. Bám lấy một công việc, mờ người khi vật lộn để chất đầy kinh nghiệm trong bản sơ yếu lý lịch. Trinh bảo: Đàn bà họ không cảm tình với hạng đàn ông an phận chỉ biết ngồi một chỗ đâu anh ạ, họ mết với những ai năng động xông xáo hơn. Sang với Trinh đôi ngày để mở rộng tầm mắt… "ở nhà với mẹ biết ngày nào khôn?"

Trinh không biết là đã có lắm đứa thích dại, như tôi chẳng hạn. Nhưng nghe Trinh dài lời tôi đành tạm thời làm đứa khôn. Tôi lấy hai tuần nghỉ hè, tôi ra nhà ga chính sắp hàng mua vé tàu hỏa mà ở sân ga sau cùng có Trinh nóng lòng đợi chờ. Mười lăm năm rồi còn gì! Nhanh với chứ, chần chờ thì tàn phai án lối lúc ấy lại khó nhìn mặt nhau. Tôi cố nhớ lại một khuôn mặt thời son trẻ, những áo quần chạy theo thời trang mà Trinh chịu khó đổi thay dạo đó và tôi hy vọng sẽ nhận ngay ra Trinh khi đặt chân xuống chốn lạ nước lạ cái. Mình sẽ làm gì? Ném hành lý xuống để ôm siết lấy thân Trinh? Sẽ vụng về phóng ra khỏi bờ môi một câu hỏi dở nhất thiên hạ: Trinh khỏe không?

Ngồi trên ghế nệm gật gù, tôi thiếp ngủ một giấc nặng đầu. Chưa chiều mà nắng yếu làm cảnh vật đơn điệu ngoài kia chợt sẫm màu. Ô hay, trời đã sang thu tự hồi nào thế? Tôi khác với những thằng bạn tôi, chính chúng nó đã nói cho tôi hay: Mấy bà mày quen xưa nay đều đồng loạt mang mẫu tự T cả. Thảo nhé, Tâm nhé, Trinh nhé, Thu nhé. Có đứa đùa dai: Để khỏi đổ vỡ mày nên tìm kiếm một bà mang tên Tình, hoặc hay hơn hết thì Nguyễn Thị Kim Tiền. Dĩ nhiên sau lời nhắc nhở, ông quân sư ấy cất tiếng cười như dê kêu "he he he". Một con dê đực biết làm buồn lòng người nghe.

Tôi đứng dậy đi tìm tới nơi có đặt *cafeteria*. Tàu băng mình chạy êm, cái lảo đảo tôi có là do bởi mất ngủ đã mấy hôm, từ khi nghe Trinh "dụ khị". Cũng có thể bị huyết áp tăng, giảm. Có thể bụng đói. Có thể thiếu chất đường. Có thể đang buồn miệng thèm chất gây nghiện có trong tách cà phê đen đậm đặc, sóng sánh. Ở cuối toa, trên hai băng ghế đối mặt nhau có bốn người Á châu mãi ngồi không yên chỗ, luôn quay đảo đầu trông phương này ngóng phương nọ. Và cả bốn đang chú mục khi vừa ngó ra tôi. Một cô gái mặc áo len màu đen cao cổ, tóc bối lên không gọn gàng; khuôn mặt xanh xao, môi khô, giọng ngập ngừng: Xin lỗi chú là người Việt phải không ạ? Tôi dừng bước, đưa bàn tay để vịn lấy thành ghế nệm sát chỗ cô ấy ngồi nhấp nhổm. Và tôi gật đầu. Để tránh cản trở lối đi chẳng mấy rộng, tôi nép thân gần bên cô. Trong lúc này tôi đang thèm nghe ai đó nói cùng một thứ ngôn ngữ, và trong phút giây nọ nếu tàu hỏa đang ôm một đường ray cong vòng thì e tôi sẽ chúi người vào thân kẻ "tha phương chẳng ngộ cố tri". Ai đó sẽ phát lên tiếng oái, tiếng ô kìa và tôi nghe rõ tiếng tôi "ồ, xin lỗi".

Chú xuống ở đâu ạ? Có phải tầu sẽ dừng ở thành phố Tô-rôn-tô không ạ? Tôi nuốt nước miếng: Đúng thế, thưa cô. Cảm ơn chú ạ. Bọn cháu vừa ở Việt Nam sang theo diện bảo lãnh. Lần đầu đi xa… Chú ngồi ở đâu ạ? Chú có thể ngồi cùng gia đình bọn cháu không ạ? Mọi con mắt đều trông lên tôi. Một bà cụ đứng tuổi. Một cậu con trai áng chừng mười hai. Một cô bé tóc có thắt nơ hồng khoảng mười tuổi. Và "cháu" lễ phép thưa gửi kia mang vóc vạc có thể làm cuộc đổi đời sang ngang lên đò trong nhờ đục chịu. Bao giờ cũng vậy, phát ngôn viên chính thức đại diện cho ba thành viên kia phải là một người mang đủ sự uy tín kể cả nhan sắc nổi bật. Tôi nói ra điều mà họ chẳng trông mong, họ ngạc nhiên ra mặt: Xin hỏi bác và mấy em đây dùng nước gì để giải khát? Tôi đi mua cà phê, tiện thể sẽ mang về chung một lần. Họ đảo mắt thăm dò nhau. Họ đợi một phát súng lệnh. Bà cụ bảo: Cậu cho tôi một cốc nước trà nóng thì quý hoá lắm.

Tôi đang ghi nhận và nhẩm thuộc lòng thức uống khác nhau, theo thứ tự từ lớn tới nhỏ. Một trà, một cà phê sữa, một coke, một nước cam tươi. Tôi cười: Mất khoảng mười phút, tôi sẽ trở lại. Cảm ơn cậu. Nom cậu đâu phải là phục vụ viên trên tầu hỏa nhỉ? Dạ không phải đâu ạ. Việc của phục vụ viên cần làm là lấy giấy bút ra ghi hóa đơn ạ. Ấy chết, bỏ quá cho tôi, già cả thường trông gà hóa cuốc. Cậu chỉ việc mua nước thôi nhé, khi trở lại chúng tôi sẽ chiêu đãi bánh trung thu, đặc sản từ bên nhà vừa mang qua.

Thằng phục vụ thức uống xắng xái quay lưng, chừng như hắn đã thôi lảo đảo. Ngày tôi làm quen, có thể dùng chữ tán tỉnh mấy cô nàng mang tên cùng một chữ T đứng đầu đều "trẻ măng" như cô cháu mải nhìn tôi với ánh mắt đong đầy thiện cảm nọ. Chẳng hiểu sao, tôi linh cảm tên cô ấy sẽ bắt đầu bằng một trong hai mươi ba mẫu tự khác T. Đừng thương đừng tiếc đừng tù đừng tội cháu nhé.

Và tôi hoàn thành nhiệm vụ, tôi trở lại với cái khay giấy kỳ cục có đục bốn lỗ mà nước chứa trong ly cắm vào đấy tuyệt không chảy tràn ra ngoài một giọt nào cả. Khi tôi vắng mặt, họ đã sắp xếp một chỗ ngồi xét thấy hợp lý. Ba mái đầu xanh ngồi sát cánh bên nhau mà băng ghế đối diện bà cụ thong dong với khoảng trống dành cho vị khách đường đột tao ngộ trên đường thiên lý. Cảm ơn chú nhiều ạ. Cô cháu có thẩm quyền phát ngôn. Môi cô đã thôi khô, da mặt cô đang phớt hồng, tóc cô đã thôi bối cao, buông xuống vai những lượn sóng mềm mại. Tôi thích chữ đáo để mà người phương Bắc thường dùng. Tôi thầm nghĩ cô ta đang thu giữ một thứ gì nom thật đáo để. Nom cũng là chữ tôi thích. Nom tôi có đàng hoàng không "cháu"? Cháu mời tôi ăn một phần tư chiếc bánh trung thu thập cẩm vừa được cắt chia. Ô kìa, Trung Thu cũng có hai chữ T đứng đầu. Và đã nửa đời người giờ đây tôi mới được ăn lại chiếc bánh đầy kỷ niệm tuổi thơ ngây. Ngon miệng, bùi ngùi, thơm thảo là chuyện không tránh khỏi. Cho dù chẳng dính kẽ răng, tôi cũng ngậm miệng mà nghe. Chú đi một mình thôi ạ? Phải, tôi đơn thân, tôi lẻ loi. Nếu đi hai mình làm sao tôi có thể an lòng ngồi đây, phút này? Ấy chết, thế hành lý ai trông coi? Chẳng lẽ chú đi tay không? Tôi có mang theo ba-lô chứ, nhưng ở xứ này chả có ai trộm đồ của mình đâu mà lo ngại. Bà cụ chen lời vào: Giời lạnh quá nhỉ! Tiếc là trà ở đây uống nó nhạt làm sao ấy, vô vị vô lai! Nhưng thú thật là bất ngờ được gặp cậu khiến bọn tôi có đôi phần an tâm. Tôi ngó vào khuôn mặt dễ nhìn của cô cháu: Tôi cũng an tâm khi đi xa mà có người để chuyện trò, ngồi thu lu một góc ngó cũng nản.

An tâm chẳng mấy lâu tàu đã giảm tốc độ để sửa soạn vào nhà ga, tới bến. Đến rồi đấy, đành chia tay. Tôi nói, bước xuống sân sẽ gặp người thân ra đón thôi. Tôi tính bắt tay cháu nhưng cháu đã dùng hai tay để lôi hành lý từ ngăn học trên chỗ ngồi xuống. Những cái xách bằng ny-lông xanh đỏ đặc thù đến từ vạn dặm, không đổi. Trong đó có thể chứa biết bao dưa cà mắm muối mang thương hiệu Việt Nam. Tôi trở về chỗ ngồi cũ, ngó ra ngoài cửa kính. Những ngọn đèn vàng lần lượt thắp lên, hắt hiu. Nhìn cảnh quan tôi đâm lo. Trinh quên không ra đón thì chẳng lẽ tôi lò dò đi theo sau lưng cháu? Tôi ngán mình ên nơi chốn lạ. Tôi ở vùng nói tiếng Pháp, ở đây họ sử dụng tiếng Anh. Trinh à, chỉ có Trinh là biết nói tiếng Việt thôi đó. Đừng đem con bỏ chợ nhé, hỡi con bạn mình ơi!

Thật khéo lo. Hoặc nói kiểu hàm hồ: Lo bò trắng răng. Một bà mang tên Trinh vừa dong tay lên vẫy. Một "trinh nữ" từng có dạo cứu vớt một linh hồn lạc lối và phụ rẫy một thằng tôi Trinh mãi bình phẩm dại khờ. Sao chậm lụt thế? Bắt Trinh đợi Trinh chờ. Tôi nhớ ngày cũ Trinh hát rất hay, giọng véo von. Bây giờ Trinh hát có chút xíu đã vội ngưng. Đùa đấy, Trinh biết tàu khởi hành trễ những nửa giờ, họ có thông báo. Đói bụng lắm phải không? Để Trinh chở đi ăn, có thực mới vực được đạo. Coi, làm gì trên thành phố đó mà người trông như bộ xương cách trí. Tôi quan sát Trinh: Mang cái ốm o gầy mòn như thế này đây để xem Trinh vỗ béo bằng cách gì cho có da có thịt kẻo chúng bạn cười. Chúng bạn chưa hề cười tôi, chỉ có Trinh đang cười như lệnh vỡ. Tiếng cười đi vào người tôi gây náo động một cõi lòng vốn quen sống thở trong vắng lặng. Trinh ôm lấy đứa đại diện cho hãng sản xuất tăm tre. Ôm chặt như thể gió có ở sân ga sẽ thổi tôi về lại phố cũ. Gió lùa vào mũi tôi một hương mùi mới lạ có vẻ như nhập gia tùy tục. Khi vào độ tuổi hai mươi, khứu giác tôi ngửi ra ở cơ thể Trinh một thứ mùi rất trinh nữ, rất hương đồng cỏ nội, rất dễ xúi mình làm cách mạng bản thân biến con trai thành đàn ông. Thơm tho rất dằn vặt nhưng cách mạng chưa bao giờ thành công, cách mạng không thể nhìn ra một giọt máu ứa. Vì vậy chẳng có ân oán nào xảy ra, vì thế Trinh mãi làm con tàu đi khám phá một bến đỗ thích hợp. Tôi ghét làm toán đố, tôi chẳng nhớ rõ đường đi từ quá khứ tới hiện tiền là bao nhiêu năm chất chồng. Chỉ có một hương mùi nước hoa xúi tôi nhớ về chuyện xưa tích cũ. Tôi không bàng hoàng, tôi không cảm động. Vì vậy tôi buông thõng tay cho Trinh biểu lộ tình cảm phút đoàn viên.

Trinh chở tôi chạy qua những con đường mà ánh sáng ở đó nhấn chìm mọi thứ gây cho tôi thứ ảo giác chiếc xe BMW đang hóa thân thành một con đò nhẹ trôi trên một dòng sông chẳng êm ả. Tôi không muốn hỏi Trinh về cảnh sống, về công việc, về mục đích phải muốn nhìn thấy lại nhau. Tôi tự hiểu sự đổi thay nào cũng đều mang sẵn một mầm mống bất ưng, khó tiêu hóa.

Trinh điều khiển xe rất thành thục, đun vào êm ru giữa hai lằn vôi vàng hẹp té trước sân một quán ăn đông thực khách. Giờ tôi mới để ý, Trinh mặc chiếc váy ngắn, cái áo khoác bằng da bò. Bước ra khỏi xe, Trinh vẫy tay làm hiệu lại gần cho Trinh nắm cánh tay tôi để dìu đỡ sánh vai nhau vào nhà hàng treo bảng Cơm Ba Miền. Tuy gọi là cơm nhưng cửa mở ra, tôi được mùi phở nồng nàn vây kín đầu, mình và tứ chi. Tôi đã không đủ thông minh để hiểu rõ câu chúng bạn thường nói "chán cơm thèm phở". Tôi định bụng sẽ mang ra hỏi Trinh. Trinh vẫn tự hào "thứ gì mà Trinh chẳng biết".

Trinh gọi hai phần ăn giống nhau mà chả thèm nhìn vào tấm thực đơn ghi chú chữ nghĩa dài lê thê trên từng cây số. Trinh đã thử qua gần hết, tin vào miệng lưỡi Trinh đi nha, món này dễ nuốt nhất. Sao có vui không? Tôi nhìn Trinh lau muỗng đũa dao nĩa, rót nước trà thơm mùi gạo rang ra hai cốc nhỏ. Vui chuyện gì? Ô hay, gặp mặt Trinh ở đây, ngồi nhìn nhau như thế này, chừng đó bộ không đủ vui hả? Tôi cà khịa, giả ngây: Trinh có vui không? Trông như Trinh đang thảnh thơi, đang tự do, đang chẳng có gì phải lo toan? Đúng vậy, Trinh luôn biết cách làm chủ bản thân, nói cách khác Trinh không biết cách đánh vần chữ buồn, bởi ngần này tuổi, với Trinh buồn là một liều thuốc độc. Bộ tính quyên sinh hay sao hả? Trinh cười sau lời giải thích có hơi lạ tai. Vẫn là tiếng cười đầy nội lực, sung mãn. Nếu tôi làm vua chúa, tôi bắt Trinh cười suốt, thay vì nghe tiếng tấm lụa bị xé.

Đi xa mà sao hành trang lỏng le thế, quá hơn đi vượt biên.

Mình thích giản tiện, quen rồi, mình sợ cảnh tay xách nách mang.

Nói cũng có lý, chỉ trong một vài trường hợp. Có mang theo một bộ đồ tử tế nào không?

Mình không hiểu chữ tử tế, trong một vài hoàn cảnh.

Một bộ đồ lớn. Nói thế cho dễ hiểu, hoặc không thì một bộ đồ ăn nói. Vét-tông cà-vạt các thứ.

Đã lâu rồi mình không biết ăn nói. Mình không thích diện đồ lớn. Bản thân của sự tử tế hình như chẳng lệ thuộc tới hình thức kia, trông cứng người.

Một đôi lúc ta nên cứng người, nói kiểu người trong nước, ta nên sang chảnh một lần. Sang chảnh như con cá cảnh, nếu không sẽ chán như con gián.

Tại sao lại là con gián, trong khi ta có thể phán: Chán đến phát ngán!

Như thế này nhé, ngày mai Trinh sẽ chở anh ghé vào một thương xá dưới phố. Trinh sẽ làm nhà đạo diễn chỉ định và lựa mua cho một bộ com-lê.

Chi vậy?

Cuối tuần này chúng ta nắm tay nhau đi dự một cái tiệc cưới. Trinh đã nhận lời, Trinh không thích thoái thác. Mình nên tử tế là bởi vậy.

Ai lên xe hoa thế? Một cô bạn thân còn son trẻ?

Không. Ngược lại, một kẻ từng có hai đời vợ. Hắn ta là chồng cũ của Trinh. Hắn xỏ lá mời Trinh đến dự để khoe cô vợ nhỏ tuổi mang dung mạo rạng ngời hơn Trinh bội phần. Ô kê, có sao đâu, Trinh nắm tay anh vào để chứng tỏ Trinh đang hạnh phúc rất mực. U sầu làm gì cho má nó khi…

Tôi gầm đầu vào dĩa cơm thập cẩm. Tự dưng tôi không thấy đói, tôi no ngang. Tôi tên Lai nhưng chẳng mang họ Lê. Nhà đạo diễn Trinh đã dựng vở tuồng Lê Lai liều mình cứu công chúa? Tôi nhớ lại lời bà cụ khi ngồi trên tàu lửa, chỉ tay vào "cháu": Mai này con Tấm ấy sẽ lấy chồng, mang nó đi cho người ta xem mặt. Có hạnh phúc hay không thì chả tường, nhưng trước mắt nó sắp hưởng một cuộc đời vinh hoa phú quý.

Tôi nói cùng Trinh: Ép dầu ép mỡ ai nỡ ép thằng Lai này. Đêm nay chúng ta đóng cửa nẻo tập diễn tuồng vợ chồng giả chăng?

Trinh không cười, điền thế tiếng chén bát vỡ của một tay bồi bàn vụng về vừa đánh rơi. Thứ tiếng động nghe thật điếng hồn.

Hồ Đình Nghiêm
Đầu tháng 10, 2019.

Hoài Thu
NGUYỄN DẠ QUỲNH

Con nhỏ khoảng độ 5 tuổi, gầy nhom, mớ tóc hoe màu nắng, trên khuôn mặt trẻ thơ lạc lõng đôi mắt mênh mông buồn bã. Bàn tay bé nhỏ nắm chặt chiếc cần câu tự tạo - một cành trúc nhỏ cong queo cột sợi chỉ may bao bố, đầu sợi chỉ là cọng thun đỏ. Tay kia con nhỏ xách lủng lẳng chiếc xô nhựa sứt sẹo có mấy chú còng bò lổm nhổm giơ càng đe dọa lẫn nhau. Con nhỏ nín thở, nhấp nhấp cọng thun đỏ ngay miệng hang nơi có một ả còng cứ bò ra thụt vào ôm trứng to kềnh giương cặp mắt xoe tròn như hai hạt cườm dò xét. Cuối cùng ả cũng quyết định giơ càng cặp cọng thun lôi vào hang nhưng con nhỏ đã kịp thời giựt nhanh cần câu mang theo cả con còng dại dột lủng liểng ở đầu dây. Con nhỏ vội vàng đưa chiếc xô nhựa vào hứng nhưng con còng đã buông càng rớt độp lên đám lá khô rồi lẹ làng lẩn mất.

- A ha, xí hụt!

Con nhỏ phụng phịu nhìn lên. Một thằng nhóc hơn nó khoảng vài tuổi, đầu trọc tếu, da đen cháy đang nhăn nhở cười chọc quê. Thằng nhóc xấn xổ bước tới kéo cái xô nhựa săm soi:

- Đâu, để tao xem nhỏ Thu câu được mấy cái que còng? Úi chà, nhiều quá ta. Thế này thì đủ để mày ăn đến mai đó, Thu ròm ạ!

Nhỏ Thu vênh mặt:

- Ứ, anh Minh cứ chọc em đi, em biểu tụi nó ứ cho anh chơi nhà chòi.

Thằng Minh sáng mắt:

- À, ra tụi bây câu còng chơi nhà chòi chứ không phải để ngoại làm ba khía hả?

- Ừa! Em câu còng, chị Tâm "chôm" gạo nấu cơm, còn tụi anh Hoàng lo dựng chòi kia, ứ cho anh Minh chơi đâu, ai biểu chọc em.

Thằng Minh xuống nước dụ khị:

- Hoài Thu ngoan nghe, cho anh chơi với, anh góp mấy con cá bãi trầu này làm thức ăn nè.

- Ứ thèm!

- Anh xuống mé sông bẻ dừa nước lên cho mà ăn.

Nhỏ Thu xiêu lòng gật đầu nhưng còn cố dặn thêm:

- Nhưng anh Minh không được gọi Thu ròm nữa nha!

- Ừ, xong ngay. Tao chỉ gọi mày là nhỏ Hoài Thu thôi, được chưa?

Con nhỏ toét miệng cười khoe mấy cái răng sún rồi nắm tay thằng nhóc đi xuyên qua vườn măng cụt râm mát. Đến góc vườn, cạnh bờ sông, đã nghe tiếng í a í ới của lũ trẻ đang bì bõm dưới sông. Thằng nhóc phóng mình thật nhanh xuống nhập bọn. Còn con nhỏ chui vào căn chòi bé tí teo được lũ trẻ dựng bằng thân cây khoai mì với những chiếc lá dâu to kết lại làm vách và mái nhà. Con nhỏ Tâm đang lúi húi đổ mớ gạo lấy trộm của nhà vào lon sữa bò…

Hai con nhỏ ngồi chụm đầu cùng đưa những lá măng khô vào bếp lửa nhỏ trên có lon sữa bò gạo đang sôi sùng sục. Nhỏ Tâm lớn hơn ra dáng đàn chị:

- Má tao bảo cơm sôi không được đậy nắp. Đợi khi cạn hết nước mới đậy rồi gạt bớt than ra xung quanh đến khi tàn than là cơm chín.

Nhỏ Thu tròn xoe mắt:

- Vậy ở nhà chị đã nấu được cơm chưa?

- Nồi cơm ở nhà to đùng, tao bưng đâu nổi. Má tao chỉ nói vậy thôi chứ đâu cho tao làm. Hôm nay nồi cơm của bọn mình mà ngon tao sẽ đem về cho má thử một miếng.

Nhỏ Thu ngồi lặng yên hồi lâu rồi chép miệng:

- Mấy anh mấy chị có ba má sướng thiệt.

- Chứ ba mày đâu rồi Hoài Thu?

Nhỏ Tâm nêu cái thắc mắc từ lâu rồi mà nó vẫn cứ quên không hỏi. Nhỏ Thu chớp chớp đôi mắt mênh mông, bàn tay nhỏ xíu chỉ quơ qua bên kia sông, ở đó chỉ thấy một màu xanh âm u cây lá:

- Em nghe má nói ba đi xa lắm. Phải băng qua con sông Sài Gòn này rồi đi nữa lâu lắm mới tới. Em muốn mình mau lớn để biết bơi, bơi qua sông đi tìm ba về cho má…

Đầu óc bé xíu của nhỏ Tâm cũng thấy điều đó vô cùng hợp lý. Nó gật lấy gật để:

- Ừ đúng đó. Mà cần gì đợi lớn. Mai tao bảo tụi thằng Hoàng, thằng Minh dạy mình tập bơi, ít bữa bơi được chứ gì… Ý dà, cơm khét rồi Thu ơi, mày đem mấy con còng ra tao nướng cho rồi kêu tụi nó lên ăn cơm đi. Mấy ông tướng này ham chơi quên hết ngày giờ…

Nhỏ Tâm ca cẩm hệt giọng má nó ở nhà khi la rầy chị em nó. Buổi trưa im nắng dưới tàn măng cụt bỗng inh ỏi tiếng ve và tiếng đập nước hò reo của lũ con trai.

*

Nhỏ Thu ôm lưng ngoại nũng nịu:

- Ngoại dạy con nấu cơm đi!

Ngoại mắng yêu:

- Chó con, vừa bằng cái trứng mén mà đòi nấu cơm! Bộ muốn phỏng tay sao con? Dang ra ngoài chơi cho ngoại nấu cho mà ăn.

Con nhỏ buông ngoại ra, thót ngay lên bộ ván, lấy đũa khều mớ càng ba khía ngoại vừa xé ra dầm tỏi ớt. Mùi ba khía ngon pha lẫn vị cay cay chua chua bốc lên làm con nhỏ chảy nước miếng. Bà ngoại trông thấy, cười:

- Thứ đó cay lắm con ăn không được. Để ngoại kho tiêu cá bống rồi nấu canh chua lá me tây cho con ăn. Đi hái cho ngoại mớ lá me tây đi.

Nhỏ Thu quơ lấy cái rổ tre, lững thững ra vườn. Cây me tây thâm thấp ngang tầm con nhỏ trổ đầy trái màu đỏ tươi trông ngon mắt. Con nhỏ ngắt những lá non, nham nháp cho vào đầy rổ rồi lần thẩn nghĩ không biết loài cây này từ nơi nào lưu lạc tới đây, chẳng giống cây me, chỉ nhờ lá có vị chua dôn dốt mà được gọi là me - me tây.

45

Hoài Thu cũng chẳng khác gì hơn. Mỗi lần hỏi đến cội nguồn quê nội, hỏi đến người cha chưa một lần biết mặt thì chỉ là cái khoát tay vu vơ về phía màu lá xanh âm u bên kia sông: – Xa lắm!

Rồi thôi. Trong tâm hồn non nớt của con nhỏ ngôi làng bên sông là một vùng trời cổ tích nơi đó có ba, có cả những người họ nội xa xôi.

- Thu ơi, nhỏ Thu ơi. Con đâu rồi?

Nhỏ Thu đứng bật dậy thốt lên mừng rỡ:

- Má về!

Người mẹ bước qua con mương hẹp ôm choàng lấy con. Nước mắt chị rơi ấm nóng cánh tay trần con nhỏ làm nó ngẩn ngơ:

- Má, sao má khóc?

Chị cố mỉm cười với con qua màn nước mắt. Con nhỏ thán phục nhìn mẹ. Mẹ nó đẹp quá, đẹp nhất xóm này, lại sang trọng nữa. Mùi dầu thơm từ chiếc áo dài nhung tím của mẹ thoảng qua ngọt ngào. Chị ngồi sụp xuống nhìn vào mắt con:

- Hoài Thu ơi, con về Sài Gòn ở với má nha.

Con nhỏ bỡ ngỡ:

- Sao má không về đây với con? Ở đây có ông bà ngoại, rồi còn ba nữa, con đi rồi mai mốt ba về làm sao gặp?

Người mẹ trẻ dường như chết lặng đi. Chị ôm chặt lấy con:

- Đi với má, Hoài Thu ơi! Má không nỡ xa con, má cũng không thể về đây được. Còn ba, ba không bao giờ về lại nữa đâu.

Bà ngoại ra tới từ bao giờ. Ngoại giằng lấy Hoài Thu từ tay mẹ rồi bế xốc con nhỏ quày quả đi vào nhà. Mẹ vội vã chạy theo níu lại:

- Má trả con cho con, má cho nó theo con, con không sống xa nó được đâu.

Gương mặt già nua của ngoại hằn lên vẻ khắc khổ:

- Đưa nó cho mày để mày đem về nhà chồng cho người ta hành hạ nó à! Để nó sống với tao, đói no rau cháo có nhau mà không ai hiếp đáp. Mày đã quyết định đi thì cứ việc đi, đừng day dứt làm gì.

Giọng mẹ sũng nước nghe buồn thê thiết:

- Nó là núm ruột của con mà má!

- Nó không là núm ruột của tao à con? Một tay tao nuôi nó từ hồi ẵm ngửa đến giờ cho mày mặc tình bay nhảy, bây giờ mày còn đòi đem theo nó làm gì!

Hoài Thu không hiểu gì hết. Nó khóc thét lên giữa sự giằng co của ngoại và mẹ. Nó tiếp tục khóc gào khản giọng khi nhìn mẹ lủi thủi ra đi. Bóng mẹ khuất sau hàng cau đầu ngõ trong bóng chiều chập choạng.

- Má ơi! Đừng bỏ con! Má ơi! Ba ơi!

Từ khóe mắt nhăn nheo của ngoại trào ra hai dòng nước mắt.

*

- Anh Hoàng ơi! Dạy Thu tập bơi với.

Thằng Hoàng buông tay khỏi nhánh măng cụt, nhảy độp xuống đất, giúi vào tay con nhỏ hai trái măng chín đỏ:

- Ăn đi, măng bẹo giòn giòn, ngọt như đường đó nhỏ. Không có chua như măng sồ đâu. Bé có chút xíu mà bơi cái gì!

- Anh không chịu, em nhờ anh Minh à nha!

- Úy, đừng nhờ thằng Minh trọc, nó cho chuồn chuồn cắn rún đau lắm đó. Từ từ anh dạy cho nghe.

Hai đứa nhỏ ngồi bẹp xuống đống lá khô dưới gốc măng cụt vừa ăn vừa nói chuyện:

- Anh Hoàng ơi, hết hè này anh học lớp 6 rồi hả?

- Ừa.

- Lớp 6 là lớn nhất rồi hả anh?

- Không đâu, anh còn phải học lâu lắm tới lớp mười mấy lận đó!

- Em mong được học lớp mười mấy quá hà.

- Chi vậy nhỏ?

- Em muốn mình mau lớn đi tìm ba hỏi ba sao ba đi lâu quá không về, để má buồn, má bỏ đi lấy chồng khác làm em ở có một mình hà.

Thằng Hoàng ra vẻ hiểu biết:

- Nhỏ ở với ông bà ngoại cũng như ba má vậy, đâu có ở một mình đâu?

- Hông đâu, ngoại khác, ba má khác, anh Hoàng hổng biết gì hết. Hôm bữa em nghe ngoại ru em cái gì mà trời mưa bong bóng phập phồng, mẹ đi lấy chồng con ở với ai, rồi ngoại khóc làm em khóc theo, em nhớ má quá trời.

Thằng Hoàng tần ngần. Nó đã khá lớn để hiểu được sự mất mát của cô bạn nhỏ bé khôn trước tuổi này. Nó chợt nhớ lời mấy người lớn trong xóm trầm trồ với nhau: "Con mồ côi thường khôn sớm trước tuổi." Nó là con mồ côi. Ba nó chết trận từ khi nó còn bé tí. Mẹ nó đã tần tảo một mình nuôi anh em nó khôn lớn. Còn nhỏ Thu không phải là con mồ côi, ba má nó còn đủ cả. Nó nghe má nó kể ba nhỏ Thu đã bỏ má nhỏ Thu ra đi biền biệt từ khi con nhỏ còn nằm nôi vì một nguyên nhân phức tạp nào đó mà chỉ có thế giới người lớn mới hiểu nổi. Nhỏ Thu còn đủ cha mẹ mà chẳng khác nào mồ côi, phải sống với ngoại như mớ chùm gởi trên tàn măng cụt sắp chết khô kia. Thằng Hoàng nghĩ ngợi một hồi, chợt nghe mắt mình cay cay. Nó quẹt mắt rồi kéo tay con nhỏ về phía bờ sông:

- Đi! Ra đây anh tập bơi cho.

*

Con nhỏ Thu bơi giỏi như con rái cá. Lũ con trai trong xóm thầm thì thán phục. Thằng Hoàng phổng mũi lên vì hãnh diện. Chỉ có ngoại con nhỏ là không hề biết tí gì về điều này chứ nếu không bà dám ngất xỉu vì sợ hãi khi nhìn thấy con bé con bé xíu của bà hò reo cùng lũ con trai bơi thi. Thế nhưng bọn con trai và nhất là thằng Hoàng không bao giờ cho phép nhỏ Hoài Thu bơi ra xa giữa sông. Nó chỉ được cặp theo rặng lá ven bờ, bơi dọc con sông dưới cặp mắt quan sát của sư phụ nó - thằng Hoàng. Sau khi đùa giỡn thỏa thích, cả bọn kéo nhau trèo lên ngồi vắt vẻo trên cây dừa de mình soi bóng dưới dòng sông. Thằng Hoàng kéo nhỏ Hoài Thu lên nhánh cây thật to nằm nghiêng như cái ghế dựa đặt con nhỏ ngồi dựa vào thật thoải mái. Rồi cu cậu ngồi xuống kề bên. Cả hai đứa cùng thả mắt qua ngôi làng bên kia sông. Con sông Sài Gòn khúc này rộng quá. Cảnh vật bên kia sông trông xa bé xíu như trong bức tranh. Chợt con nhỏ thở dài:

- Má em hết thương em rồi anh Hoàng à!

Thằng Hoàng sửng sốt quay nhìn cô bạn nhỏ. Mắt con nhỏ thật buồn, thật xa xôi, môi mím chặt dỗi hờn. Một đôi mắt người lớn trên khuôn mặt trẻ con, thằng Hoàng chợt nghĩ.

- Sao mày nói vậy?

- Lâu lắm rồi má không về thăm em. Rồi má cũng như ba, đi mãi không về!

Thằng Hoàng không biết nói gì. Nó tỉ mẩn kết lá dừa thành con châu chấu rồi cài lên tóc nhỏ Thu. Trái tim non nớt của thằng nhóc hơn 10 tuổi chợt nghe như có bàn tay nào bóp nhẹ, đau thắt lại...

*

Tin con nhỏ Hoài Thu mất tích lan trong xóm nhỏ như một luồng gió buốt thổi thốc vào tim thằng Hoàng giữa trưa hè oi ả. Nó giật phắt người ngồi dậy từ cái chạc ba cây me to tướng trong vườn, nhảy xuống chụp lấy vai thằng Minh hỏi dồn dập:

- Mày giỡn hả thằng trọc? Mới trưa qua tao còn dẫn nó ụp ve trong vườn măng nhà bà Năm Vàng rồi bị bả "xít" chó rượt chạy có cờ mà.

Sứ giả đưa tin Minh trọc trợn đôi mắt đỏ hoe lem nhem nước mắt:

- Tại mày đó, chắc tại mày nên bà Năm méc bà ngoại nó, nó bị ngoại la nên bỏ nhà đi mất từ chiều qua đến giờ. Mọi người nghi nó lội qua sông Cái qua bên kia. Chứ nó có biết đi đâu ra khỏi xóm mình. Mày ở đâu mà không biết bà con xóm mình đang nhốn nháo, bà ngoại con Hoài Thu xỉu lên xỉu xuống phải đưa vô nhà thương, má nó như bà điên chạy khắp nơi trong xóm rồi đang ngồi khóc ngoài mé sông Cái kia kìa...

Thằng Hoàng tối mặt tối mũi không kịp nghe thằng Minh kể lể, đâm đầu chạy miết xuống mé sông. Nó vừa chạy vừa miên man tự trách, Hoài Thu ơi chiều qua anh mải mê đi cắm trại với lớp, đốt lửa trại, hò hát với bạn bè suốt đêm, trưa nay mới về chưa kịp vào nhà đã thót lên cây me định bẻ cho nhỏ mấy chùm, đâu biết nhỏ bị bà ngoại la, đâu biết nhỏ xảy ra chuyện. Đừng có chuyện gì nghe nhỏ ơi, đừng làm bậy mà một mình băng qua sông Cái như có lần nhỏ nói với anh nghe, nhỏ ơi. Thằng Hoàng vấp trúng cái rễ cây, bò càng ra đất nhưng nó mặc kệ, đứng dậy chạy tiếp không biết cái đầu gối rách toạc rướm máu.

Mé sông nhốn nháo người lớn, con nít, nét mặt ai cũng đầy vẻ lo âu, nghiêm trọng.

Má con Hoài Thu đang ngồi thẫn thờ dõi đôi mắt đau đáu về

phía lùm cây xanh xanh bên kia sông Cái. Thằng Hoàng đứng chết sững nhìn bà, như có cùng một linh cảm không hay. Má con Hoài Thu quay lại ngước cặp mắt vô hồn nhìn nó:

- Em nó bơi được qua bên kia sông và đi mất rồi phải không con? Nó sẽ không sao đâu, đúng không? Tại dì bỏ nó, tại dì mà nó muốn đi tìm ba nó. Nó sẽ lại về phải không con?

Mấy người đàn ông lặn hụp dọc con sông từ sáng sớm vẫn không tìm được xác Hoài Thu. Mọi người vừa lo âu vừa hy vọng có một phép mầu xảy ra: con nhỏ lại từ đâu đó xuất hiện nhe cái răng sún ra cười toe toét áo thun vứt xuống đất rồi phóng mình xuống sông bơi đi trong tiếng gọi hốt hoảng của mấy người lớn. Nó không quay lại, lầm lũi sải tay bơi miết ra giữa dòng. Sông Cái mênh mông sóng gợn trong xanh dưới ánh nắng trưa hè, úp mặt nhìn sâu xuống đáy sông chỉ thấy một màu biêng biếc. Nụ cười răng sún của nhỏ Thu dường như lung linh trong cái màu biêng biếc đó. Nước mắt thằng Hoàng chảy dài hòa lẫn với nước sông làm nhòe nhoẹt xon xót. Nó nhắm mắt lại bơi theo quán tính. Hoài Thu ơi, chắc nhỏ đang lang thang đâu đó bên kia sông, đang khóc mếu máo vì không tìm được ba, vì nhớ má, nhớ ngoại có phải không? Nhỏ chờ đi, anh sẽ qua đó tìm nhỏ đưa nhỏ về lại xóm mình, mặc kệ hết cái thế giới đầy những mối quan hệ phức tạp nhằng nhịt khó hiểu của người lớn, mặc kệ ba, mặc kệ má. Sao nhỏ cứ muốn đi tìm họ để làm gì khi họ đã bỏ nhỏ mà đi? Anh sẽ đưa nhỏ về, đợi khi nào anh lớn lên, nhỏ lớn lên, anh sẽ cưới nhỏ, cho nhỏ cái gia đình mà nhỏ đang thiếu, để nhỏ khỏi khao khát đi tìm. Anh mơ hồ muốn nói điều này với nhỏ từ lâu mà không biết phải nói làm sao, để nhỏ cứ buồn hoài buồn hủy.

Thằng Hoàng miên man suy nghĩ và bơi mãi trong ánh nắng hè rực rỡ, trong cái biêng biếc của sông, trong tiếng ve ran buồn bã, trong cái thế giới thần tiên của tuổi thơ mà ăm ắp những nỗi buồn không nhỏ…

Nguyễn Dạ Quỳnh

Tôi Xin Tạ Lỗi
TRẦN MỘNG TÚ

(Viết sau khi đọc *Có Lẽ Chúng Ta Cần Quỳ Xuống* của Tuấn Khanh - dien-dantheky.net- 8/30/2019)

Tôi đứng trên ngọn đồi Tây Bắc
trong một buổi sáng mùa Hè
sương muối phủ kín hồ
không nhìn thấy dãy núi bên kia
ở ngã ba con nước
không nhìn rõ lối về quê

Tôi cúi đầu thật thấp
nhân danh là người Việt Nam
tôi xin thả xuống dòng nước này
những lời tạ lỗi
Như thả những chiếc hoa đăng
trong ngày rằm tháng bảy
Lời tạ lỗi với những đồng bào tôi
những người còn đang sống trên đất nước Việt Nam
một đất nước đang rêu rao
Tự Do Hạnh Phúc Hòa Bình Thịnh Vượng Văn Minh

Tôi xin tạ lỗi
Những mẹ già nhặt rác
mẹ chết thản nhiên như một cọng rác cong queo
gió cuốn đi
mất hút trong chiều

Tôi xin tạ lỗi
Cả một gia đình bắt ốc mò cua
nằm sấp mặt xuống bùn
chết như những con cá chết
chỉ một hai ngày sau
bản tin không còn trên báo
những con cá chết
trở thành bùn.

Tôi xin tạ lỗi
Những em bé chết sông, chết chợ
chết biển, chết đường
tất cả vì nghèo đói
em chết
thế thôi
nào có gì đáng nói

Tôi xin Tạ Lỗi
Những em bé chết oan
vì nền văn minh không có thật của một đất nước sống toàn bằng
khẩu hiệu
nên các em chết vì thuốc giả trong mỗi mũi kim

Tôi xin tạ lỗi
Những thiếu nữ
bị bắt làm tù nhân cho tình dục
bị bán đi thật là xa
xa như nỗi chết
nên không tìm được đường về
Tôi xin tạ lỗi
Những thanh niên lớn lên chỉ biết một việc làm
bán ma túy, giết người lấy của
hãm hại những thiếu nữ còn ít tuổi hơn mình

Tôi xin tạ lỗi
Những tù nhân lương tâm
những người *tự chết* trong đồn công an
một sáng một chiều
những người tự làm ra tai nạn
với những vết thương rất đỗi lạ lùng

Tôi xin tạ lỗi
Mọi người dân trên đất nước tôi
đang đối diện với những bệnh hiểm nghèo
Vì môi trường ô nhiễm
Thực phẩm độc hại
Dịch bệnh
Lũ lụt do chính con người gây ra

Tôi xin tạ lỗi vì
Những cuốn sách giáo khoa
đang dạy con cháu chúng ta
tin vào một đất nước chỉ có những tòa lâu đài màu hồng
những tòa lâu đài tràn ngập hồn ma
nên không có một chỗ đứng nào cho những người đang sống.

Tôi xin tạ lỗi

Vì tôi là người Việt Nam
tôi không làm được điều gì cho chính đất nước mình
tôi tự hỏi lòng
có phải tôi đang hô khẩu hiệu
cho những điều bất lực
của chính mình.

Trần Mộng Tú
31/8/2019

Đồng Dao
THIẾU KHANH

Kết một vòng tròn
Bằng bốn cánh tay
Kết một vòng tròn
Bằng bốn cánh tay

Tay nào héo úa
Che mắt u hoài
Tay nào măng sữa
Xa cách thiên nhai

Tay nào bão cát
Chôn sống nụ cười
Tay nào mất mát
Năm ngón buông xuôi

Kết một vòng tròn
Bằng bốn cánh tay
Tay nào gió bấc
Tay nào mưa bay

Tay nào quen thuộc
Đưa nhau lìa đời
Tay nào trở mặt
Lạ lùng chia đôi

Tay nào vuốt mắt
Tiễn nhau nụ cười
Tay nào bằn bặt
Cay đắng khôn nguôi

Kết một vòng tròn
Bằng bốn cánh tay
Tay nào ngà ngọc
Vỗ về thơ ngây

Tay nào mầu nhiệm
Tóc dài mây bay
Mưa nguồn chợp biển
Tay nào trong tay.

Thiếu Khanh

Chỗ Cư Ngụ Của Thơ
LÊ HÂN

nơi tôi ở có hơi thừa nắng
nên có tên thung lũng hoa vàng
hoa cỏ úa trong mùa khô hạn
được phong danh thêm vẻ cao sang

thành phố đẹp phần nhờ quang cảnh
phần nhờ đời người sống bình an
tôi hãnh diện là thị dân thường trực
bình thường vui sinh hoạt thanh nhàn

đất nước Mỹ đa phần hoa mỹ
tiểu bang nào cũng xứng tiểu bang
một cường quốc bao gồm nhiều mặt
khó khoe khoang bởi sẽ rất nhàm

sáng hôm nay cần thơ đăng báo
hương cà phê thoang thoảng hành lang
ngó bốn hướng chung quanh đều phố
thơ tự nhiên ghé đến dễ dàng

đừng thắc mắc từng dòng mỗi chữ
tôi gởi gì trong dạ cưu mang
vẽ cảnh sắc hay là nhân ảnh
thơ của tôi ở giữa nhân gian

Lê Hân
9-2019

Một Thời Chinh Chiến
QUAN DƯƠNG

Hai tên cựu chiến binh Việt Nam
Một người da vàng người da đen
Vào thời xa lắc không hề nghĩ
Nửa thế kỷ sau thành xóm giềng

Một bữa tên đen ngồi trước cửa
Nhìn trời mây trắng bay trên cao
Nhìn xuống thấy đời sao ngắn quá
Thời gian còn lại chỉ đếm ngày

Hắn nói nghe chừng như thổ lộ
Giá như hồi đó qua Việt Nam
Phải chi chết trận còn bia mộ
Giờ chết vì già thành vô danh

Một bữa tên vàng ra trước cửa
Nhìn qua hàng xóm nhìn lên trời
Thấy đám mây bay màu xám quá
Rồi nhìn hai đứa sao giống nhau
Ta nói dù sao *you* còn đỡ

Đất nước *you* còn để nhắc tên
Riêng tổ quốc ta giờ xóa sổ
Thế giới cũng hùa theo lãng quên

Hắn nói giá như hắn có quyền
Nói lời xin lỗi với Việt Nam
Nói lời xin lỗi cùng bè bạn
Chiến tuyến cùng chung một chiến trường

Ta nghe hắn nói sao thương quá
Không biết tên nào chết trước đây
Cái chết ngày xưa xem rất nhẹ
Bây giờ nặng chịch mà không hay

Ta bước vô nhà mở tủ lạnh
Lấy đỡ vài chai Heineken
Bật nắp hai tên nâng chai cụng
Xỉn xỉn rủ nhau ra chụp hình

Trong ảnh tên nào cũng xấu hoắc
Ta nói tuy xấu nhưng dù sao
So với bạn bè còn kẹt lại
Vẫn còn may mắn hơn rất nhiều

Bởi vì đồng đội sau binh lửa
Nhiều kẻ đui què cụt tay chân
Lây lất bám hông bờ lịch sử
Sống đợi ngày đi trong âm thầm

Hắn nghe ta ức hắn chửi thề
Hắn chửi xong rồi hai thằng nghe
Cục tức về già như nhỏ lại
Không biết có còn qua bên kia

Quan Dương
New Orleans 08/2019

Định Mệnh Anh Định Mệnh Em

PHẠM NGŨ YÊN

1.
Em đi qua lòng anh
Những bước chân bình yên
Những giọt nắng cũng bình yên
tiếng biển
Ly cà phê chưa kịp uống
một ngày.

Ánh mắt buồn trộn dòng lệ thơ ngây
Như em trộn anh vào cơn mơ có cuộc tình ngang trái
Lòng tưởng sẽ bao dung nhưng cuối cùng
nghĩ lại
Từng đêm khờ khạo yêu người

Những cuộc đời đang bằn bặt màu tươi
Như cỏ dại choàng ôm một chân trời xanh ngắt
Ai thất hẹn nói nhớ nhung
Cho ai trải lòng khao khát?
Vậy mà cứ nói thủy chung
say đắm
đến tận cùng?

Em nằm nán lại nơi góc giường đang lặng nín mùa xuân
chiếc gối ôm chờ nghe những tiếng lòng góa bụa
Bên ngoài mờ mịt mưa
Những tiếng mưa mang dối lừa
Thân thiết

Không lẽ cứ làm một người đàn bà thua thiệt
Đuổi bắt phù hư
Như chiếc lá non suốt một thời thiếu nhựa
Để níu kéo, để ủi an, để bao che, để nén đè cảm xúc
Để rồi những tờ thư
Mai táng đời nhau
những ngôn từ bất lực?

Tô điểm cuộc đời bằng màu nắng trong veo
Vay mượn niềm vui
Tạm bợ nỗi buồn
Để trút xuống bờ môi bỗng già nua mới đó
Một lần tan vỡ đàn ông…
Là suốt đời khánh tận

Hãy để lòng nghe mát dịu mưa xuân
Mặc kệ thời gian rải lên hoàng hôn sợi bạc
Anh sợ một ngày không dám nói lời yêu em
Sợ một ngày trái tim đập sai về người khác
Trong khi em
Người con gái chưa từng yêu ai
Đàng sau những ngày dài những tháng năm dài
Tước lòng ra để khóc

Những dòng sông không chịu dừng trên một khúc quành
Những chiếc ghe không nằm im để nghe cồn cào nhớ biển
Trước một tình yêu dù chân thật dù dối gian hay là những gì đi nữa
Vẫn luôn ấm áp, ngọt ngào…

Hãy choàng hôn, cho rét mướt thuở nào
Lùi lại đàng sau những gối chăn rời rã
Sau một cơn mưa những màu xanh của lá
Sau một bão giông từng hạnh phúc cựa mình

2.

Trước của ngày xưa không biết được tình yêu
Sẽ xanh như thế nào và ai đã từng cứu vớt?

Ai sẽ đến sau nhưng lại là người đến trước?
Những góc đường đẫm một vầng trăng

Những bảng đường cấm em tìm về quán cũ tình nhân
Trong khi mọi dòng sông đều chảy về cửa biển
nhưng biển lại không đầy
Nên sông trở về nguồn
nơi đã từng xuất phát …

Còn em
Cùng một trái tim một tiếng cười một vòng môi mướt rượt
Mà tình yêu rời khỏi tay
Không thu hồi lại được …
Tình yêu đã là hôm qua.
Trở nên thì quá khứ

Em bây giờ xa anh rất nhiều năm
Tháng mười này cũng là lúc trái tim nhớ về một thời biển động
Chiếc lá chưa xanh đã đỏ màu thất vọng
Lời chia tay đã thành di sản kiệt cùng?
Gặp gỡ một lần rồi nỗi nhớ mênh mông
Tình yêu của anh và em vừa giản đơn
vừa trở thành phức tạp

Bao khổ đau đi qua
Bao lạc thú đi qua
Em hiểu anh mà
Hãy bình tĩnh đau như hãy bình tĩnh sống

Anh vẫn là anh giữa năm đời dài rộng
Em vẫn là em giữa tháng ngày gió động
Để nặng bờ vai một tiếng cười non trẻ

Cho anh được một lần thôi nhé
Trở về thấy lại bàn tay
Thấy lại bờ môi đỏ au như màu son nóng rẫy
Anh đứng lại bên đời em, ngày ấy…

Phạm Ngũ Yên

"And I'm Guilty of That!"
HOÀNG CHÍNH

"Murderer!"

"What?"

"Quân sát nhân!"

"Ai?"

"Mày chứ ai. Quân sát nhân!"

"Cái gì?"

"Mày là murderer!"

Cũng một chữ tiếng Anh, cũng một câu kết tội, nhắc đi nhắc lại, nhấn mạnh ở âm cuối của cái chữ quan trọng. *Mur-de-RER*. Chị tôi quả quyết. Hệt như gã ma men dằn cái ly xuống mặt bàn, đòi thêm rượu.

Tôi chần chừ vài phút. Tôi cân nhắc từng chữ cái câu chị vừa nói. Và tôi hiểu ra.

“Em hả?”

“Đúng.”

“Chị nói cái gì vậy?”

“Tao nói về mày. Mày là murderer.”

Tôi hít một hơi dài. Tôi cần giữ bình tĩnh. Và cũng để khảo sát tình thế. (Chị vẫn dạy khôn tôi như thế. Phải biết dừng quân để khảo sát tình hình.)

“Giả như chị nói đúng thì cái chữ chính xác là *murderess*; nữ sát nhân, hiểu chưa?”

“Đừng làm tài khôn,” chị gạt ngang. “Mày có tội sát nhân cấp một.”

Tôi ngừng để suy nghĩ. Chị nói dai phát sợ. Cái tật ấy của chị chèn ép tôi, xô tôi tới bờ vực. Bờ vực của lời thú tội. Nhưng mà tội gì mới được chứ?

“*Okay, who did I killed then?*” - tôi hỏi, cố gắng khai thác thêm chi tiết. Và cũng để chứng tỏ thiện chí hòa giải.

“*Whom* chứ không phải *who*.” Chị sửa sai tôi. Chắc chị đang hí hửng vì gỡ huề được một bàn. Tôi biết hết. Tôi có thể bắt được hơi hướm hả hê trong tiếng thở ra của chị.

“Ờ, nhưng mà em giết ai?”

“Bà ngoại.”

Vậy nhé. Đến nước này thì cuộc đối thoại giữa Wendy – bà chị lớn của tôi mà tên khai sinh là Uyên bị đổi thành Wendy cho dễ gọi – và tôi không còn là cuộc song đấu, tranh tài xem ai môi mép và thông minh hơn, mà đã trở nên nghiêm trọng. Nghiêm trọng không phải vì có một vụ sát nhân vừa xảy ra - dù sát nhân thì bao giờ cũng nghiêm trọng - mà vì Wendy làm tôi nổi nóng. Theo cái cách mà chị ấy vẫn thường làm và luôn thành công.

Và thêm vào đó cái chuyện buồn. Bà ngoại chúng tôi đã mất. Mới đây thôi.

“Làm sao em giết bà ngoại được?” Tôi gầm gừ. Tôi nuốt nước bọt. Tôi cố dằn nỗi bực tức đang trào lên cổ họng.

"Đừng giả ngu, Annie à. Chuyện ấy mày không biết thì ai biết."

Annie là tên tôi mà đúng ra trên giấy tờ là An, tôi thêm cái đuôi cho cái tên đỡ trơn tuột khi người ta gọi.

Chị tôi đang gây hấn. Tôi biết tính chị. Thành ra tôi hắng giọng, triệu tập binh sĩ. Sẵn sàng nghênh chiến.

"Em ở cách xa hai ng..." tôi ngừng để tính nhẩm. Từ chỗ tôi đang ở đến tận Vancouver. Cả ngàn cây số chứ đâu có ít. "Lúc bà ngoại mất, em ở xa hai ngàn cây số... Làm cách nào... làm cách nào..." Tôi hét vào điện thoại. Cơn giận siết cổ tôi, ngắt khúc câu tôi nói.

"Chẳng bào chữa cách nào được đâu, thưa cô!"

Wendy dằn từng chữ. Hằn học. Cay đắng. Hệt ông công tố viên trong phiên tòa hình sự.

"Bào chữa cái gì?" - Tôi hét.

"Tội của mày."

Chị tôi nói. Nghiêm trang rất mực; nghiêm trang đến ngộp thở.

Con cháu không nên đùa cợt về cái chết của bà ngoại thân yêu của chúng. Tôi nghĩ. Cho dù Wendy là tay đùa dai khét tiếng, là kẻ châm chọc mọi chuyện - nhất là những gì liên quan đến tôi - thì chị cũng không bao giờ kết tội là tôi giết bà ngoại, nếu như đó không là sự thật.

Nhưng giả sử "căn cứ trên dữ kiện" (câu nói đầu môi của chị) chị biết là tôi đã – vô tình, dĩ nhiên – gây ra chuyện đó, thì cũng đừng la lối ầm ĩ trên điện thoại như thế. Lỡ cảnh sát đang nghe thì sao. Lúc ấy chỉ cần mảnh giấy ghi lệnh tòa, là cả nước nghe được hết từng câu từng chữ. Ý nghĩ ấy làm tim tôi lỡ nhịp. Tôi bắt đầu nao núng. Tuy nhiên phải nói cho ra chuyện. Tôi đâu có làm cái điều mà chị tôi đang kết tội là tôi đã làm.

Tôi không có bất cứ tội trạng nào.

Thành ra tôi nói "Bà khùng rồi," và cúp điện thoại cái cụp, như thể tôi đang vội làm bài thi. Hay đang âu ơ bên cạnh một đứa trai đẹp.

Và tôi ngồi. Đăm đăm nhìn cái *laptop*. Như con nhỏ công chúa nào đó thôi miên tấm gương thần. Tôi hỏi gương thần rằng tôi có tội không. Rằng Wendy nói đùa hay nói thật. Tôi nhớ bà ngoại. Ngoại thích chim. Điều đó hiển nhiên. Mùa hè bà thả bộ ở sân trước. Ném vung vãi những mảnh bánh mì vụn, những hạt cơm. Ngoại lôi kéo lũ chim ríu rít về sân nhà.

Mùa đông, tuyết đóng dầy trên mái nhà. Ấy là lúc bà ngoại cũng lo là lũ chim - những con chim của ngoại - sẽ chết cóng. Nhưng bà không biết làm gì để cứu chúng nó. Ngoại đi tới đi lui từ phòng khách qua nhà bếp. Thở dài. Rên rỉ. Tội những con chim chết lạnh. Sinh nhật ngoại, chúng tôi chung tiền mua quà. Một con sáo trong chiếc lồng tuyệt đẹp. Bà ngoại cưng nó hơn cưng chị em tôi. Cho nó ăn, ngắm nghía bộ lông đầy màu sắc của nó. Chăm chú lắng nghe tiếng hót véo von lúc chớm nắng bình minh và buổi hoàng hôn nắng nhạt. Rồi một buổi sáng nọ tiếng chim thôi líu lo. Bà ngoại chạy ra phòng khách. Hấp tấp tuột cả đôi guốc mộc. Con chim sáo nằm cứng sát vách lồng. Hai chân duỗi thẳng. Cổ ngoặt sang một bên. Con chim của ngoại đã chết. Bà ngoại buồn thiu cả tuần lễ. Bố mẹ tôi bàn tính mua con chim khác. Bà gạt ngang.

"Mua làm gì nữa?" bà nói. "Sớm muộn gì thì nó cũng lại chết thôi."

Đó là cái thời mà bà ngoại vẫn còn nhìn thấy. Có một lần nọ, trong phòng khám, bác sĩ gia đình trầm ngâm suy nghĩ. Và vội chuyển ngoại đến bác sĩ nhãn khoa. Ông bác sĩ mắt cũng trầm ngâm. Rồi khe khẽ lắc đầu. Cái chứng cao nhãn áp độc địa. Đùng một cái bà ngoại trở thành mù lòa.

Không còn nhìn thấy, bà ngoại vẫn mò mẫm dọc theo vách tường. Ra cửa. Lắng nghe lũ chim lanh chanh trên cây liễu trước nhà. Lũ chim tụ tập lúc sớm mai và chiều tối. "Chúng nó cãi nhau nghe vui đáo để," bà ngoại nói lúc tôi ngồi bên cạnh, miễn cưỡng lắng nghe bà kể về con chim sáo của bà, suốt thời gian tôi vắng nhà, bận rộn với cái-thứ-gọi-là tương lai.

"Ai cãi nhau hở ngoại?" - Tôi hỏi, tròn mắt ngạc nhiên.

"Thì lũ chim chứ còn ai vào đây nữa."

"Ngoại *funny* quá. Cãi nhau sao lại vui được?" - Tôi bắt bẻ. Những chuyện cãi cọ của bố mẹ lúc chị Uyên và tôi còn bé hiện lên rõ nét. Dạo ấy chị Uyên và tôi còn dựa dẫm vào nhau. Khi chị ấy chưa là Wendy, chưa biến thành đối thủ của tôi trong cuộc chiến giữa những đứa con một nhà. Vậy thì vui chỗ nào mới được chứ!

"Vui chứ sao không." - Bà ngoại cả quyết.

"Thế chúng nó cãi nhau chuyện gì?" - Tôi hỏi.

"Ai mà biết" luôn luôn là câu trả lời của ngoại.

Nhưng rồi tới phiên cây liễu trên lề đường phía trước nhà chúng tôi. Nạn nhân của kế hoạch đô thị hóa gì gì đó của thành phố. Những nghị viên mù lòa màu sắc quyết định cắt bỏ cây liễu ấy. Lũ đao phủ của thành phố đem cưa điện và xe chở rác đến trước nhà chúng tôi. Bà ngoại mò mẫm ra tận bãi chiến trường. Cuống quýt xua hai tay. Gào khan cổ họng giữa những âm thanh chói tai của cưa điện và máy xay gỗ để chặn họ lại.

"Người ta phải gọi cảnh sát." Wendy kể cho tôi nghe. "Bố mẹ đang ở chỗ làm. Bà ngoại ở nhà một mình. Bà không muốn người ta chặt cái cây ấy đi."

Chuyện ấy tôi đã nghe kể rồi. Suốt một tháng trời, bà ngoại như người mất trí. Đi tới đi lui trong phòng khách. Rên rỉ luôn miệng, "Bây giờ chúng nó ở đâu?"

Cả nhà không ai dám hỏi "chúng nó" là ai. Chúng tôi biết bà nói về lũ chim, thức dậy sớm vào buổi sáng. Mưu sinh (tôi mới học – và thích - hai chữ này). Buổi tối trở về ẩn trong những nhánh cây liễu rậm rạp trước nhà. Chúng thường cãi cọ tới tối mịt. Bây giờ người ta chặt cây liễu ấy đi. Người ta mở rộng con đường. Kế hoạch hiện đại hóa đô thị gì gì đó. Lũ chim mất nơi trú ngụ. Thành thật mà nói đôi khi tôi cũng băn khoăn. Mất cây liễu rồi lũ chim đi về đâu. Chỗ ở mới có an toàn và ấm cúng không.

Điện thoại lại reo. Nếu không là Wendy thì còn ai vào đây nữa. Tôi nghĩ trước khi liếc nhìn tên người gọi trên màn hình. Đúng là Wendy.

"Bà ngoại nhớ mấy con chim." - Chị nói.

"Em biết."

Nhưng nỗi nhớ có giết được người ta không? Tôi muốn hỏi chị câu ấy.

"Mày đi xa, mày đâu biết chuyện gì xảy ra ở nhà." - Chị nói, cái giọng dỗi hờn.

"Em biết mọi chuyện đều ô-kê."

"Mọi chuyện ô-kê là nhờ tao."

"Điều đó ăn nhằm gì tới chuyện bà ngoại chết chứ?"

"Đừng nói với tao là mày không nhận ra rằng chính mày giết bà ngoại."

Vẫn cái câu ấy! Tôi dộng cái điện thoại xuống bàn. Và câu chuyện cắt ngang ở đó.

Không có tiếng chim hót, bà ngoại ngã bệnh. Tôi biết chứ. Nhưng việc chặt cây liễu trước nhà đâu phải lỗi của tôi. Bầy chim không làm tổ trên mái nhà nữa cũng đâu phải tại tôi. Chim chóc quanh đây không còn nấn ná lại sân nhà chúng tôi để hót vài câu vặt vãnh cũng đâu phải là lỗi của tôi.

Vậy thì tại sao Wendy lại đổ thừa là tôi giết ngoại? Chắc chắn là tôi bị kết tội oan.

Chị lại gọi nữa. Tôi không có chọn lựa nào hơn là bắt điện thoại lên.

"Từ ngày ngoại bị mù, bố phải mua chiếc xe lăn để tao đẩy ngoại ra công viên, đẩy ngoại đến chùa, đưa ngoại đi *mall*..." Wendy nói với sự nồng nhiệt cao độ. Rõ ràng chuyện tôi cúp điện thoại chẳng ý nghĩa gì với chị hết.

"Thì em cũng đẩy xe cho bà ngoại vài lần, lúc em về nhà vậy." - Tôi nói.

"Phải mất một thời gian lâu mới tìm ra được cái ngã tư thích hợp nhất..."

"*Big deal!*"

"Im miệng đi, nghe tao nói."

"*Yes, your Majesty!*"

"Tao tìm được cái ngã tư có tiếng chim hót để báo hiệu giao thông cho người khiếm thị."

"Em biết cái ngã tư ấy. Góc đường King với Queen."

Tôi nhớ như in cái ngã tư ấy. Mùa hè vừa qua, khi về nhà, công việc thường nhật tạm thời của tôi là đẩy chiếc xe lăn (dĩ nhiên là bà ngoại trên ấy) ra phố. Và hình như Wendy có nhắc tôi nhớ ngừng ở ngã tư ấy càng lâu càng tốt. Về thăm nhà sau cả năm trời vắng mặt, tôi cũng mang chút mặc cảm là kẻ vô trách nhiệm và thiếu nhiệt tâm với gia đình. Thành ra tôi cũng chẳng hỏi tại sao.

"Em nhớ ngã tư King và Queen."

"Đúng vậy. Đó là hiện trường, nơi xảy ra tội phạm."

Mặt tôi lại bừng nóng. Tôi lặng im. Tôi ghét bị kết tội. Tôi cũng ghét luôn lối nói chuyện vòng vo vốn là nghề tay trái của Wendy. Nhưng tôi giữ im lặng.

"Sau khi phát hiện ra tiếng chim hót, ngày nào tao cũng đưa ngoại ra đó, tao ngừng ở đó một lúc để ngoại nghe chim hót."

"Rồi sao?"

"Khi về nhà, ngoại nói chuyện vui vẻ. Những ngày mưa, hoặc khi có bão tuyết, không ra ngoài được, ngoại buồn. Ngoại bỏ ăn bỏ uống, chẳng nói năng gì hết."

Câu chuyện (của Wendy) bắt đầu trở nên nhàm chán. Tôi muốn gào lên như thế. Nhưng tôi ngập ngừng. Đầu dây đằng kia, bà chị thân yêu của tôi vẫn lải nhải. Bài giảng dài bất tận.

"Có lần bà ngoại bảo bà nghĩ mấy con chim bỏ đi hết rồi. Người ta đốt rừng, chặt cây, lấp sông rạch, ao hồ để xây nhà, *condo*, hãng, xưởng, người ta phá hủy chỗ ở của loài chim. Thấy ngoại vui thì tao cũng vui, thành ra tao đâu dám nói với ngoại chim ở ngã tư là chim giả, chim điện tử."

Những điều Wendy vừa nói ra gieo trong đầu tôi ý nghĩ gì đó kỳ lạ. Bà chị tôi tiếp tục rỉ rả, "Thấy ngoại vui, bố mẹ và cả tao nữa không dám nói cho ngoại biết tiếng hót ở ngã tư King và Queen là của lũ chim giả, bởi vì ai cũng biết bà ngoại cần hy vọng, để bám vào mà sống."

"Giọng điệu của chị giống hệt mẹ, chị biết không? *You sound like Mom.*"

Wendy trả lời bằng một câu hỏi. Thêm một thói quen nữa của chị. "Mày vẫn nhớ cái ngã tư đó mà, phải không?"

Dĩ nhiên tôi nhớ ngã tư ấy. Khu trung tâm thành phố. Toàn những văn phòng quan trọng của chính phủ chia đều bốn góc đường. Sở di trú, sở tìm việc, phòng trợ cấp xã hội và cảnh sát tỉnh bang. Hèn chi người ta cho cái ngã tư ấy tiếng chim hót rộn ràng. Thay vì tiếng lách cách ăn nhịp với những con số đếm ngược ở ngọn đèn giao thông cho người đi bộ.

"Mày còn nhớ mùa hè năm ngoái, lúc mày về nhà không?"

Ừ, thì tôi nhớ. Tôi nhớ ngày nào tôi cũng phải đưa bà ngoại ra ngoài. Tôi nhớ phải đẩy xe lăn cho ngoại đi *mall*. Ngừng ở ngã tư Queen và King trên đường về. Nhưng đâu có ai bảo tôi ngừng thật lâu ở cái ngã tư ấy. Hình như chị có dặn một đôi lần. Tôi cũng không chắc nữa. Nhưng mà đang mùa hạ. Lại còn *heat wave*. Mồ hôi đầm lưng áo. Ngứa ngáy khó chịu. Ngừng mãi ở cái ngã tư không bóng cây ấy để làm gì.

"Mày giết bà ngoại ở ngã tư Queen và King."

Wendy nhắc lại bằng giọng cả quyết.

"Vô lý" là câu trả lời ngắn ngủn của tôi.

"Sau khi mày trở lại trường, bà ngoại không còn muốn xuống *downtown* nữa."

"Vậy thì sao?"

"Và mày có biết trước khi mất bà ngoại nói gì không?"

"Cái gì?"

"Bà không muốn sống nữa vì tất cả lũ chim đã bỏ đi hết rồi."

"Em đâu có đuổi chúng nó đi."

Tôi trừng trừng nhìn vách tường vôi trắng trước mặt. Tôi thấy rõ ràng Wendy đang đứng đó. Tay chống nạnh, môi trề ra khinh mạn. Tay tôi run, chân tôi đuối. Tôi muốn nhào tới nắm tóc Wendy, kéo bật ra khỏi cái đầu nhồi nhét đầy những cáo trạng kia.

"Mày không đuổi lũ chim đi nhưng..." - Chị chuyển giọng gầm gừ. "Mày bảo ngoại là những con chim ở góc Queen và King là chim giả. Mày dập tắt niềm tin, mày tước đoạt lý do để tiếp tục sống của ngoại. Mày..." Giọng chị lạc đi. "Mày giết ngoại!"

Tôi bỗng hụt hơi như vừa leo con dốc dài. Đoạn phim chiếu

chậm trước mắt tôi. Chuỗi hình ảnh buổi sáng oi bức ấy. Tôi thấy nắng lột bong da tôi. Tôi thấy mồ hôi dán tóc tôi lên má. Tôi thấy mặt tôi cau có, cổ họng tôi gầm gừ.

Tôi thấy đôi môi khô hạn của bà ngoại. Hai vạch màu thâm tím mấp máy không ngừng. Câu chuyện kể đi kể lại về lũ chim. Chuyến bay về phương nam trốn lạnh. Và may mắn cho những con chim không thể bay xa có được nơi ẩn náu ngay trung tâm thành phố. Tôi thấy tôi hét vào tai bà ngoại. Những tiếng hót bà đang nghe thấy là tiếng của lũ chim giả. Chẳng còn con chim nào trong thành phố hết. Bất cứ nơi nào có con người thì chim chóc phải ra đi. Ngoại phải tỉnh dậy để hít hà hương vị cà phê của thực tại. *Wake up and smell the coffee of reality, Granny!* Tôi đã gào lên bằng cả hai ngôn ngữ trong tiếng xe cộ rì rầm trên phố.

"Annie, mày còn ở đó không?"

"*What?*"

"Mày hiểu điều đó mà, phải không?"

Tôi im lặng. Và tôi thấy lòng tôi dịu lại, "Vâng, em biết là tất cả những con chim đã bỏ đi."

Wendy ngừng một lúc. Chị đang chờ một cách tuyệt vọng câu trả lời của tôi – hay đúng hơn là một lời thú tội.

Thành ra tôi nói cho chị yên lòng. Và vì nhận tội thay cho cả chủng loại con người, tôi dùng thứ ngôn ngữ mà hầu như ai nghe cũng hiểu, "*And I'm guilty of that!*"

Hoàng Chính

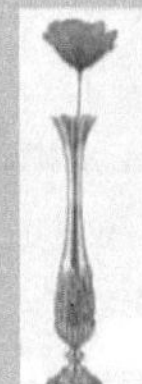

Một Chút Tản Mạn Về Phương Ngữ Nam Bộ
CAO THOẠI CHÂU

Khi nghe "Nghe mãi điếc cả tai" và "Nghe miết điếc con ráy" thì biết ngay đó là sự khác nhau của hai phương ngữ Nam và Bắc. Hiểu ngay vì trong phương ngữ có tính thông hiểu và tính quen dùng. "Tôi đụng bả hồi năm" (tôi lấy bà ấy hồi năm ấy) thì "đụng" vốn là va chạm cơ học mạnh nhưng trong trường hợp này lại là sự êm ái của yêu thương, là từ có tính thông hiểu ở phương ngữ Nam Bộ, giá trị địa phương của nó cao.

Là ngôn ngữ của người sống giữa thiên nhiên hài hòa và đa dạng, đồng ruộng bao la, sông ngòi chằng chịt, cây trái xanh thắm bốn mùa… nên phương ngữ Nam bộ có nhiều tiếng đầy ắp hình tượng cụ thể lấy từ những con những cây hay vật dụng: uống mật gấu – mật gấu đắng kinh khủng, uống là rất liều; Dai như trâu đái - đúng là con trâu xả tiểu khá lâu vì nhiều; Ăn như xáng múc - cái gàu múc cả thước khối đất thì ăn chi mà dữ thần vậy cha? Làm như lục bình trôi – lờ đờ, chậm rãi, ầu ơ *dí dầu* tức… làm biếng! Lời nói thiếu hình tượng và so sánh là lời nói thiếu sức mạnh, thiếu sắc thái, nghèo nàn. Phương ngữ làm nhiệm vụ sáng tạo hình ảnh một cách tích cực và có hiệu quả hơn ngôn ngữ phổ thông toàn dân hay ngôn ngữ văn học chuẩn mực.

Sông ngòi chi chít, về sự chuyển động của dòng nước, người ta không những phân biệt nước lớn (thủy triều dâng) và nước ròng (thủy triều hạ) mà còn thêm nhiều từ ngữ khác như: nước ròng, nước kém, nước trồi, nước dềnh, nước sụt, nước giựt, nước bò, nước nhảy, nước đứng, nước nằm, nước chừng, nước nhửng, nước ương, nước chết, nước sát, nước rặc, nước quay v.v... Lạ thay, nước cũng biết… nhảy, đứng, nằm, bò, chết… vốn là những động tác của sinh vật, nhưng đó là cách tiếp cận sự vật của người Nam bộ!

Tương tự, các loại động vật sống ở sông nước thậm chí trong cùng một loại cũng được thông qua ngôn ngữ mà phân biệt nhau rất tỉ mỉ, chẳng hạn con tôm có: tôm bạc, tôm càng, tôm châm, tôm chấu, tôm chì, tôm gọng, tôm hùm, tôm kẹt, tôm lóng, tôm lứa, tôm mắt tre, tôm quỵt, tôm rồng, tôm sắc, tôm sú, tôm thẻ, tôm tích, tôm tu, tôm vang, v.v... Thật hết sức phong phú! Mỗi loài đều có tên riêng đủ thấy phương ngữ phải phong phú phải "chẻ" ra để đáp ứng được tư duy của con người.

Cường điệu và khuếch đại trong ngôn ngữ Nam bộ không phải bốc đồng, làm to chuyện một cách vô lý mà là phục vụ mục đích tâm lý của con người Nam bộ luôn sống cởi mở, lạc quan và hướng về cái lớn, muốn nhấn mạnh những gì mình yêu thích hoặc chán ghét một cách rõ ràng, dứt khoát. Cường điệu trong phương ngữ Nam Bộ mang tính hình tượng, so sánh và cụ thể nhưng cũng thật bất ngờ, thú vị: cao trật ót – cao ngất nghều đến mức phải ngẩng cổ nhìn thẳng lên làm cho gáy cổ như bị gập lại; no lòi bản họng – đã no tràn ra ngoài miệng rồi, có đâu ăn thêm vào được nữa; đói queo râu – đói mờ mắt là chuyện bình thường có tính lô-gíc, còn đói mà liên hệ đến bộ râu thì thật bất ngờ thú vị, người không có râu (và phụ nữ) cũng vẫn bị đói queo râu như thường. Tức cành hông, rầu thúi ruột, sợ thót dái, cay té đái, muồi rụng rún… cũng đều như thế. Khi nói đến mức độ của cái nghèo, nghèo lắm lắm, tiếng Việt phổ thông có các từ: nghèo xơ xác, nghèo rớt mồng tơi, nghèo không có đồng xu dính túi…, phương ngữ Nam Bộ còn thêm nghèo mạt rệp, và bất ngờ thay nghèo không có đồng xu cạo gió, nghèo không có hột thóc nhổ râu, nghèo cháy nóp thì thật là nghèo hết biết, mà vẫn đượm vẻ lạc quan hóm hỉnh.

Người dân Nam Bộ sống nổi bật với một tinh thần lạc quan, sôi nổi, cởi mở, thích trẻ trung, dí dỏm, hài hước. Tỏ tình với người yêu là chuyện tế nhị, bay bướm, thế mà lời lẽ thật hồn nhiên, ngộ nghĩnh: "Hai ơi, qua thương Hai thiệt mà / Thôi đi cha nội, xạo hoài à / Xạo xe cán qua chết luôn đó / Trời đất, thế chi đổ nhà đổ cửa vậy trời. Mà thương rồi sao?" Mở đầu có vẻ căng nhưng ăn tiền ở cái xuống giọng đó!

Tính hài hước, dí dỏm trong phương ngữ Nam Bộ rất nổi bật đi đôi với tính giản dị, mộc mạc, gây nên cái cười, cái vui tự nhiên, thoải mái. Trong lời ăn tiếng nói hằng ngày, trong phương ngữ Nam Bộ, đâu đâu cũng thấy toát lên tính tươi vui, dí dỏm, có cái bộc trực, có cái vui ngầm:

> *Hột châu nhỏ xuống kẹt rào*
> *Thò tay em lượm, phụ mẫu chào, em buông*

Không biết vì sao mà những từ như: rất, lắm, quá, vô cùng, hết chỗ nói… lại đẻ ra nhiều từ riêng lột tả hết ý mình muốn nói: quá tay, quá xá, quá trời quá đất, quá cỡ thợ mộc, hết sảy, tản thần, tràn đồng, tùm lum tà la, tứ tung binh tàng… vừa để một phần nhấn mạnh ý nghĩa, vừa chủ yếu biểu đạt tâm lý của con người. Từ đó tạo ra khá nhiều từ đồng nghĩa hoặc gần nghĩa. Tương đương với hai từ "mềm xèo" và "mềm nhũn", phương ngữ Nam Bộ có thêm các từ mềm èo, mềm ẻo, mềm lũn, mềm lụn, mềm mủm, mềm múm, mềm mụm, mềm múp, mềm mụp, mềm xủm, mềm xúm, mềm xụm.

Và đàn ông nào không thấy ớn:

- Anh tính về sớm đón em nhưng kẹt quá….

- Khỏi! (vợ giận nói)

Nhiều thứ ở Nam Bộ đã và sẽ mất đi hoặc bị thay thế trong tiến trình hiện đại hóa, cái xe thổ mộ ở Sài Gòn là một thí dụ rõ nhất. Nhưng đã là cư dân vùng sông nước này dù đến từ thời nào, nguồn nào thì ai mà không bị quyến rũ bởi tiếng lách cách nghe từ trong hẻm lên đến những chung cư, là tiếng mì gõ? Có chuyện về mì gõ như thế này. Chú bé từ Quảng Ngãi vào Sài Gòn kiếm cơm từ một xe mì gõ vỉa hè. Được bao cơm và một tô xí quách vào đêm cùng với tháng 300 ngàn. Là đứa biết tiết kiệm, mỗi tháng chú bé gửi chủ xe 100 ngàn đặng cuối năm có tiền về quê. Tết đến, xin lại tiền nhưng gã chủ có máu bất lương không trả cốt giữ thằng bé lại bán vào dịp Tết, thế là với nỗi nhớ nhà, tiếc của, cũng là sự uất ức của người thân cô thế cô, tiếng lách cách vừa đi dài vào hẻm vừa khóc. Một đám choai choai thấy lạ hỏi. Máu giang hồ nổi lên, các đại ca vốn bị mang tiếng quậy phá xách búa ra gặp chủ xe mì. Bảo một là trả tiền sòng phẳng cho thằng bé, hai là "nghe tiếng búa này". Lấy lại được tiền, xử theo luật giang hồ thằng bé gửi tiền cà phê cho đại ca nhưng đại ca quắc mắt nói: "Giang hồ thấy sự bất bằng thì ra tay, nghĩa hiệp không lấy tiền công." Tiếng lách cách nhất là vào đêm khuya lọt vào trái tim bụi đời của anh Hai người Sài Gòn như thế.

Và hơn vậy, chẳng ai không để cho phương ngữ Nam Bộ thấm dần thấm dần vào máu! Mọi ý định làm mai một dòng phương ngữ Nam Bộ, thậm chí sát nhập nó, xét cho cùng đều bất khả.

Cao Thoại Châu

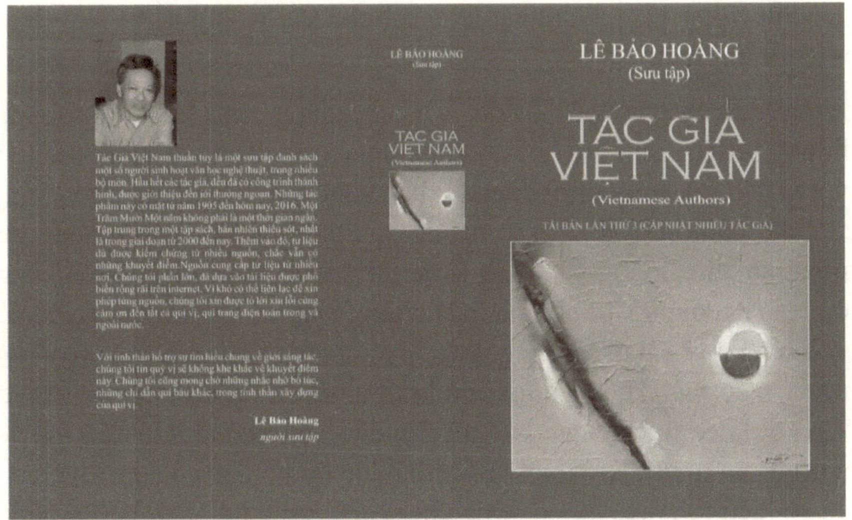

Con Le Hàng Xóm
PHAN NI TẤN

Hổm rày thím Khả cứ mắc cười hoài. Ngộ một cái là thím không cười mím chi cọp hay tủm tỉm cười như thường ngày mà đương làm bếp hay đương ngồi chơi bất thần thím đều ré lên cười khe khé. Tội nghiệp chú Ngón, chồng thím Khả, đương ăn cơm, coi TV hay đương ngon giấc kê vàng nghe thím cười ré lên chú thảy đều giật nảy mình, văng cả cái thần hồn xuống đất. Té ra thím Khả nhớ lại chuyện tình của chú Ngón hôm sinh nhật tuần rồi chú vui miệng kể ra làm thím cười tới lộn ruột.

Mình biết hông. Hồi đó, con nhỏ hàng xóm nó để ý tới tui, thương tui hồi nào, mụ nội tui cũng hổng biết. Thấy tui tỉnh khô (có biết gì đâu mà hổng tỉnh) cùng tụi bạn suốt ngày cà nhỏng trong xóm con nhỏ đâm bực. Có lần đi ngang qua mặt tui nó hứ một tiếng tui tưởng nó "hứ" thằng bạn. Lần khác tui đương ôm eo thằng em cùng lớp lê la ngoài phố, thình lình ở đâu hổng biết, nó xộc tới thò tay nhéo eo ếch tui một cái nhảy dựng. Đau quá tui xuýt xoa cắm đầu chạy *dìa* nhà… méc má. Tưởng được má binh ai dè bị bả rầy cho một trận: "Con ơi là con! Mày gần 16 tuổi đầu chớ còn nhỏ nhít gì đâu mà để người ta ăn hiếp". Nói thiệt *dzới* mình lúc đó tui đâu có dám khai con gái ăn hiếp tui, mặc dù nó đứng chỉ ngang ngực tui, *dzới* lại tui búng một cái là nó *dzăng*… "trên từng cây số".

Mà có hết đâu nà. Một hôm con nhỏ lò mò tới nhà tui thấy hổng có ai ở nhà nó gan trời thần, sấn tới hun tui một phát nghe một cái "chuu... ooạt!" tưởng tét cả môi. Tá hỏa tam tinh, tui la lên một tiếng, bật ngửa ra sau, nằm giẫy giụa, mắt mũi nhắm tịt, tay quẹt mỏ phun lia lịa. Thấy điệu bộ tui *dzậy* nó gập người ôm bụng cười ngả cười nghiêng, cười lăn chiêng, tét ghế bố.

Nghe tiếng cười pha lê hết sức hồn nhiên của con nhỏ, tui chợt im bặt, mở mắt ra dòm thì trời đất quỷ thần thiên địa ơi lúc đó tui mới để ý thấy nó đẹp hết biết. Má ơi, con nhỏ như tiên giáng trần. Nó chơi nguyên bộ đầm xòe trắng, trán buộc cái ruy-băng màu huyết dụ, tóc bum-bê ôm gọn gương mặt bầu bĩnh, trắng trẻo, thiệt... khó ưa; cái gương mặt gì mà sáng như trăng rằm, cặp mắt thì trời ơi... như sóng lượn, cái mũi dọc dừa, đôi môi đỏ chét, má lúm đồng tiền. Bao nhiêu cái đẹp trời cho đó đủ để nó hớp hồn tôi cái rột.

Thấy tui nín khe, ngẩn tò te, chống cùi chõ lỏ mắt dòm lên, con nhỏ hí hửng cười toe sà xuống dí mặt nó sát mặt tui làm tui như con thằn lằn đứt đuôi luýnh quýnh lùi lẹ ra sau. Mà sao con nhỏ có mùi thơm lạ lắm, trời nà. Mùi lúa, mùi sữa hay mùi xạ hương gì đó, lúc nó ập xuống nó đẩy nguyên mùi thơm trên người xộc vào mũi tui bắt ngợp.

Bị con nhỏ "tấn công" lần đó tui tè quá, hễ nhác thấy nó từ đằng xa là tui lủi lẹ. Con gái con lứa gì mà dạn thấy chạy. Ấy *dzậy* mà ông trời ổng có để tui yên đâu nà.

Số là lần thứ hai, hổng biết ai thọt thẹt mà con nhỏ biết tui đương ở nhà ca cải lương một mình, nó lại mò tới. Hồi xưa dưới quê có nhà nào đóng cửa bao giờ, tha hồ cho gió lọt nhà trống. Ngồi sau hè, dựa gốc me, tui đương ôm đờn lim dim xàng xê mấy câu vọng cổ, con nhỏ như ma rón rén tới đứng sau lưng tui hồi nào tía tui cũng hổng hay. Đợi tui vừa dứt câu: "Sông sâu bên lở bên bồi. Tình anh bán chiếu trọn đời không phai" – bản Tình Anh Bán Chiếu đó - là nó cúi xuống chu mỏ thổi phù phù *dzào* tai tôi. Thú thiệt *dzới* mình hổng riêng gì tui mà bất kỳ ai đương mùi mẫn thả hồn theo câu hát thình lình bị nó thổi phù *dzô* lỗ tai thử hỏi ai mà hổng hết hồn. Phản ứng tự nhiên là tui la hoảng, quăng cây đờn, nhảy dựng lên, co giò phóng chạy ra cửa. Tới chừng nghe tiếng con nhỏ cười khăng khắc, kêu to: "Anh Hai ơi!

Bạch le ne… e… è!” tui mới đứng lại, ngoái đầu, chống khu thở dốc. Tiếng “ne… e… è!” của nó sao mà trong veo véo, dẻo nhèo nhẹo; nó “ne… e… è!” dài theo chưn tui khiến “cái thằng bỏ chạy” cũng thấy lòng dạt dào, xao xuyến.

Nhưng nghĩ ông trời chơi ngặt thiệt đa. Con người ta đẹp như thiên thần giáng thế, giọng nói thì líu lo như chim hót, tiếng cười thì trong trẻo như thủy tinh, *dzậy* mà lại mang cái hỗn danh “Bạch le”, trong khi tên thiệt của con nhỏ là Uông Thị Bạch Lê. Mà cũng bị tại nó hay le lưỡi liếm môi cho ướt - nó thích môi ướt - nên mới chết danh “Bạch le” đó chớ.

Mỗi lần đi học *dìa* hay đi đâu chơi, thoáng thấy con nhỏ là bọn con trai con gái cứ la ong ỏng “Bạch le! Bạch le!” Ban đầu nó giận hết… loài người nhưng nghe riết rồi cũng quen. “Tưởng le gì chớ le lưỡi mà nhằm nhò gì”, chính con Bạch… le phán như *dzậy* mà. Hề hề.

Rồi đất nước ngày một dầu sôi lửa bỏng, nối gót tía (tía tử trận ở cổ thành Quảng Trị, má rầu rĩ ít lâu sau cũng… theo ông theo bà) tui xếp bút nghiên theo nghiệp kiếm cung. Ngày đêm, *dzác* súng *dzác* đạn băng rừng *dzượt* núi, lội suối trèo đèo đánh giặc được năm năm thì tui bị đạn AK cày mất cha nó ba ngón chưn.

Giải ngũ tui “xi-cà-que” trở *dìa* quê mần ruộng thuê, *dzác* lúa mướn mới hay Bạch Lê đã đi lấy chồng. Con gái đẹp như lựu đạn sét cả nhà sợ nổ bậy nên sớm sang sông là phải rồi. Nhưng nghe nói mà tội nghiệp cho Bạch Lê ưng phải thằng chồng tuy cao ráo bảnh trai con nhà giàu mà hổng ra gì. Bét mắt ra là vác mặt xuống quán chệt Ìa bù khú với đám ăn nhậu say đến nỗi té sông mà chết.

Thiềm Cáo, thằng bạn học ngày xưa, trở thành địa chủ, *dzợ* con đùm đề, ruộng cò bay bẻ cánh, thấy tui *dìa* nó tới nói ngay:

“Thằng chồng vũ phu của con Bạch le nửa đêm nửa hôm đi nhậu *dìa* xỉn tới độ thất kỳ bất ý trợt chưn té nhào đầu xuống sông bị hà bá nhấn nước chết chìm cha nó luôn. Con Bạch le vốn trời cho đẹp, lúc đi chôn thằng chồng thấy nó khóc, nước mắt nó cũng… đẹp hết hồn luôn.”

Ra chiều cao hứng, Thiềm Cáo tiếp: “Từ ngày góa chồng con Bạch le càng xinh như nguyệt thẹn.” Trời đất! Chơi *dzới* thằng Cáo từ hồi nhỏ, lớn lên tui hổng dè cái thằng hay khóc nhè trong lớp lại trở thành đại phú, ăn nói trưởng giả quá chừng. Nó còn nói cô Bạch Lê đã trở thành một thiếu phụ thuần thục bá cháy. Trai làng trong, làng ngoài tới dạm hỏi, cổ đều lắc đầu.

Riêng tui biết thân biết phận, từ ngày binh bại *dìa* làng chẳng bao giờ tui héo lánh tới nhà cô Bạch Lê.

Dzậy mà một hôm rảnh rỗi, tui ngồi dựa gốc mít hát vọng cổ đã rồi lim dim lộn hồn *dìa* thuở xa xưa chợt nghe có tiếng chân người rón rén đi tới. Ngoẻo đầu hé mắt dòm lên thì trời mẹ ơi, con… Bạch le! Tui nói thiệt tình mình đừng nổi nóng. Dưới ánh nắng mai, Bạch Lê giống hệt như cô Bạch Tuyết bảy chú lùn vừa từ huyền thoại, cổ tích bước ra.

Vừa thấy Bạch Lê tui dọn mình đứng phắt lên, quên trớt mình "xi-cà-que", lạng quạng chực té nhưng may quá tui gượng lại được. Dĩ nhiên lần này tui… ngon, hổng sợ cổ hun ẩu như hồi nhỏ. Ngược lại tui hách-xì-xằng đứng dạng chưn, tay chống nạnh, hất mặt nghênh nghênh nhìn cổ ra vẻ mình hổng ngán một ai. Hổng biết điệu bộ tui lúc đó giễu dở ra sao mà Bạch Lê trố mắt nhìn tui trong tích tắc rồi cổ rung người cười toáng lên. Nguyên cái thân hình thanh mảnh, gọn ơ kia vừa thụt lùi vừa gập bụng lại, mắt liếng khỉ, mở thật to, thật đẹp, ngón trỏ xinh xinh chỉ vào mặt tui, miệng phun ra từng tràng cười ngặt nghẽo.

Chèn đéc ơi! Tiếng cười trong vắt ngày xưa lại ùa *dìa* tuôn ra từ cái miệng… ngon như bánh ít nhưn dừa mà mình hay mần cho tui ăn.

Trộm nghĩ lần này coi bộ mình "dính" với cô Bạch Lê luôn quá. Nghĩ *dzậy* tui nghe "cục sướng" trong lòng râm ran nổi lên. Ấy *dzậy* mà thói đời thiệt bất nhơn quá chừng nghen. Mình nghĩ coi tui đang "sướng một cục" chợt cô Bạch Lê nghiêm mặt rồi tươi rói hí hửng báo tin tuần tới cổ đi lấy chồng, mong tui mừng cho cổ. Trời mẹ ơi! Mừng đâu hổng thấy, thấy mình đang sướng chuyển qua quê một cục. Thiệt tình.

Nói thiệt *dzới* mình lúc đó tui "quê" tận mạng. "Quê" cho tới khi trời xui đất khiến tui gặp mình, nên duyên chồng *dzợ dzới* mình tui mới hết "quê". Hề hề…

Phan Ni Tấn

Ngôn Ngữ Xanh Thơ Mộng
Nguyễn Thị Khánh Minh
LÊ GIANG TRẦN

người dệt thơ như tơ lụa
dệt văn như dòng sông êm trôi

Đinh Cường

Trong khi thế giới phương Tây đã nổi dậy phong trào hiện sinh thì nơi phương Đông vẫn đi trên một con đường trầm lặng. Đó là con đường của nghệ thuật, các thế hệ tiếp nối nhau trong một thế giới lặng lẽ với những khát vọng trung thành nhất của đời sống. Đông phương là một thế giới trầm mặc xa xôi, mà nghệ thuật lại là con đường của cái trầm mặc đó... Trong nghệ thuật, con người đã lấy ngay chất liệu đau khổ của thế gian dựng thành ý nghĩa cứu cánh của đời sống... Qua con đường trầm mặc của nghệ thuật, chúng ta mới có thể xúc cảm sâu xa trước những gì mà tư tưởng và triết học không bao giờ có được. Dưới tác động của thời gian, đời sống là một cái gì đó rất mong manh, và hạnh phúc là một thứ chất lỏng không thể nắm bắt được. Chất lỏng đó chảy xuôi thành một dòng sông biến động của thời gian. Chỉ trong những phút trầm mặc chúng ta mới có thể trầm mình vào suối để thưởng thức hương vị hiu hắt của hạnh phúc... Qua xúc cảm ấy, tâm hồn con người được mở rộng để đón tiếp mọi người mọi vật ngay giữa lòng sống động của hiện hữu. Người ta nói tâm hồn Đông phương là một tâm hồn trầm mặc và bao dung, chính là ở chỗ đó. (Văn Tuyển, Tuệ Sỹ, Hương Tích Phật Việt, Hoa Kỳ, 2014, tr. 12, 36, 37, 39)

Thật là những phát biểu rất mực thâm trầm của thi-đạo-sĩ Tuệ Sỹ, tôi mượn ghi ra đây mở đầu bài viết giới thiệu về tập thơ ***Ngôn Ngữ Xanh*** của Nguyễn Thị Khánh Minh, bao gồm nhiều bài thơ được làm theo thể thơ tự do, được tác giả cho biết, "Tổng hợp thơ cùng một chủ đề viết từ 2002-2019". Nguyễn Thị Khánh Minh có biệt tài chuyển những ý tưởng thay vì phát biểu bình dị về một biểu cảm, thành ra một câu chữ văn chương mượt mà tươi đẹp đầy thơ mộng, chan chứa nét lãng mạn trong sáng, không riêng về tản văn mà cả thi phú; nhưng tôi không đặt thơ Nguyễn Thị Khánh Minh vào trường phái Lãng Mạn, mà, tôi thích gọi là trường phái Thơ Mộng, mặc dù xuyên qua lịch sử thi ca chưa có trường phái nào gọi là Chủ Nghĩa Thơ Mộng cả.

Nhà thơ Khế Iêm, trong bộ biên khảo về thơ, Vũ Điệu Không Vần, nói vắn tắt về phong trào Lãng Mạn, đại ý: *Cuối thế kỷ 18, xã hội Âu Mỹ thay đổi bởi hậu quả của hai cuộc cách mạng xảy ra tại Hoa Kỳ (1783) và tại Pháp (1789) đã đưa đến sự thay đổi về tâm lý, và nói riêng về lãnh vực thi ca, ra đời "Chủ Nghĩa Lãng Mạn". Và tới thế kỷ 19, thơ không vần trở thành mấu chốt cách mạng của phong trào lãng mạn. Thơ không vần chuyên chở được cảm xúc, tránh được sự quá chú tâm vào bản thân ngôn ngữ.* (Vũ Điệu Không Vần, Khế Iêm, 2019, tr. 110-111).

Thơ Nguyễn Thị Khánh Minh không liên quan gì đến Chủ Nghĩa Lãng Mạn như thế, và tôi thích phát biểu của Tuệ Sỹ về sự trầm mặc của phương Đông, một nỗi trầm tịch có đủ cả hai yếu tính lãng mạn và thơ mộng mà lý trí duy lý đặc thù của phương Tây không lột tả đến đỉnh được; điều mà Kant vô hình trung phát biểu tương tự như Duy Thức Luận của đạo Phật, rằng: *Giác quan cung cấp nội dung kiến thức của chúng ta, còn tâm trí tạo ra hình thể của nó. Tâm trí nếu không có giác quan thì trống rỗng, còn giác quan không có tâm trí thì mù lòa... Sự vật chúng ta quan sát bằng giác quan chỉ là những hiện tượng bề ngoài.* (Vũ Điệu Không Vần, Khế Iêm)

Như thế, siêu-hình-học của Tây phương bất khả luận về những chủ-thể không có những hiện tượng bề ngoài. Từ khi tiềm-lượng-tử Quantum được khoa học cận đại khám phá, nó có một đặc tính kỳ diệu, nếu có ý lực muốn quan sát nó thì nó hiện hữu, nếu không có ý lực nào kêu gọi nó thì nó là sóng vô-hình. Có lẽ từ nguyên ủy này, Hawking tuyên bố "Triết Học đã chết" ngầm đáp lại lời của triết gia Nietzsche, người khơi lên ngọn lửa "siêu nhân" cáo phó "Thượng Đế đã chết!"

Ẩn tàng phất phơ hay phơi phới thi-chất thơ mộng lãng mạn trên dòng sông thơ rạng rỡ trăng, rực rỡ trời, muôn màu bông hoa của Khánh Minh không phải không có những bông lục bình màu tim tím dâng lên một nỗi buồn man mác nhẹ nhàng lững lờ trôi theo dòng nước về một phương trời viễn tưởng. Nàng tâm sự qua đoạn thơ cuối của bài Phút Mong Manh Giữa Những Từ:

Khó mà thoát khỏi sự cám dỗ
Tôi mải miết
Điều gì khi tôi đặt dấu chấm hết một bài thơ?

Sau một vụ mùa
Tôi chỉ đem về nhà được đôi ba hạt lúa chín
Chút màu vàng của nó lấp lánh trên tay
Làm tôi đã vô cùng sung sướng
Tôi đã tắm đã hưởng

Tất cả những ngọt ngào mát mẻ của con sông
Và dẫu tôi không mang về một hạt nước nào của nó
Nhưng làn da tôi thì mãi còn dư âm cái trườn mình của dòng chảy
Bài thơ hoàn tất.
Là một điểm hẹn quyến rũ
Nhưng phút mong manh giữa những từ
Lại là lúc đóa hoa đang nở. Đang tỏa hương
Tôi có gì đâu phải vội

Đoạn thơ này có câu ẩn chứa trùng hợp với điều Tuệ Sỹ bảo rằng "Hạnh phúc là một thứ chất lỏng không thể nắm bắt được. Chất lỏng đó chảy xuôi thành một dòng sông…" Một dòng sông trầm mặc. Hãy đọc bốn câu thơ khác của nàng:

Tôi nhảy ra ngoài khung tranh đẹp đẽ
Thấy thế giới vô cùng khác lạ
Và bắt đầu những cuộc phiêu lưu
Xóa tôi đi dưới những cái nhìn quen thuộc

Sau khi đọc toàn bộ bài thơ trong tập **Ngôn Ngữ Xanh** một cách thú vị và ngưỡng mộ, quả là ngôn ngữ xanh thiệt! Và đặc biệt hơn, những câu thơ của nàng đã vượt ra khỏi tiêu đề một bài thơ, chúng ta có thể tùy theo tâm thức của mình, chọn và ghép một số câu thơ của Nguyễn Thị Khánh Minh lại sẽ có ngay một bài thơ ngắn hay dài, tiêu biểu cho nội tâm của mình đã đồng cảm với những câu thơ ẩn ngữ, vì nói lên được một tâm trạng mà mình không thể diễn đạt hay hơn lời thơ thơ mộng như thế. Điều này khiến tôi bỗng nhớ có lần Mai Thảo khi ai đó hỏi ông về thơ của Bùi Giáng, ông nói rằng, "Thơ Bùi Giáng không có bài thơ (ý là không cần thiết đến một tựa đề) chỉ là 'thơ Bùi Giáng', thế thôi!" Và tôi thật thích phát biểu này dành cho thơ của những thi nhân là-thi-sĩ.

Như vậy, thơ Nguyễn Thị Khánh Minh tự thân giống như một thiền giả đã vượt qua giai đoạn cần đến một đối tượng để quán tưởng, nói nôm na cho vui là thơ ấy đã đắc-đạo-thơ, hồn nhiên tự tại, cái tiểu ngã không còn, mà, mông mênh chan hòa cùng đại ngã, (đại ngã được đạo lý Đông phương tượng trưng cho sự tự nhiên vô ngại của vũ trụ.) Thơ của công nương Nguyễn Thị Khánh Minh đã không cần thiết –

hay đã gỡ bỏ – những cái tựa bài thơ mà người làm thơ theo tục lệ, tạm gắn một tiêu đề – giống như gắn một tép ghi họ tên nơi miệng túi áo trước ngực một cá nhân – mang nội dung biểu cảm nào đó. Tôi làm việc này, vì trong thức thứ tám A-Lại-Da của tôi có lưu trữ những tâm trạng mà thức thứ bảy tàng thức (mạt-na) chưa chọn ra để đáp ứng cho ý thức thứ sáu phát biểu; và mấy câu thơ tuyển chọn giống như "bói Kiều", bố cáo cái tâm trạng của mình!

Do mỗi người có tâm trạng của tự thân, nên khi có những câu thơ đánh động tâm hồn hay trái tim của mình, có nghĩa là lời thơ ấy tạo nên một nỗi đồng cảm sâu kín nào đó trong mình, những lời thơ ấy dường như diễn đạt được những cảm xúc mà mình khó thốt nên lời, có khi chỉ một hai câu thơ nhưng nhớ suốt đời, thí dụ hai câu của Bùi Giáng làm cho nỗi lưu vong đầy bi kịch: "Những tưởng đầu đường thương xó chợ / Ai ngờ xó chợ chẳng thương nhau". Thơ ấy đã không còn là của tác giả, đã siêu việt tự ngã, trở thành là của mọi người nên cá nhân nào cũng thấm thía được. Vậy xin đừng tò mò thắc mắc khi đọc những câu thơ "bói Kiều" do tôi ghép lại trong bài viết này là ở bài thơ nào của tác giả? Chỉ là, Thơ Nguyễn-Thị-Khánh-Minh.

Thơ
Là dòng sông. Cho tôi trôi đi
Là tiếng khóc. Cho tôi rơi lệ
Là dấu mốc. Nhắc tôi trở về
Là bàn tay. Cho tôi nắm lấy
Nhưng thường khi. Nó là bóng đám mây bay

Cho tôi bay cao
Chỉ riêng nỗi đau từ chính Nó gây ra
Nó lại không làm gì cả
Chỉ thản nhiên bóc ra từ tôi những hạt lệ...
Tôi viết nên bài thơ
Chẳng phải bằng con ruồi giả – như người ta câu cá –

Nhà thơ Trịnh Y Thư đưa ra nhận xét về thơ Khánh Minh:

Thơ Khánh Minh bao nhiêu năm rồi vẫn như thế, thi ngôn nền nã, sáng đẹp, thi tứ trữ tình, lãng mạn, đậm buồn, giàu thi ảnh, tràn đầy cảm xúc, và luôn luôn có những biến ảo lạ lùng trong ngôn ngữ khiến thơ như chắp cánh bay cao và bay xa trong những chiều kích khôn cùng... Lý Bạch ngày xưa 'Ngửng đầu nhìn trăng sáng / Cúi đầu nhớ cố hương', Nguyễn Thị Khánh Minh ngày nay 'Cúi xuống một hồn trôi ảo ảnh, Kéo về đâu tôi bốn phía đêm'. Cách nhau hơn nghìn năm, nhưng hiện thể uyên nguyên là một. Nguyễn Thị Khánh Minh bày tỏ:

> *Tôi rơi. Đơn độc. Hạnh phúc*
> *Nơi bài thơ tôi viết. Nơi bài thơ tôi đọc*
> *Tôi giấu mình. Vui sướng*
> *Trong lẻ loi tiếng khóc*
> *Trong mơ mộng tự do*

Nhà thơ Khế Iêm bỏ ra hơn mười năm, hoàn tất bộ biên khảo công phu dày cộm về lịch sử nghệ thuật thơ, trong tiêu đề "Nhịp điệu phi tuyến tính," ông dùng ngôn ngữ phương Tây và đậm màu khoa học đương đại để nói về thơ, không kém thơ mộng: *Hình ảnh của hiện thực, siêu thực, trừu tượng, ấn tượng, và những dạng thức của đời sống... xoắn lại, nhảy vọt, đảo ngược, hóa thân thành cơn sóng ngầm trong thơ.* (Vũ Điệu Không Vần, Khế Iêm, tr.70)

Và Khế Iêm nói về thơ tự do:

Loại thơ dùng kỹ thuật dòng gãy và phân mảnh để phá vỡ cú pháp, khiến cho ngôn ngữ đành quay về chính tự thân ngôn ngữ. Cho nên người đọc nương theo chiều dài của hơi thở và âm vực mỗi âm tiết, chẳng khác nào người ca sĩ khơi dậy cảm xúc và tưởng tượng bên trong nhà thơ và người đọc, với độ rung của âm thanh trọng âm, hình ảnh ẩn dụ gợi lên từ chữ-cụ-thể là nội dung bài thơ... Ý nghĩa bài thơ không phải nghĩa đen của chữ và nhóm chữ, mà tùy thuộc vào hành động của tâm trí (act of mind), nẩy sinh từ tiến trình đọc, và mỗi người đọc cảm nghiệm một cách khác nhau, nên bài thơ có những ý nghĩa khác nhau. Đa tầng đa nghĩa là đặc trưng của ngôn ngữ thơ. (Vũ Điệu Không Vần, Khế Iêm, tr.98)

Thơ là nghệ thuật của âm thanh và ngôn ngữ.... Bài thơ, bằng nghệ thuật, phải có khả năng mang sinh khí trực tiếp đến mọi thành phần người đọc. (Vũ Điệu Không Vần, Khế Iêm, tr.117)

Phát biểu tương tự, Charles Olson nói:

Bài thơ xuất hiện thế nào trên trang giấy, không phải là hình thức đóng hay mở, mà là những năng lực tràn ra, thể hiện tinh thần của nhà thơ. (Vũ Điệu Không Vần, Khế Iêm, tr.176)

Thơ Nguyễn Thị Khánh Minh:

Ngày. Bói không ra nụ cười
Đêm. Trùm chăn ngủ. Ngậm ngùi giấc mơ

Cảm xúc sóng dội
Trôi tôi trên biển của lời

Cảm xúc sểnh ngõ, câu thơ
Xua tôi, con chữ ngu ngơ lạc bầy
Liệu có còn tôi không đây

Lời. Khi như dòng sông trôi
Con nước ngửa mặt cho trời xanh chung
Lời. Khi như gió mông lung
Hụt hơi buộc cái vô cùng chờ nhau

Phát biểu của Khế Iêm và Charles Olson đều hay ho, nhưng tôi thú vị hơn với phát biểu của Tuệ Sỹ:

Ngôn ngữ của thi ca, nơi này, người ta hy vọng tìm thấy hình ảnh của một thực tại sống động, chỉ có trong đời sống của kinh nghiệm cá biệt, và nội tại, luôn luôn lại là những tiếng nói của sự im lặng; giống như sự im lặng của lòng biển sâu thẳm. (Văn Tuyển, Tuệ Sỹ, tr. 51)

Thơ Nguyễn Thị Khánh Minh bất ngờ phương Đông:

Phương Đông im như ai vừa sập cửa
Ngày oằn vai cõng tối. Nắng theo đi
Đường mờ sương hút từng con bóng chạy
Nhìn treo lên lúc lỉu những phương trời
Trời xa đuối. Lòng đêm sâu thẳm miết
Mắc cạn lòng nhau giấc ngủ đìu hiu

Tất cả phát biểu của phương Tây và phương Đông đưa ra như trên, kỳ lạ là đều nằm trong Luận Duy Thức của Thế Thân, (và trở thành) bộ luận quan trọng thuộc Đại Thừa Phật Giáo, cho rằng, "tất cả tồn tại duy chỉ là thức" và nói rõ hơn, "Duy Thức là nói rằng tất cả tồn tại ngoại giới thảy đều là sự biến hiện của thức, được sáng tạo bởi thức". (Luận Thành Duy Thức, Tuệ Sỹ, tr. 13). Và ngay hai câu đầu tiên của Kinh Pháp Cú đã gióng lên tiếng đại hồng chung cảnh tỉnh này: "Ý dẫn đầu các pháp / Ý làm chủ, ý tạo." Ở trên, Khế Iêm (vô tình) nói hành động của tâm trí, theo Duy Thức Luận giải thích, là hoạt động của ý thức nạp trình một sáng tạo, kết quả sau khi nó tái cấu trúc, một giai đoạn mà kinh điển gọi là biến kế phân biệt (parikalpa).

Bởi vì luật vô thường là sự vật hiện ra rồi biến mất trong một sát na (cứ thế tiếp diễn); nếu kéo dài hai sát na thì có thể ba, có thể kéo dài vô tận trở nên bất biến không còn vô thường; cho nên cái tồn tại được nhận thức giống như từng tấm âm bản ghi hình ảnh trong cuộn phim, chiếu lên màn ảnh tiếp nối liên tục những bức phim (tượng trưng cho một sát na) tạo nên cái tồn tại, trở thành đối tượng được nhận thức, tồn tại ấy không xuất hiện trong thức nó như là nó, mà xuất hiện qua ảnh tượng được xử lý, hay được tái cấu trúc bởi thức. Thức không bao giờ nhận thức được tự thân của sự vật, nghĩa là thức-thể không đạt đến như tính của tồn tại, mà chỉ năm bắt được những gì sau khi chúng đã được tái cấu trúc. Nó là một hành vi nhận thức, hoặc như là thông tín viên. Do sự thông báo kết quả nhận thức này, lập thành giả thiết được cho rằng, "bản chất của tất cả tồn tại chính là thức". (Luận Thành Duy Thức, Tuệ Sỹ, tr. 14-15). Trở lại, Khế Iêm dẫn dụ thêm một chút bằng mượn thơ của người Việt: *Thơ tiền chiến và tự do dễ bị vướng vào cơ chế chuyển động tuyến tính, những âm thanh, hình ảnh, ý tưởng tuần tự hiện ra, bất động, tưởng như có một tâm sự, một câu chuyện kể lại từ đầu đến cuối theo một đường thẳng.*

Và nhà thơ kết luận thơ mộng rằng:

Nếu thơ như hình ảnh một dòng sông lúc nào cũng dung chứa vô số dòng chảy, nhiều sóng, ươm chồi, khởi sinh, hủy diệt, ôm lấy, cuốn theo, luân vũ, hiện hữu như dòng đời đã từng hiện hữu. (Vũ Điệu Không Vần, Khế Iêm, tr.71-75).

Tập thơ **Ngôn Ngữ Xanh** có khá nhiều bài thơ bằng thể điệu tự do, làm cho tôi chú ý đến những phát biểu của nhà thơ soái chủ Tân Hình Thức, mà chính vì do ông đề xướng và là chưởng môn của phái thơ này nên Khế Iêm đã tốn công sức viết thành bộ biên khảo giá trị về thơ, cung cấp nhiều điều lý thú về thơ. Hai câu thơ Đinh Cường diễn tả thơ Nguyễn Thị Khánh Minh để dẫn vào bài viết này giống như tấm bảng đồng gắn nơi cổng tòa lâu đài xưng danh dòng họ danh giá chủ nhân. Tôi ngưỡng mộ người thơ Nguyễn Thị Khánh Minh về chữ nghĩa văn chương mượt mà thơ mộng, và vài nhà thơ khác cũng đẹp óng ả chữ nghĩa, làm tôi khâm phục, như thi sĩ Nguyễn Lương Vy, Nguyễn Tất Nhiên, Cao Đông Khánh, Trịnh Y Thư, Khế Iêm, Lữ Mộc Sinh, Mộ Dung… là vài điển danh vì tôi được hạnh duyên kết mối thân tình; dĩ nhiên có nhiều thi nhân tài danh nổi bật từ xưa đến nay, như tôi khâm phục ngôn ngữ thi ca của Hàn Mặc Tử, Bùi Giáng, Thanh Tâm Tuyền, Du Tử Lê, Phạm Công Thiện… ngôn ngữ nhạc của Trịnh Công Sơn, Từ Công Phụng, Lê Uyên Phương, Trúc Phương… nói chung là những vị có công làm mới tiếng Việt trong lãnh vực nghệ thuật văn chương. Sự ngưỡng mộ của tôi vì bản thân quen ăn nói tiếng miền Nam chơn chất, không thể nào so được với những cao thủ sử dụng ngôn ngữ tài tình mà tôi bái phục.

Mời đọc tiếp thơ Nguyễn Thị Khánh Minh do tôi chọn để "bói-Kiều":

Tôi đã mở cửa ban mai. Bằng nụ cười
Tôi đã đóng cửa ban mai. Bằng tiếng khóc
Đừng bật thêm đèn nữa

Người vẫn không ngừng
Nhóm lửa câu thơ
Sao có khi
Người để sau lưng mình. Ánh sáng?

… Tôi đang viết giấc mơ
Trên tiếng gió giữa hàng cây ngoài phố
Gió quái Santa Ana nắng mưa tráo trở
Trên dự báo những ngày đen tối

Trên tiếng gấp gáp bay đi của đàn chim
… Ủ tất cả tứ thơ trên thế gian này thành hạt mầm để gầy lại
niềm mơ mộng trong thế giới ngày mai. Hạt mầm ấy là điều thiện duy
nhất con người để lại. Hạt mầm Thơ, di sản mộng mơ lãng mạn nuôi
vòng tay nhân gian nồng ấm cõi ngày mai.

… Có phải cùng lúc với nụ cười
Là âm thanh lãng quên kéo tôi vào hy vọng
Bầy ảo mộng thôi huênh hoang

Có phải cùng lúc với nụ cười

Ngưng đọng thời gian nơi âm thanh tôi còn vang
Bay đi thời gian nơi âm thanh tôi đi đến

... Chui ra từ giấc ngủ. Mơ màng
Mùi cà phê sớm mai còn dính đầy căn bếp
Rơi rớt trên mặt bàn vụn bánh mì nướng
người đã ăn sáng và ra khỏi nhà

Trời rắc mưa
Buổi cuối thu Santa Ana
Lưỡi gió đã liếm sạch những tàn cây
Báo mùa trơ trụi

Lúc tuổi thanh niên ở trong nước trước 1975, âm nhạc và văn chương nghệ thuật thế giới du nhập vào Sài Gòn rất giới hạn. Thời chiến tranh bấy giờ có vài hiện tượng hấp dẫn đối với học sinh sinh viên: Quyển sách Ý Thức Mới Trong Văn Nghệ & Triết Học của Phạm Công Thiện, Ca khúc Da Vàng của Trịnh Công Sơn, những tình khúc của Lê Uyên Phương, Từ Công Phụng. Vài nhà thơ nổi trội như Bùi Giáng, Thanh Tâm Tuyền, Du Tử Lê, Tô Thùy Yên, Nhã Ca.

Ở Mỹ phong trào Hippy phản chiến đưa đến đại nhạc hội Woodstock ba ngày ngoài trời ở tiểu bang New York quy tụ khoảng 400.000 giới trẻ (có hai phim documents về Woodstock chiếu ở Netflix). Nhạc trẻ trong thập niên này trăm hoa đua nở. Tuổi trẻ Sài Gòn ảnh hưởng mốt để tóc dài của The Beatles và quần áo bông hoa kiểu Hippy. Nói chung thì miền Nam có 20 năm văn học rực rỡ và chấm dứt khi miền Nam bị đánh chiếm. Thơ thời ấy huy hoàng, nhà thơ được ái mộ, những bài thơ-hay được ngâm phổ biến trên đài radio. Học sinh sinh viên đều yêu thơ và sính làm thơ. Nàng sinh viên Luật, Nguyễn Thị Khánh Minh đã trở thành thi nhân từ dạo ấy.

Điều nói ở trên muốn nhấn mạnh, cuộc chiến tranh Nam Bắc đã ảnh hưởng nặng nề tuổi trẻ Việt Nam. Và cuộc sống lưu vong tị nạn cũng không kém, đã tạo nên căn bệnh "Hội Chứng". Người thơ Nguyễn Thị Khánh Minh ngoại lệ là điều khiến tôi ngạc nhiên vô cùng. "Văn là người" nhưng trong tất cả áng văn chương của Nguyễn Thị Khánh Minh tôi không bắt gặp một sự yếm thế nhỏ nhoi nào, toàn bộ toát lên trong sáng, tươi tắn, lãng mạn, đẹp đẽ, tri ân, yêu đời, dù ngay cả trong kiểu cách chán đời của nàng cũng thơ mộng thơ ngây.

Đến độ tôi đánh giá con người này chưa từng biết hai chữ đau khổ là gì, giống như Thái tử Sĩ-Đạt-Ta khi chưa ra khỏi hoàng thành, không biết gì về sinh lão bệnh tử mà sau này khi giác ngộ thành Phật đã tức thì giảng về Tứ Khổ Đế. Do đó tôi nghĩ đích thị nhà thơ này là chưởng môn nhân thành lập trường phái "Thơ Mộng".

Kinh Pháp Cú mở đầu bằng hai đoạn kệ đối đãi, một cái thiện lành và cái ngược lại thì nhận lấy đau khổ:

Ý dẫn đầu các pháp, Ý làm chủ, ý tạo; Nếu với ý ô nhiễm, Nói lên hay hành động,
Khổ não bước theo sau, Như xe, chân vật kéo.

Ý dẫn đầu các pháp, Ý làm chủ, ý tạo; Nếu với ý thanh tịnh, Nói lên hay hành động, An lạc bước theo sau, Như bóng, không rời hình.

Những lời trên nói gọn bình thường là "chúng ta là những gì chúng ta nghĩ". Nhưng với Nguyễn Thị Khánh Minh sự ngoại lệ không có tướng của Khổ, tôi cho là hồng cầu của nàng có tính miễn nhiễm Khổ vì trong tầng thức thứ 8 của nàng không có chứa chủng tử Khổ của tiền kiếp, và hiện kiếp thì những thứ ngoại cảnh ngoại vật đối tượng của 5 thức nhãn, nhĩ, tỷ, thiệt, thân, chúng không thu nhận tính-khổ hiện hình lên cái màn ảnh monitor để con CPU-ý-thức của cái máy-computer người chạy một giải trình biến kế phân biệt được cung cấp bởi lượng RAM Mạt-Na hay hard disk A-lại-da chứa đựng dữ liệu để tái cấu trúc, sáng tạo thành cái được gọi tên là Khổ. Hoặc hơn nữa là bạch huyết cầu của nàng, vũ khí kháng thể này luôn luôn tức khắc tiêu diệt ngay bất cứ tố chất Khổ nào không may xâm lăng vào huyết quản nàng. Trường hợp ngoại lệ của Nguyễn Thị Khánh Minh, theo Duy Thức thì luận rằng:

Nếu mắt của người đang nhìn không hư hoại, sắc vật bên ngoài người này không lọt vào tầm nhìn, lại không có sự chú ý thích đáng khiến cho chú mục, thì thức tương ứng không phát sinh. (Luận Thành Duy Thức, Tuệ Sỹ)

Tình huống này giống như Disneyland chỉ sản xuất những sản phẩm lành mạnh cung cấp cho những tâm hồn trẻ thơ, những trái tim thơ mộng và cũng là liều thuốc giúp cho những tâm trạng đau khổ, chán đời. Đọc Thơ-Khánh-Minh, tâm hồn cảm thấy yêu đời, trái tim cảm thấy yêu người, và nếu có bắt gặp một nỗi buồn nào thấp thoáng trong thơ nàng thì giống như nghe tiếng khóc giận dỗi của trẻ thơ, sao mà dễ thương đến nỗi chỉ muốn ôm vào lòng điệu khóc kêu gọi con tim.

> *Rất mãnh liệt một cơn gió*
> *Dội xuống tiếng chuông từ ngực nóng*
> *Tôi quỳ xuống một ý nghĩ duy nhất*
>
> *Hào phóng mùa hy vọng*
> *Trên mảnh đất mầu mỡ của trái tim.*
> *Ra hoa. Đậu trái*
> *Mầu rực rỡ và âm thanh sáng lóa của điều đang hưởng thụ*
>
> *Rưng rức ngày trên những giác quan đang nở hoa*
> *Trưa hái từ tim tôi một đóa mãn khai*
>
> *... Của nhẹ lắm tiếng trái tim đang đập*
> *Và hạt lệ không rơi ra khỏi mắt*
>
> *Xa như tiếng mưa buồn cuối phố*
> *Mắt nuối nhìn trong đêm. Mưa bay*
> *Mưa sẽ tạnh. Mùa sang rồi sẽ lá*
> *Xanh trên cành. Nhựa thức dậy trong cây*

Khi bước ra ngoài thế giới, thấy nghệ thuật văn chương chữ nghĩa kỳ ảo bao la hơn. Chỉ riêng âm nhạc và điện ảnh thôi, đủ cho người đam mê nhận chân ra thế giới sáng tạo của phương Tây là một thế giới đầy trí tuệ. Nhà thơ bạn Phạm Vũ trước là sinh viên du học ở Bỉ và Pháp 1971, ra đi trước khi cuộc chiến Việt Nam leo lên cao điểm. Có thể do tuổi trẻ anh không va chạm, không sống trong không khí chiến tranh, nên anh làm thơ tình yêu thật trong trẻo thơ mộng nơi khung cảnh hữu tình lãng mạn của Âu châu. Anh giới thiệu tôi nghe những nhạc phẩm Pháp quen thuộc trong thập niên 60, dù do ca sĩ nổi tiếng đương thời ấy, nhưng phong cách ca hát và hòa tấu chỉ ở tầm mức phục vụ đại chúng; cũng ca khúc này nhưng trình diễn bởi ca sĩ có đẳng cấp cao thì nâng cấp lên hạng nghệ thuật "sang trọng", đáp ứng cho giới trí thức, thượng lưu. Ở Mỹ cũng có loại nhạc lời như vậy, gọi là Audiophile, hầu hết được hát bởi ca sĩ thượng thặng.

Mượn âm nhạc, nói để thấy không riêng một lãnh vực nào, đều bị phân biệt đẳng cấp; ngay cả đến con người cũng phân chia giai cấp, nói rằng không "đồng đẳng" thì khó "bình đẳng". Chỉ khi nào con người siêu việt từ tình yêu lên từ bi may ra mới nói được như Nguyễn Du, rằng "Mỗi người một vẻ, mười phân vẹn mười". Lúc bấy giờ nơi trái đất và trong vũ trụ không có một thứ gì bị gọi là xấu. Là điều mà Thiền Sư Tuệ Sỹ đã nói *"Qua xúc cảm ấy, tâm hồn con người được mở rộng để đón tiếp mọi người mọi vật ngay giữa lòng sống động của hiện hữu"*. Thơ Khánh Minh từ bi cho nên rung động lòng người. Hay nói thơ mộng thì nàng có trái tim trẻ thơ nên người lớn ai cũng yêu.

Sau cơn mưa chiều hiện ra tinh khiết
Ánh nắng ửng chín nơi ô cửa mở
Ký ức mới tinh. Ngăn nắp. Như tôi có thể bất cứ
Kéo ra một năm tháng
Những điều tôi hằng khát khao
Hóa ra là những điều tôi đã có

... Sáng nay sao thấy lòng tha thiết quá
Có con hải âu bay đến đậu trên thành ban công
Rực sáng những hàng cây cọ dài
Mùa đã muốn thu...

Cắn miếng bánh mì thơm tho
Cà phê ngọt nắng
Buổi sáng no và ấm
Căn phòng yên và đầy
Những con chim đang cắp vụn bánh mì ríu rít bay đi
Hàng cọ bung xòe những mũi tên tình yêu ngọt ngào ngực nắng

Anh ơi. Đó là gió. Và nắng. Và em
Của phố biển Huntington Beach. Hôm nay

... Hoa giấy khúc khích đỏ
Mùa thu se chồi nắng non tràn bờ buổi sáng
Gió Sunset Beach reo.
Tiếng cười. Rất trẻ
Nụ hôn ấu thời kéo kỷ niệm ùa về
Tôi, một không gian nhỏ, mềm ra thành những hạt lệ
Và chùm hoa giấy rực đỏ như nắng mùa Nha Trang tuổi nhỏ

... Một thân cây mang đầy vết gậm của đàn mối
Dấu lở lói thời gian, nhớ cây xưa đứng u trầm bên ngõ làng
cười khóc với nghìn năm...

Chiếc dép nhựa bé xíu. Mường tượng tiếng chân nhảy lò cò trên vuông sân gạch đỏ, bàn chân bé tung tăng nắng đến trường, đi đâu, để lạc loài nơi góc biển chân trời chiếc dép rời vô chủ?

Con bóng hoài niệm kia
Có khi sau lưng
Có khi phía trước
Lại có lúc mình dẫm lên nó
Vậy mà có khi nó chễm chệ trước mắt
Cười ngạo thời gian. Và ta. – Con rối –

… Ảo hóa lớp lớp sóng jazz
Trên đỉnh ngất cao. Tôi. Mảnh vạn hoa
Lanh lánh hưởng thụ

Ngấn xô bờ sau cảm xúc cùng tận của thủy triều
Là dấu hoan lạc trên bờ cát
Nhắc tôi mùa hè đang dần xa…

… Tôi thấy mình trôi
Những đám mây bay qua
Tìm hoài bóng mình trên mặt biển
Dường như đó cũng là cách em tìm mình. Nơi anh

… Có những đêm mùa thu
Tiếng gió nghe như tiếng sóng
Biển nào mọc lên
Tràn trề thân thể
Làm xanh hết ký ức tôi

Bước sang thế kỷ 21, thế giới đã dùng Internet để con người có thể nối kết với nhau dễ dàng. Phương tiện quan trọng này được Hoa Kỳ cho công chúng sử dụng vào thập niên cuối thế kỷ 20 đã khiến nhà phân tích toàn cầu, Thomas L. Friedman, viết tác phẩm The World Is Flat (Thế Giới Phẳng) nói về tương lai của nhân loại sau khi thế giới mạng ảo phát triển kết nối ngày càng tăng tốc. Lợi ích của nó là truy cập được những thông tin muốn biết. Hậu quả là sách báo giấy không còn một đời sống huy hoàng như trước. Tác phẩm văn chương thi phú trở nên thứ yếu so với *game* và những mạng xã hội, giải trí… Những thứ này chiếm một ngôi bậc cao ngất trong thế kỷ điện tử vi tính hiện đại. Ảnh hưởng nặng nhất là thế hệ trẻ hiếm có nỗi đam mê về văn chương, tuổi trẻ ở Nhật Bản khuyên nhau hãy bỏ thú đọc sách vì văn chương đã lỗi thời, không còn giúp ích chi cho trí óc trong thời đương đại v.v…

Như thế, thảm trạng còn bi đát hơn đối với chữ nghĩa Việt Nam, nhất là thơ, ở trong nước và ngay cả ở hải ngoại, thơ không còn được nhà xuất bản nhận phát hành, nhà sách không nhận bày bán. Tự in thơ chỉ là việc thực hiện cho xong một tác phẩm, và ấn phẩm thơ làm quà tặng cho bạn thơ của mình, còn bán thi phẩm là việc không buồn nói đến. Hạnh phúc nhỏ là có thể những bài thơ đăng trên mạng có được con số người vào đọc làm cho tác giả ngạc nhiên. Báo ngày, báo tuần ở Little Saigon hiện nay không còn đăng thơ từ nhiều năm. Tuy vậy, thơ Nguyễn Thị Khánh Minh vẫn được những người yêu thơ liên lạc mua cũng như được có con số đọc cao trên mạng đăng thơ của nàng, dù niềm hạnh phúc ấy chỉ là thứ hạnh phúc chất lỏng không thể nắm bắt được như Tuệ Sỹ ví von.

Những câu thơ của nàng đã được tâm hồn yêu thơ bảo nhặt lấy, và những nhánh hoa thơ chụm lại tạo thành một lẵng hoa, và những đài hoa này được bày biện trong phòng triển lãm của trái tim, nếu người chọn hoa kém nghệ thuật cắm hoa, lỗi không ở hoa mà ở sự vụng về của người chọn ghép lê giang trần, mong được chủ vườn hoa Nguyễn Thị Khánh Minh và quý khách xem triển lãm niệm tình. Phòng hờ cho trường hợp bất khả tha thứ, xin ngâm tặng cho công nương chủ nhân vườn hoa thơ cùng quý vị thưởng lãm, bài kệ trong phẩm HOA trong Kinh Pháp Cú:

Hương các loại hoa thơm
Không ngược bay chiều gió
Nhưng hương người đức hạnh
Ngược gió khắp tung bay
Chỉ có bậc chân nhân
Tỏa khắp mọi phương trời.

Và bây giờ xin mời những khách tâm hồn, khách tấm lòng, khách trái tim, khách thân hữu, khách phương xa, cùng bước vào phòng triển lãm những lẵng hoa thơ của công nương Nguyễn Thị Khánh Minh do nghệ nhân cắm hoa lê giang trần thực hiện:

Có tiếng chim nhại tiếng rơi chiều
Vườn vắng. Người ngồi nghe lá rụng

Nghe buồn chiều xóa nốt dấu chân
Để lại trên thềm cành hoa khuya ngắt trắng

... Xuân lên nhựa căng hối hả
Yêu đi yêu tuột bến bờ
Đường thời gian dài không dặm
Mùa xuân ngựa chạy mê man

... Xuân rung. Rung nghìn nốt nhạc
Gieo Tình. Sao cho đúng nhịp

... Không thể nữa một ngày da non lại
Trên hồn người. Tang thương bầy thú vấy
Chìm xuống đáy nghìn thâu dấu hỏi
Rồi lặng im. Lặng im. Và câm.

... Chiều Sài Gòn những hạt mưa xanh
Rơi vào mắt cô gái hai mươi. Sững lệ
Những chàng lãng tử đi qua
Mầu xanh một thời của những bản tình ca ...

Những mảnh trăng xà cừ
Phản chiếu từ ánh mắt cô gái.
Thắm xanh và im lặng
Hạnh phúc như viên đá xanh trên ngực. Topaz mầu biển tự do
Cho tình yêu cất cánh

... Những cánh chim ngược gió. Thổ giọng tuyết khô
Trong giấc mơ của loài chim. Phố xanh yên bình mộng mị

Mộng du vào đường rung âm thanh
Ngân nga bóng tối. Ngân sóng núi đồi. Ngân muối mặn lệ
Tôi thấy mình ngồi yên trong giáo đường khuya
Dưới bàn tay vỗ về của thánh ca
Dịu dàng ẩn mật
Đó là bức tranh tôi muốn treo lên
Trên tường. Nơi chiếc ghế tôi vẫn nằm viết những bài thơ về
giấc mộng
Đó là ngôn ngữ xanh. Và. Tín ngưỡng xanh
Lúc người ta còn tin vào những chuyện thần tiên,
những lời thơ nói về vẻ đẹp vĩnh cửu. Của trái tim

... Rơi. Khẽ tiếng chân người
Rơi. Vỡ tiếng chim hoảng hốt
Đợi Người về đốt lửa
Cho mùa đông theo khói bay lên

... Mở hết xích xiềng của thời gian
Trong khí hậu chiêm bao của tiếng chim hót sáng
Nơi góc vườn kia
Dưới nắng sớm và chiều thu
Và nhặt được một đóa hoa hồng
Canh giữ những giấc mơ

... Dốc tử sinh lao chao bờ vực
Có mặt trời. Tỏa ánh lưu ly
Ô. Tiếng chim báo ngày nắng tới
Nhạc bình minh réo rắt phương Đông

... Đứng rất buồn và ngó đất xa
Mắt từng con rơi dày ngọn cỏ
Úa một ngày vàng như con bệnh
Nhớ ra rồi. Xuân đợi ở đằng kia ...

Trộn vào tinh mơ. Ánh nhìn lãng đãng
Vẽ những lối quanh con nắng ngập ngừng
Ai đứng đó hay vừa mới tới
Nắng từng bầy nhảy nhót ban mai

Xin cảm ơn bóng đôi
Chỉ thiếu một khoảng cách
Này một chấm. Huyễn hư
Tạ lòng nhau. Cuối đất ...

Ánh nhìn lui tàn lụi những hoài mong
Rêu trong người mối ẩm rủ nhau xông
Vừa ngó xuống đã muôn trùng đá lạnh
Những con chim ngược gió thất thanh ...

Tôi ngồi cong mảnh trăng non
Cúi xuống một hồn trôi ảo ảnh
Xa lắm thế một cõi người tít tắp
Chiêm bao bay ra ngoài giấc mộng

... Hát đi. Một bè mây trắng
Nhảy nhé, vào cho đúng nhịp
Hoa mùa náo nức âm thanh
Ban mai tấm bạt vừa căng ...

Tưởng phía quen là đêm khuya khoắt
Đi đi hoài còn vấp một nỗi xa
Trái tim nhỏ một ngày khêu ánh mắt
Nụ cười khơi hạt lệ quen quen

Trổ hoa mùa cây trái nhân gian
Reo hai vai đôi bờ nắng nở
Hoài thai nào không nặng không đau
Đậu trái ngọt lời thơ diệu vợi ...
Đêm va vào tối
Những nỗi cô đơn
Mặt hồ thời gian
Những vòng tròn tan
Những vòng tròn đồng tâm
Đâu nói chuyện một mình

Nếu quý vị yêu thích những hương hoa của vườn NGÔN NGỮ XANH NGUYỄN THỊ KHÁNH MINH xin mời đến VƯỜN HOA THƠ MỘNG của nàng, sắp đến mùa mãn khai, để mang về một lẵng hoa đáng yêu.

Lê Giang Trần
23/8/2019

Kèm dưới đây là bài thơ làm tặng cho thơ KM trước đó khá lâu, nay được edit lại cho gọn, và nội dung vẫn trong tinh thần bài viết này.

KÍ LÔ MÉT THƠ MỘNG NTKM

Nàng có nhan sắc không tàn theo thời gian
Thời gian sống bên nàng chưa bao giờ phai úa
Nói theo điệu Lục Tiểu Phụng
Nàng tung hoành thanh bút kiếm
Không bao giờ hạ địch thủ dung nhan

Ai đọc văn chương nàng
Có thể ngây người
Ẩn mật chữ ấy như tâm thiền giả
Làm gì có ánh buồn gương mặt
Không đóa sen nào buồn bao giờ

Văn là người
Tiếng cười là sinh khí
Sinh lực nàng có cả hai
Nàng nhìn ra từng hạt sáng yêu kiều
Con chữ là những hạt ngọc
Mọi thứ có tì vết
Óng ánh trong mắt nàng
Tâm hồn nàng giống miếng da trừu
Lau tròng kính sạch trong
Lau viên đá thô hiện ra bích ngọc
Mọi thứ ô nhiễm trong sáng ảo diệu
Khi bút đũa thần nàng
Ươm phép tim vào đối tượng

Tấm gương văn chương nàng
Phản xạ nhan sắc thiên thần
Rộn ràng âm nhạc thiên sứ
Ai có đôi mắt trẻ thơ
Nhìn thấy tỏa rực trí tuệ
Và dịu hiền tấm lòng
Đến người mù đọc bằng ký tự
Hình dung được từ bi

Hạt Quantum còn có Ngã

Khi từ sóng hiện hình

Không Ngã nào nơi nàng

Thơ văn nàng một không gian

Chứa chan ánh sáng diệu quang

Dù trót là bóng tối

Không thể là đêm đen dưới trăng vàng

Một hôm tôi đông đặc nơi hố thẳm

Bốc hơi từ "kí lô mét thơ mộng

Nguyễn Thị Khánh Minh."

(033117 khi kí lô mét NTKM)

Ghi chú: "kí lô mét" được NTKM cho biết của Nhà thơ/ Bác sĩ Đỗ Hồng Ngọc đặt ra, vì viết tắt là KM giống Khánh Minh viết tắt, nên tôi thích thú dùng cho bài thơ này.

Ngôn Ngữ đã phát hành

S.À.I.G.Ò.N
PHAN HUYỀN THƯ

Biết tìm mình ở đâu trong thành phố không mùa.
Sống với nắng nhưng chẳng hề yêu nắng.
Chói chang những ngộ nhận
Phất phơ lời phỉnh nịnh
Hời hợt những thịt da phóng khoáng vỉa hè
Thanh xuân được kéo dài bất tận trong phòng thẩm mỹ viện.
Lũ trẻ con tóc vàng hoe hoa nắng phổ cập mùi giáo dục tấm vé số
ngậm mồ hôi khét lẹt may rủi trong nhịp điệu bolero
Biết tìm mình ở đâu trong quán nhậu la cà ngổn ngang như công
trường đang quy hoạch
Vẻ thượng lưu bình dân tinh tươm trong áo quần công chức.
Những bãi nôn phong độ nồng nặc trên đùi dài thôn nữ tiếp viên.
Biết tìm mình ở đâu trong công viên dịch vụ
Luống hoa trồng vội chào mừng thành tựu
Những cây hoa chỉ được phép đẹp bằng thời vụ
Nở theo đúng quy trình.
Biết tìm mình ở đâu khi sức mạnh nằm trong tay kẻ biết cách làm
giàu bọn yếm thế là trí thức đau nỗi đau thế sự.
Biết đi tìm mình ở đâu khi lá chết không kịp vàng
Gió không đủ kiên nhẫn dìu nốt điệu rumba tiễn đưa dang dở
Rụng về cội thì xa mà chết trên ngọn thì hiểm trở
Biết tìm mình ở đâu?

Phan Huyền Thư

Những Bậc Thang Giả Tưởng
HOÀNG VŨ THUẬT

Những bậc thang giả tưởng
nối nhau lên cao
tôi thận trọng hệt lũ sâu đo từng chặng
nấc thang đầu
vết nứt núi dựng
chưa vội vã đặt chân lên nấc thang kế tiếp
chuyện gì sẽ xảy ra
lửa đã nhen
nóng ran vòm ngực

trên nấc thang cỏ dã
ngạo nghễ nhìn trái đất
bốn bề
tổ kiến vỡ
đang chen lấn di chuyển trong nỗi lo
vô hướng
những con kiến nhỏ xíu tin một hướng

tôi lặng thinh
nấc thang trôi dần trong trí nhớ
đám mây giãn nở hình mèo con khát sữa
ngọn cây kể cho nhau nghe về một nét buồn
muôn ngàn vì sao đom đóm
giăng mắc hai đầu nắng mưa
không có nấc thang cuối cùng
đếm từ một
chỉ một.

Hoàng Vũ Thuật
2/7/2019

Bi Khúc Chia Biệt Thi Sĩ Nguyễn Đức Sơn
HUY TƯỞNG

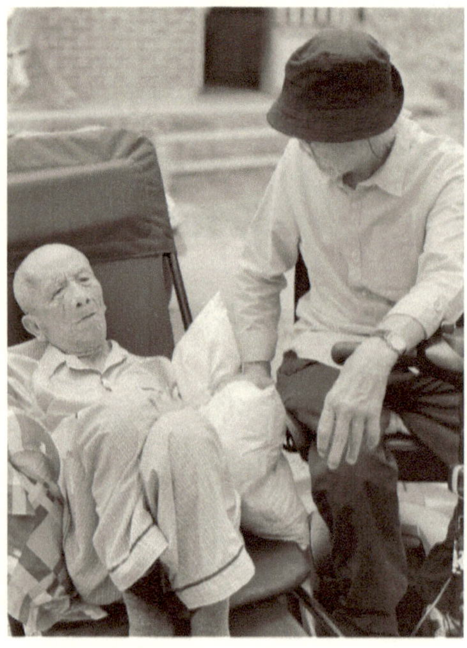

treo mình
như một cánh dơi
đêm đêm chao bóng.
viết lời hư hao
bay nhảy
như chú cào cào
búng chân dấy động.hú gào hư không
ví mình là.sao trên rừng
khuya hôm nhấp nháy.soi lòng quạnh hiu
một đời vạm-vỡ-cô-liêu

phất tay.húc bóng
ráng chiều rưng rưng...

nằm đó.
lẫm liệt núi rừng
nghe ra
buốt giá một vầng
mây trôi!...

SAO-TRÊN-RỪNG ĐỨNG DẬY LẦN CUỐI,

đứng lên.
như tượng nhà mồ
mắt xiên.mày xếch.
miệng hô hoán trời
ngàn thông.đăm đuối núi đồi
bạn chuồi bóng đáp bằng lời

hư không!...

...NHƯ MỘT XÁC MÂY,

nằm im lắng tựa.xác mây
lênh đênh nhẹ hẫng.đêm vây não nùng
đã đi hết cõi vô cùng
câu thơ hoang dã.lạnh lùng tiễn đưa...

AI NGƯỜI LAY THỨC,

nằm đây.thở với rừng già
thang âm khấp khởi.trăng tà mưng mưng
dọn mình.theo tiếng chuông ngân
ai người lay thức cuộc lâm chung này?!

Huy Tưởng
B'Lao, tháng Tư 2019

Tú Quỳ, Nhà Thơ Trào Phúng Quảng Nam
CHÂU YẾN LOAN

Mộ của Tú Quỳ

Tú Quỳ là nhà thơ hiện thực trào phúng xuất sắc của Quảng Nam cuối thế kỷ XIX đầu thế kỷ XX, đồng thời với Nguyễn Khuyến, Tú Xương ở miền Bắc, Học Lạc, Nhiêu Tâm ở miền Nam.

Tú Quỳ tên thật là Huỳnh Quỳ, hiệu Hướng Dương sinh ngày 26 tháng 6 năm 1828 (tức 15 tháng 5 năm Mậu Tý) tại làng Giảng Hòa, tổng Quảng Hòa, huyện Duy Xuyên, tỉnh Quảng Nam (nay thuộc xã Đại Thắng, huyện Đại Lộc, tỉnh Quảng Nam).

Ông tổ của Tú Quỳ là Huỳnh Đại Lang tức Huỳnh Văn Nê người huyện Nghi Xuân, tỉnh Nghệ An theo vua Lê Thánh Tông Nam chinh, sau đó đã chọn Giảng Hòa, một gò nổi đầy lau lách, gai góc um tùm ven sông Thu Bồn, để khai phá, định cư xây làng, lập xã.

Tú Quỳ xuất thân trong một gia đình khoa bảng, ông nội, cha và chú đều đỗ Tú tài. Thuở nhỏ Tú Quỳ theo học với cụ Tú Sáu tức cụ Tú Trần Thế Thận ở Phi Phú, Gò Nổi, Điện Bàn, Quảng Nam, một nhà Nho rất được người địa phương kính trọng. Năm 19 tuổi ông thi đỗ Tú Tài, sau đó thi tiếp nhưng cũng chỉ đỗ Tú tài dù lần nào ông cũng đỗ đầu, ông về quê vui với việc dạy trẻ và dùng tài văn chương thể hiện lòng yêu quê hương đất nước, yêu nông dân nghèo, đả kích những thói hư tật xấu của xã hội và con người một cách thẳng thừng, phản ánh nhân sinh quan cá biệt của Tú Quỳ khác hẳn bất cứ Nho sĩ nào đồng thời với ông.

Ông qua đời tại quê nhà sáng ngày 17-5-1926 (nhằm ngày 6 tháng 5 năm Bính Dần), hưởng thọ 98 tuổi. Ông ra đi để lại niềm thương tiếc trong lòng mọi người, ngay cả những đối tượng bị ông đả kích mạnh mẽ cũng ngậm ngùi, kính trọng khóc ông bằng bốn chữ

"TÚC XƯNG QUÂN TỬ" và tôn vinh ông là "ĐẠI SÚY ĐƯỜNG".

Tú Quỳ sống vào thời phong kiến suy tàn và thực dân xâm chiếm đất nước ta, suốt đời gần gũi với những người dân quê chất phác, hiền lành mà phải chịu bao khổ đau, oan ức, ông luôn mang trong lòng nỗi đau mất nước, sự uất hận đối với bọn vua quan bù nhìn, cường hào ác bá bán nước cầu vinh, những kẻ lạm dụng chức quyền hà hiếp nhân dân, ông đã dùng ngòi bút của mình để châm biếm, đả kích chúng bằng một giọng điệu khá cay độc, đả phá những hủ tục, những thói mê tín dị đoan và những kẻ lợi dụng sự mê muội của quần chúng để trục lợi, do đó thơ văn trào phúng của ông chiếm số lượng khá lớn và làm nên tên tuổi của ông.

Đả kích hủ tục, mê tín dị đoan.

Tuy sống trước đây hơn một thế kỷ nhưng Tú Quỳ không tin những phép mầu của thần thánh và những kẻ khuất mặt có thể cứu nhân độ thế, cải tổ hoàn sinh cho người đời. Ông mỉa mai, đả kích, trào lộng thói mê tín dị đoan của quần chúng thiếu hiểu biết, thiếu suy nghĩ, dễ dàng tin theo những lời mê hoặc của bọn buôn thần bán thánh, đồng bóng, phù thủy đến nỗi phải tán gia bại sản, tiền mất, tật mang trong các bài: Trả lễ thần làng, Cây đa thần, Phú ông Mốc, ...

Đây là hình ảnh hùng hổ của vị pháp sư với những pháp thuật cao cường trong bài Văn tế phù thủy của Tú Quỳ: *"Ứm một tiếng hung thần đều khiếp, chi những loài ma chợ ma Chăm.*

Thổi một hơi yêu khí tan liền, chỉ khảy chút móng tay cũng đủ"

Từ đó Tú Quỳ nhận xét:

Người dường ấy mà pháp tài dường ấy, lẽ phải thân cung tráng kiện đương tứ vạn niên

Số về đâu mà sao hạn về đâu, xui nên hồn phách bất an mãn tam thiên số.

Cuối cùng ông mỉa mai để cảnh tỉnh người dân:

Kìa kìa bát vạn thần binh, lục viên sứ giả, sao không thâu thủ sanh hồn?

Hỡi hỡi Tề Thiên Đại Thánh, Thái Thượng Lão Quân sao chẳng hộ trì Pháp chủ?

Bát vạn thần linh, lục viên sứ giả, Tề Thiên Đại Thánh, Thái Thượng Lão Quân là những vị thần thông quảng đại nơi Thượng giới mà còn phải bó tay trước cái chết của đệ tử của mình thì pháp sư kia liệu cứu được ai?

Ở bài Phú Ông Mốc, ông chống cách chữa bệnh bằng tàn hương nước lã, vỏ chuối, rong rêu:

"Bệnh cấm khẩu giảo nha bất trị, miếng bã trầu là vị hồi sinh,
Chứng phong lao cổ lại nan y, nắm vỏ chuối là thang bạt độc.
Nào hay!
Thuốc dậy đồn vang,
Hiệu không cơm cục.

Mốc chẳng phải Bồng lai Tiên trục, Mốc có đâu diệu tế ngàn phương.

Mốc chẳng qua lâm lạc cội tàn, linh chi đặng xác phàm một gốc."

Lợi dụng sự mê tín dị đoan của người ít học, cả tin, bọn cường hào dùng mọi thủ đoạn bịp bợm để bòn rút của dân, đầu độc quần chúng tin vào các thế lực vô hình buộc dân làng đóng góp tiền bạc, công sức tổ chức cúng tế để kiếm tiền bỏ túi.

Sự kiện đó được Tú Quỳ đả kích trong bài Vịnh cây đa thần:

"Lệnh trên phán xuống dám đâu rề rà!
Giảng Hòa, Mỹ Lược, Giao Hòa,
Việc chi cũng giữ chữ hòa kiếm ăn."

Đả kích quan lại, cường hào bất tài vô dụng, hà hiếp nhân dân:

Ở nông thôn, lý trưởng - người đại diện cho chế độ phong kiến nắm quyền sinh sát, tha hồ ăn đút ăn lót của dân để làm giàu. Trong bài Tranh giành lý trưởng, Tú Quỳ đã nói lên tệ nạn cấu xé nhau để tranh chức, tranh quyền:

"Chung tiền đem bỏ hang không đáy,
Góp của mà mua cục í hà!"

Bản chất tham lam, ích kỷ, vô nhân đạo của bọn hào lý được Tú Quỳ vạch trần trong bài Văn tế lý trưởng:

"Điêu ngoa thậm giỏi
Mưu sự quá lanh
Hầm hét dân thôn phách lạc
Nhác hù kiều ngụ hồn kinh...
... Ỷ thế cậy quyền mượn phép nước thu đa nộp thiểu... Ăn của
dân của sự đã nhiều... Ăn của miếu của đình quá lắm..."

Thời bấy giờ, để củng cố chính quyền địa phương các cấp, thực dân và phong kiến bù nhìn chỉ tuyển dụng những người tín cẩn trung thành với chế độ chứ không dùng những sĩ phu có thực tài, có lòng yêu nước. Bọn người vô liêm sỉ bất chấp những việc làm phi nhân phi nghĩa xông xáo tận hang cùng ngõ cụt rình rập, tố giác những người yêu nước. Tú Quỳ đã ví loại người này như cây vông đầy gai góc trong bài Vịnh cây vông:

> *"Trí hóa không dày dày khúc mắc,*
> *Ruột gan chẳng có có gai chông"*

Thế nhưng khi đắc thời nhờ có công bán nước, hại nòi, chỉ điểm thì chúng lại vênh váo. Tú Quỳ đã khắc họa bản mặt của chúng bằng những vần thơ trào lộng sâu sắc trong bài Người kéo xe ngồi xe kéo:

> *"Xưa từng lủi thủi khom lưng chạy,*
> *Nay đặng vinh quang tréo mảy chè*
> *Đương lúc phong trần đen tợ lọ*
> *Đến hồi phú quý láng như chè"*

Bài Vịnh hát bội Quảng Nam là bức hí họa hình tượng bọn bán nước hại dân vô học, bất tài cúi đầu thờ hai ông chủ: vua bù nhìn và thực dân, vênh váo hà hiếp, bóc lột nhân dân:

> *"Nhỏ mà không học lớn làm ngang*
> *Trống đánh ba hồi đã thấy quan*
> *Ra rạp ngồi trên ba đứa hiệu*
> *Vô buồng đứng dưới cặp ông làng...*
> *... Tuy chẳng vinh chi nhưng cũng sướng,*
> *Đã từng trợn mắt lại phùng mang."*

Bài Vịnh con muỗi phản ánh trung thực hình tượng của bọn bóc lột, đục khoét xương tủy của nhân dân bằng sưu cao thuế nặng:

> *"Độc miệng chẳng thương bầy trẻ nhỏ*
> *Cành hông nào tưởng đứa dân nghèo"*

Phê phán những mặt tiêu cực của một số tướng lãnh trong phong trào Nghĩa Hội

Khi phong trào Nghĩa Hội Quảng Nam do Tiến sĩ Trần Văn Dư phát động, Tú Quỳ sốt sắng chiêu mộ nghĩa binh cho Nghĩa Hội. Đến lúc Trần Văn Dư bị thọ nạn, Phó bảng Nguyễn Duy Hiệu lên thay thế, ông vẫn phục vụ cho Nghĩa Hội nhưng lúc bấy giờ có một số người đã lạm dụng quyền lực và uy tín của phong trào để hà hiếp nhân dân, do đó ông đã dùng ngòi bút của mình để đả kích và vạch trần những hành động sai trái, hống hách, sách nhiễu nhân dân của bọn người đó. Tú Quỳ viết bài vè Đánh đạo phản đối những thành viên bất tài, cơ hội, thiếu đạo đức: "... Đạo ví chạy còi, Thất kinh trốn mất. Tướng chi lắc xắc, Tướng nghé tướng trâu, ..."

Nội dung của bài vè phản ánh trung thực hành động của một số thành viên tiêu cực của phong trào. Trong thời buổi mà mọi người không ai dám đá động đến những sai trái của các tướng lãnh trong phong trào Nghĩa Hội, nếu họ không muốn mất đầu, thì Tú Quỳ lại dám chỉ trích thẳng thừng những ông tướng say rượu, những ông tướng ghiền thuốc phiện, những ông tướng đố ky, xem sinh mạng của nhân dân không bằng cỏ rác: *"... Tướng say nhào đầu, Tướng ghiền cố xác, Những là tướng lác, Đứng đám cho nhiều..."*

Tú Quỳ còn mỉa mai bọn này ngu dốt như trâu, bò, mèo, tôm, như loài cóc bẩn thỉu, đầu óc rỗng tuếch chỉ biết có miếng ăn trước mắt trong các bài Trâu già, Con bò, Con mèo, Con tôm, Con cóc, ...

"Chắp miệng khoanh tay ngồi ngó tới
Vật gì bay tới đớp ăn chơi"

Ông đả kích không e dè, khoan nhượng khiến những đối tượng bị chỉ trích vô cùng căm tức tìm cách hãm hại ông. Họ vu cho ông chống lại Nghĩa Hội, phản bội cuộc đấu tranh chống xâm lược của toàn dân, bắt giam ông tại Tân Tỉnh và kết án tử hình. Nhờ sự thông minh sáng suốt, suy xét chín chắn, cụ Nguyễn Duy Hiệu đã hiểu được nhiệt tình yêu nước thương dân và tinh thần muốn xây dựng cho phong trào có được những người lãnh đạo tốt chứ Tú Quỳ chẳng có tội tình gì nên tha bổng cho ông và mời ông tham gia, giữ việc vận lương cho phong trào nhưng ông từ chối. Ông trở về tiếp tục dạy học và di chuyển khắp các tỉnh ở miền Trung.

Ngoài ra với bản chất dí dỏm, ưa trào lộng vốn có, Tú Quỳ còn sáng tác những bài thơ trào phúng vô thưởng vô phạt hoặc để tạo nụ cười hồn nhiên lúc trà dư tửu hậu như các bài: Vịnh bà khách Xáng, Bỡn cô bán thuốc Bắc, Vịnh hộp quẹt, Không răng, Chuồng bồ câu, Vịnh ông tướng...

Sáng tác của ông gần gũi với quần chúng, ông không dùng những điển tích cầu kỳ mà dùng những từ ngữ, những cách nói rất bình dân, rất Quảng Nam. Đôi khi ông có dùng vài từ Hán, vài điển tích, nhưng đó là những từ và điển tích đã Việt hóa từ lâu nên ai đọc cũng hiểu.

Tú Quỳ là nhà thơ trào phúng xuất sắc có bản chất đặc thù – Bản chất Quảng Nam. Sáng tác của ông phản ánh hiện thực của đất Quảng nói riêng và cũng là của cả nước nói chung dưới thời thực dân phong kiến, là những viên kim cương lấp lánh bất chấp thời gian nhưng tiếc thay thơ văn của ông vẫn còn khuất lấp vì người đời chỉ biết đến chủ yếu bằng con đường truyền khẩu nên dễ bị tam sao thất bản và dần dần rơi vào quên lãng. Mong rằng các nhà nghiên cứu chú ý làm sáng tỏ thêm một gương mặt ở Quảng Nam đã làm phong phú cho thơ văn trào phúng cuối thế kỷ XIX đầu thế kỷ XX.

Châu Yến Loan

Cõi Quên
MINH NGỌC

Bà lão đi quẩn quanh trong căn phòng nhỏ, chậm chạp rờ rẫm thứ nọ thứ kia, phân vân. Bà đứng ngơ ngẩn một lúc rồi lập cập đi về chiếc ghế cạnh cửa sổ, run run ngồi xuống, dõi mắt ra ngoài, thờ thẫn. Bên ngoài cỏ cây xanh mướt, chim chóc véo von, lũ sóc chạy nhảy, nhưng ánh mắt bà trống rỗng như nhìn cảnh sa mạc.

Bà không thích căn phòng này, nó có vẻ gì xa lạ lạnh lùng, bàn ghế giường tủ sơ sài, tường treo một bức tranh chụp nhòe nhoẹt. Bà cố nghĩ để hình dung lại nhà cũ của mình nhưng chỉ loáng thoáng hình ảnh ngôi nhà rộng rãi tiện nghi, sáng đèn, căn phòng ấm cúng với những món đồ gỗ cầu kỳ, mền gối trắng tinh kết ren thêu, cái lò sưởi chạm trổ, trên treo bức tranh sơn dầu. Trong ngôi nhà đó, bà hay đi quanh quẩn, thế nào cũng chạm mặt một người phụ nữ tóc muối tiêu gọi bà là "mẹ". Bà chỉ lờ mờ đoán rằng bà ta quen biết nên mới ở chung nhà, có khi bà bực mình gắt lại: "Tôi đâu có con gái già như cô, con tôi nó đi học chưa về." Tuy vậy bà cảm thấy yên tâm sống trong ngôi nhà đó với khung cảnh quen thuộc và người phụ nữ lúc nào cũng có mặt trong nhà.

Bà không nhớ nổi từ khi nào và tại sao bà lại ở nơi này. Căn phòng vắng lặng quá. Thỉnh thoảng một chị da đen to lớn đẫy đà núc ních trong bộ đồ trắng vào phòng cho bà uống thuốc, tắm rửa thay quần áo cho bà, đưa bà đến một gian phòng rộng lớn có rất nhiều người già yếu ngồi quanh những chiếc bàn tròn với những dĩa đồ ăn. Chị ta sắp cho bà ngồi vào bàn, dĩa đồ ăn trước mặt, bà chỉ nhấm nháp qua loa. Đồ ăn ở đây chẳng có mùi vị gì, bà lại bị phân tâm vì quang cảnh xung quanh. Người thì gật gù, người ngồi trơ trơ, người la ú ớ, người cười sằng sặc, người khóc thút thít, người quơ tay quơ chân, người nằm cạnh bàn rung lắc không ngớt. Được một lát thì chị da đen đến cất dĩa đồ ăn, đưa bà qua những dãy hành lang hun hút trở về phòng, bà lại ở một mình. Chị ta đặt bà vào giường, kéo mền đắp cho bà rồi tắt đèn bỏ đi. Bà đâu ngủ được, cứ nằm nghĩ lộn xộn không đầu đuôi. Có ngủ thiếp cũng chập chờn thức giấc giữa đêm, lò mò dậy đi đụng bàn ghế bầm tím tay chân.

Bà có cảm giác mình bị lạc trong đám mù sương, thậm chí không nhớ mình là ai. Một vài đốm ký ức chợt lóe sáng đây đó rồi tắt ngúm, nhắc bà nhớ hình như có một thời bà đã từng có cha mẹ, anh em, chồng con, bạn bè, nhưng họ là ai, ở đâu? Người ta để mấy tấm hình trên bàn như giúp bà nhớ lại, nhưng vô hiệu. Bà nhìn gương mặt đôi vợ chồng ngày cưới, gia đình quây quần tươi cười, những đứa bé bụ bẫm, chàng thanh niên, cô gái trong hình, mọi người trông vừa lạ vừa quen. Những gương mặt mờ mờ ảo ảo trong mù sương ký ức không thể nào nhận diện được.

Người phụ nữ trong ngôi nhà cũ ghé thăm bà vài lần. Bà ta ngồi nói những chuyện bâng quơ với những cái tên làm bà bực mình. Người này cưới hỏi, người kia sinh con thì liên quan gì đến bà chứ? Bà ngồi nghe lơ đãng, được một lúc thì ngắt lời, bảo bà mệt muốn ngủ. Người phụ nữ lúng túng đứng dậy hôn lên má bà rồi đi. Bà vẫn ngồi yên nhìn đâu đâu. Tuy vậy những cuộc viếng thăm cũng giúp khuấy động đôi chút ngày giờ buồn tẻ trong căn phòng. Bà ngồi nghĩ mà không biết mình nghĩ gì, chán lại đi lòng vòng trong phòng mà không biết cần tìm thứ gì. Những thứ bà cần tìm đã trôi tuột đâu mất trong mù sương.

*

Chị da đen tươi cười đẩy cửa vào phòng, tay cầm một cái dĩa nhỏ đựng miếng bánh đặt trước mặt bà. Bà còn ngơ ngác thì chị ta móc túi lấy ra cây đèn cầy nhỏ và hộp quẹt, cắm đèn cầy lên miếng bánh châm lửa. Ngọn lửa nhỏ nhảy múa rung rinh ấm áp. Chị ta hí hửng:

"Hôm nay là sinh nhật bà, bà được tám mươi tám tuổi!"

Bà ngẩn ngơ nói: "Tôi già đến thế à?"

Chị ta cười rú lên, hớn hở vỗ má bà: "Ôi không đâu, bà còn trẻ lắm, bà sẽ sống lâu hơn tôi nữa mà." Rồi chị ta giục: "Bà thổi đèn đi!"

Bà chúm miệng thổi phù phù mấy cái mới tắt đèn. Chị đàn bà vỗ tay, gỡ đèn cầy cất lại vào túi, bảo bà ăn bánh, sinh nhật vui vẻ, rồi bỏ đi.

Bà ngồi nhìn dĩa bánh đăm đăm. Hôm nay sinh nhật mình thật sao? Ngọn đèn cầy lúc nãy chợt thoáng hiện khung cảnh một gian phòng ấm cúng đông nghẹt người, chiếc bánh kem to tướng cắm đầy đèn cầy, tiếng reo hò vui nhộn, bài hát quen thuộc vang vang. Có phải bà đã ở đó?

Tám mươi tám tuổi? Bà ngỡ mình là cô thiếu nữ mười sáu xinh đẹp trong tà áo lộng lẫy rạng rỡ bước xuống thang lầu ra mắt khách khứa. Ừ, sinh nhật mười sáu đâu thể ở trong căn phòng chật hẹp này được. Bà phải trang điểm, mặc áo đẹp không thì muộn mất. Bà lập cập đứng dậy, vội vàng vấp phải thành ghế ngã sóng xoài đau thấu xương. Bà chỉ có thể nằm bất động rên rỉ, bà không kêu được thành tiếng.

*

Bây giờ thì bà không còn ngồi dậy đi quanh phòng được nữa. Cái xương hông bị gãy đau điếng giữ bà nằm mẹp trên giường. Bà vẫn quay mặt nhìn ra cửa sổ như trông đợi một người nào. Bà mệt và yếu lắm. Bà không muốn ăn uống gì cả. Người ta bắt bà uống Ensure vừa đặc vừa hôi không nuốt nổi. Bà nằm nghĩ ngợi lan man. Kỳ lạ thay, lần bị té gãy xương này hình như lại giúp những tia ký ức lóe sáng thường xuyên hơn, dù không mạch lạc. Lúc thì bà thấy trang trại thuở nhỏ với con ngựa cha bà dành riêng cho con gái cưng. Lúc khác bà thấy ngôi nhà phố cổ Philadelphia, tầng dưới là hiệu trang phục phụ nữ với những chiếc áo cắt xẻ thanh lịch trong tủ kính, tầng trên là nơi gia đình sinh sống, lúc nào cũng rộn ràng tiếng cười nói của con bà, bạn bè chúng, lũ cháu. Thấp thoáng trong đám mù sương là gương mặt người anh trai thành đạt nhưng xa cách, hai cô em gái hiền hậu. Rồi người đàn ông uống rượu say mỗi buổi chiều chửi mắng vợ con xong lăn ra ngủ, hình như bà đã sống với ông ta khá lâu. Ánh mắt bà dừng lại trên tấm hình chụp người thanh niên tươi cười. Bà thấy anh ta đứng cúi đầu nghe tuyên án chung thân, bà choáng váng nghẹn thở "ôi, con của mẹ!" Bà nhắm nghiền mắt lại, nét mặt trách móc của hai cô con gái "mẹ không thương con, mẹ chỉ lo cho Robbie." Bà rên lên. Cuộc đời bà diễn ra lộn xộn như những đoạn phim rời, gợi lại những nỗi đau làm bà nhức nhối, trái tim yếu ớt của bà rung lên trong lồng ngực mỏng manh buốt nhói.

*

Người phụ nữ vừa đi du lịch châu Âu về, tìm thấy cả chục tin nhắn từ nhà dưỡng lão trong máy điện thoại.

Ngồi bên giường mẹ, bà ngắm bà lão nhỏ thó ốm yếu nằm bất động dưới tấm mền đắp ngang ngực. Đây là cô gái xinh đẹp nhất khu phố cổ Philadelphia được bao nhiêu chàng trai theo đuổi, là bà chủ hiệu trang phục phụ nữ đảm đang quán xuyến việc buôn bán, việc nhà trong khi chồng nhậu nhẹt say sưa còn các con đàn đúm bạn bè, là người mẹ tất tả ngược xuôi cầu cứu công lý cho con trai bị kết tội quá nặng nề trong vụ án lịch sử đình đám trên trang nhất mặt báo. Gần chín mươi năm thăng trầm cay đắng gói gọn trong hình hài hao mòn này và một đầu óc mù sương.

Bất giác bà nắm lấy bàn tay gầy guộc của mẹ, một cử chỉ bà không làm đã lâu lắm. Từ khóe mắt khô héo của bà lão bỗng ứa ra giọt lệ, những ngón tay yếu ớt run run níu lấy tay con gái rồi rời ra. Hơi thở bà lịm đi.

Người phụ nữ cuống quít kêu cứu. Vài nhân viên điều dưỡng chạy đến. Một người cúi xuống bắt mạch cổ bà lão rồi ngẩng lên nhìn người con, nói: "Mạch yếu lắm rồi, bà không còn bao lâu nữa đâu, chị nên để bà ra đi bình an."

Mọi người bước ra, khép cửa nhẹ nhàng. Người phụ nữ buông mình xuống ghế nhìn mẹ đăm đăm, đầu óc trống rỗng.

Bà ngồi như vậy một lúc lâu. Căn phòng đã chập choạng tối. Cảnh vật im lìm. Chợt bà thấy cô đơn lạ lùng. Bà òa lên khóc nức nở.

Minh Ngọc
Tháng 1/2019

Hương Quê Một Thuở
TIỂU NGUYỆT

Kim Thanh - cô cán bộ trẻ đang ngồi thả hồn dõi theo những đám mây trôi lơ lửng trên bầu trời xanh ngắt, đôi mắt cô đăm chiêu nhìn tận cuối cánh rừng xa, lòng mênh mang tưởng nhớ. Cô được chuyển về công tác ở đây gần một tháng, ngày ngày cùng hai vệ binh, cô đưa một toán tù binh đi tham gia sản xuất. Cô gọn gàng, xinh xắn trong chiếc áo bà ba đen làm nổi bật làn da trắng, dù cô đã trải qua thời gian dài kham khổ sống giữa núi rừng. Cô cảm thông và thường chia sẻ với nỗi vất vả của người tù, nên họ đều thiện cảm với cô. Toán tù binh đang hái đậu xanh phía trước, bên kia con dốc; họ hái đậu bỏ vào bao mang theo bên mình, rồi mang trút dồn vào một đống chờ xe của trại chở về.

Tháng trước, lần đầu tiên cùng đám tù binh ra khỏi cổng trại, Thanh ngỡ ngàng khi chợt thấy Cường trong đám người tù trẻ - Cường là bạn học cũ, và cũng là người mà cô thầm yêu dạo ấy. Cô thoáng nghĩ, đây là một cuộc hội ngộ trớ trêu mà cô chưa hề nghĩ, hay tưởng tượng đến. Cô nhìn anh, lòng xót xa bao nỗi niềm, nhưng không dám nói gì. Cường lặng lẽ trong toán người tù được cô và hai vệ binh dẫn đi làm việc. Trong cô bao nhiêu điều muốn nói, muốn biết về anh và những người quen ở quê nhà; nhưng giữa họ dường như có bức tường vô hình ngăn cách mà khả năng chính họ không thể nào vượt qua được. Gặp lại anh, niềm vui lẫn nỗi buồn tràn ngập trong lòng, cô cảm thấy vừa xốn xang ngậm ngùi, vừa bàng hoàng mừng rỡ. Trước đám tù binh, cô là cán bộ quản giáo; chưa có cơ hội gì chính đáng để thăm hỏi người xưa mà không bị dị nghị, hiểu lầm! Cường bước lại chỗ để thùng nước uống. Anh uống một hơi dài hết ca nước vì khát, rồi dợm bước đi đến chỗ đang làm. Cơ hội đã đến, Kim Thanh bước lại - hỏi:

- Anh Cường - giọng cô ngập ngừng, tôi muốn hỏi thăm anh.

Cường dừng chân quay lại, nói khẽ:

- Cán bộ hỏi gì ạ?

- Tôi muốn biết về anh, sao anh lại có mặt ở đây? Anh có biết gì về Thục không?

Cường đáp gọn:

- Tôi không biết cán bộ muốn nói gì? Tôi vẫn sống bình thường như bao nhiêu người khác. Tôi có mặt ở đây là vì tôi phải vậy, không muốn cũng không được. Thục vẫn ở quê nhà, làm ruộng, thế thôi.

- Cường ơi! Anh đừng chua chát thế! Mình rất hoảng loạn khi phải ra đi giữa đêm hôm ấy. Biết nói thế nào nhỉ? Mình luôn nhớ đến Cường và nghĩ rằng, sẽ không bao giờ có thể gặp lại nhau giữa rừng bom đạn, nhưng không ngờ hôm nay gặp nhau trong hoàn cảnh này.

- Như thế cũng tốt mà - Cường nhếch cười, bây giờ Thanh có cả tương lai tươi sáng ở phía trước, đừng có thân thiết với tôi. Tôi chúc mừng Thanh đã trở về. Xin phép cán bộ tôi đi hái đậu.

Giọng Cường tuy chua chát lạnh lùng, dù lòng anh không muốn thế. Anh không biết mình dỗi hờn trách móc gì, vì anh biết cô ta thật lòng cũng có muốn như vậy đâu. Anh đã luôn nhớ về cô và lo lắng cho cô trong bao nhiêu năm nay. Ngày ấy, tất cả đều bị cuốn theo cơn gió dữ.

Thanh cười buồn, nói với theo bước chân Cường:

- Cường ơi! Hãy nhớ rằng lúc nào mình cũng luôn nhớ Cường và Thục với bao kỷ niệm thuở nào.

Thanh nghe cay nóng ở khóe mắt, nhìn theo anh như nhìn về quá khứ êm đềm một thời. Từ bao năm cách xa, cô vẫn yêu, vẫn nhớ, dù chẳng bao giờ dám hy vọng sẽ được gặp lại Cường. Những năm tháng sống nơi bưng biền, rừng núi - mầu nhiệm thay, dường như hương Sầu

Đông năm xưa của những trưa hè vắng gió, hay những đêm trăng đùa vui bên nhau nơi xóm quê nghèo vẫn như luôn thoang thoảng bên cô, ấp ủ một mùi hương nồng nàn cùng những tiếng cười giòn trong trẻo của ba đứa.

Bao nhiêu kỷ niệm năm nào tràn về như réo gọi, thúc giục, ray rứt. Thanh bàng hoàng nhìn theo bước chân anh. Hình ảnh ba đứa: Cô, Cường và Thục mờ dần qua màn nước mắt tiếc thương vô vọng.

*

Dưới gốc cây Sầu Đông rợp bóng mát năm nào ba đứa thường bày trò chơi buôn bán trở về như một cuộn phim thật rõ ràng, trước mắt Thanh. Những cơn gió nồm mát rượi, cùng tiếng cười đùa vui vẻ giữa trưa hè như vang vọng từ ký ức xa xưa, làm cô như chới với. Những cánh hoa Sầu Đông trăng trắng, tim tím, từng chùm đung đưa trước gió thoảng hương thơm. Ba đứa mời mọc nhau hồn nhiên, trong trẻo.

- Ai mua bánh đúc, bánh xèo không?

Thục rao nghe ngọt lịm, khiến cô bỏ gian hàng của mình chạy lại:

- Bán thế nào? Tính cái hay tính dĩa vậy?

- Tính cái! Một đồng một cái. Bà mua đi!

Cô chìa tay cười tít mắt:

- Bán tui năm cái bánh xèo, ba bánh đúc.

Thục lấy mảnh chén vỡ giả làm dĩa, bỏ vào năm bánh xèo và ba bánh đúc vừa đúc xong. Những chiếc bánh làm bằng bột cát với nước, bỏ vào cái nắp bia để đúc. Cô đưa tay bưng dĩa bánh bạn đưa, lục trong túi bốc một cái, nắm tay lại đưa cho bạn. Thục giãy nảy:

- Tiền mà không thấy gì, ai chịu.

Cường đang ngồi bên rổ Sầu Đông, xếp những trái kiện bó bằng lá keo non, bày bán bên Thục, cười nói với cô:

- Bà chạy đi hái lá ổi làm tiền chứ, có tiền mới buôn bán được.

- Vậy à?

Cô chạy ra cây ổi sau vườn, rón rén sợ má trông thấy. Níu cành, hái một xấp lá ổi chạy vào:

- Tiền đây, được chưa?

- Được rồi - Thục cười hài lòng.

Cô lấy tay bốc cái bánh bằng cát trên dĩa đưa lên miệng giả bộ ăn, cười to:

- Bánh gì mà cát không hà, ha ha ha… nhưng ăn thấy ngon. Bà đúc giỏi thiệt, bánh không rau, không mắm gì hết trơn.

Cô cười hết cỡ, khoe cả hàm răng, cái nào cái nấy sún đen thui. Thục cười theo trông ngộ nghĩnh không kém, ló cái răng cửa trống hoác vừa mới thay hôm qua. Má Thục phải cột chỉ giật mạnh cái răng mới chịu rớt ra. Thục mang cái răng sữa, chạy ra sân ném lên mái ngói vừa cười vừa la lớn: "*Hú chuột! Răng cũ về mày, răng mới về tao, hú chuột*", mong có được một hàm răng đẹp theo như lời má nó nói.

Cường lại chỗ cô nhìn vào - hỏi:

- Bà bán món gì vậy? Ăn được không?

- Bánh canh cua. Ăn được sao không, hỏi lạ chưa?

- Ừ được! Cho tui một tô, đang đói bụng nè! Đừng bỏ ớt cay à nghen.

Cô múc nước và rau dền từ cái lon vừa nấu bằng củi bỏ vào miếng mẻ chén lượm được ngoài rào, cười rất vui:

- Nè! Ăn đi, thử ngon không?

Cường giả bộ lua lua vào miệng cười giòn giã:

- Bà nấu bánh canh ngon quá, tui lua một cái hết sạch rồi. Mấy bà mua ổi ăn đi chứ!

Cô cười khanh khách:

- Trái Sầu Đông đắng lắm, tụi tui không ăn được. Phải chi đó là ổi thiệt thì ngon biết chừng nào.

- Tưởng tượng đi! Như tui ăn bánh canh của bà vậy.

Ba đứa cười vang, tiếng cười sao mà hồn nhiên, sao mà cay cả mắt. Tuổi thơ dễ thương cay xé cả lòng mỗi khi nhớ lại. Những năm tháng gian khổ trên rừng, tiếng cười hồn nhiên năm nào luôn chập chờn trong những giấc ngủ của Thanh và cho cô sức mạnh để tiếp tục sống.

Nhà Cường ở xóm trước đồng. Nhà Thục ngoài đường lớn. Mỗi ngày đi học Cường qua nhà cô, rồi hai đứa cùng ra ngoài đường lớn rủ

Thục. Ngoài giờ học ở trường về, ba đứa chụm đầu chơi trò này, trò nọ. Trưa nắng chang chang, không mũ, không nón, men theo bờ tre bẻ măng dòi. Cường là con trai nên bẻ măng rất giỏi, Thục bẻ măng ít hơn, còn cô thu chiến lợi phẩm của Cường. Có ngày cùng nhau leo lên cây ổi nhà bà Hai hái trộm, hái xong ôm hết chạy lên bờ rào tre phía vườn trên chia nhau ăn. Chia không đều cãi nhau chí chóe, bị bà Hai rượt, đứa nào cũng co giò chạy hết hồn.

Sáng nào cũng chờ rủ nhau cùng đi học, đứa này bị bệnh là đứa kia cũng muốn bệnh theo. Sáng sớm đã nghe tiếng Cường gọi trước cửa:

- Thanh ơi! Xong chưa? Đi học kẻo trễ!

Cô ôm cặp chạy ra cửa, thấy Cường đang ngồi trước cổng nhà, hai đứa cùng đi qua nhà Thục. Thục nhanh nhẹn, lúc nào cũng đứng chờ sẵn ngoài cổng. Ba đứa vừa đi vừa nói chuyện, chuyện gì không ra chuyện gì mà ngày nào cũng có chuyện để nói. Nhiều khi ba đứa ham vui, dừng lại bắt bướm trên bụi cây bên đường; trống rao chuẩn bị vào lớp, ba đứa mới bừng tỉnh, cắm đầu chạy thục mạng.

Một hôm, khi đến khúc cua vào xóm Gò, ba đứa đều đứng lại không đi nữa, tìm thử thứ gì mà hôi thúi đến vậy. Cô nhăn mũi:

- Hình như có con gì chết phải không các bạn?

- Chắc chuột đồng bị thuốc chết chớ gì. Hôi quá! - Cường trả lời, tay bịt mũi.

- Không phải chuột chết đâu, chuột gì mà thúi dữ vậy?

Từ bên kia cầu Bi, cô Mười dắt năm, sáu em mẫu giáo băng đường tắt vòng xuống ruộng, la lớn:

- Ba đứa chúng mày chạy đi, đứng làm gì chỗ đó. Tụi bay không thấy người chết nằm phía dưới chỗ khúc cua đó sao mà không chịu chạy?

Ba đứa nghe cô Mười nói thất kinh, nhìn chỗ khúc cua thấy một xác chết. Anh ta nằm bên cái ao nhỏ, bên trên che tấm bạt cho khỏi nắng. Phía xa đường vô xóm Gò, một phụ nữ đứng tuổi ngồi nép bên hàng dứa canh chừng. Thục thét lên hãi hùng:

- Lại một người chết!

Ba đứa cắm đầu chạy một mạch đến ngã tư mới dừng lại. Thục hổn hển:

- Trời ơi! Mệt quá đi! Mấy người có sợ không vậy?

- Tim tui muốn đứng rồi đây, sao mà không sợ chứ? Người chết sao để nằm ngoài đường thấy ghê quá?!

- Bà hỏi tui, tui biết hỏi ai? Thì kệ họ đi! Ai mà biết được là tại sao? Chắc trưa nay bỏ cơm quá - Cường trả lời.

Ngày hôm đó đứa nào cũng không nuốt nổi cơm, xoa dầu khắp người trong ruột cứ trạo trực muốn nôn. Những hôm sau, mỗi lần đi qua khúc cua vào xóm Gò, ba đứa cắm đầu chạy cho đến khi qua hết cầu Bi, mới bắt đầu đi thủng thỉnh.

Những ngày sống giữa núi rừng, đôi lúc Thanh nghĩ có thể mình cũng sẽ như người đàn ông nằm chết bên bờ ao chỗ khúc cua vô xóm Gò năm ấy. Thanh rùng mình lạnh cả người khi nghĩ về điều này. Không biết lúc ấy Cường và Thục sẽ như thế nào khi nhìn thấy mình, và rồi cô hình dung với bao hình ảnh cô vẽ ra trong đầu - Cường và Thục sẽ khóc khi thấy cô nằm vắt vẻo chết như thế, chắc sẽ đau lòng lắm. Cô biết Cường và Thục luôn nhớ đến cô, cũng như cô luôn nhớ đến hai người, nhớ cánh hoa tim tím, trăng trắng hương thơm. Có người nói mùi hương nồng quá khó ngửi, nhưng cô rất mê mùi hương Sầu Đông nồng nàn, ngọt ngào của tuổi thơ.

Ngày ấy, cô xinh xắn, hồn nhiên, biết bao bạn trai chung trường đem lòng yêu mến; nhưng trái tim cô đã in hình bóng người bạn tuổi thơ. Lớn lên bên nhau, tự lúc nào hai đứa đã dành cho nhau tình yêu đầu đời trong sáng, với bao ước mơ hy vọng về tương lai - cô sẽ là một bác sĩ đầy nhiệt huyết - anh sẽ là một thầy giáo cần mẫn, năng động, luôn yêu thương học trò vùng quê nghèo khó. Cả hai cố gắng để một ngày nào đó ước mơ sẽ thành hiện thực, rồi sẽ cưới nhau, sẽ có được một mái gia đình như mơ ước. Thế nhưng, đâu phải ước mơ nào cũng thành tựu như mình mong muốn?

Cường điếng lòng khi biết rồi đây Thanh sẽ mỗi lúc một xa dần anh, sau cái đêm "định mệnh" ấy. Tiếng khóc của Thanh đã làm anh đau đớn, như có ai bóp nát trái tim. Tiếng cô vang lên lảnh lót *"Cường ơi, cứu mình với"* khi ngang qua nhà anh, khiến anh bàng hoàng, tưởng chừng như ngừng thở. Anh run rẩy trong gian hầm nhỏ cuối nhà, mồ hôi lạnh trên từng chân tóc - Tự anh không ôm giữ nổi bản thân mình, làm gì cứu vớt, che chở được ai? Hình bóng cô bé có hàm răng sún đáng yêu, đã ước mơ cùng anh về một tương lai tươi sáng - cô bác sĩ xinh đẹp với bao hoài bão, chập chờn, rồi xa dần, xa dần, theo tiếng chân nhiều người, và tiếng la khóc của Thanh.

Anh nghĩ, không biết người anh yêu có còn nuôi dưỡng ước mơ trở thành một bác sĩ, cùng anh xây dựng một mái ấm nữa không, khi mà mình không có được quyền chọn lựa? Anh chỉ biết cầu nguyện cho Thanh được an lành, khỏe mạnh. Không ai có quyền cấm ta thôi mơ ước, cũng như anh đã từng ước mơ sẽ là một Thầy giáo, luôn hết lòng vì học sinh thân yêu. Thế nhưng, anh đã bị lệnh tổng động viên vào lính khi học chưa hết lớp đệ nhất. Với mảnh bằng Tú tài một, Cường đã phải tập làm quen với súng đạn, tập giết người, dù anh chẳng muốn chút nào.

Mùa xuân năm 1975, trên đường rút chạy khỏi Pleiku, anh bị bắt giữa tỉnh lộ 7, sau đó đưa vào trại tập trung cải tạo. Tình cờ gặp lại Thanh, anh nghẹn ngào khi hai đứa nhìn nhau, xốn xang chen lẫn mừng vui. Thanh và anh vẫn còn sống sót để trở về, dù giờ đây hai đứa hai chiến tuyến. Những kỷ niệm êm đềm xưa kia luôn làm anh ngây ngất, vẫn tiếng cười với lời mời gọi bán buôn của tuổi thơ, bên gốc Sầu Đông thoảng hương.

Ngày ngày Thanh vẫn nhìn thấy anh, vẫn hít thở cùng anh chung bầu không khí giữa núi rừng bạt ngàn bắp, sắn, đậu. Cô đau lòng, không muốn nhìn thấy anh hằng ngày, mình là người quản giáo. Niềm mơ ước được là một bác sĩ vẫn luôn dạt dào trong cô. Trong đội ai có bệnh cảm, nóng sốt, cô luôn sẵn sàng giúp đỡ, khi cạo gió, khi hái những cây thuốc nam cổ truyền xưa kia bà cô hay làm. Mỗi lần về phép thăm nhà, cô luôn ghé lại thăm ba má Cường, thăm gia đình Thục. Thục bây giờ là cô thôn nữ, ngày ngày ra đồng cùng bà con, chòm xóm. Hai đứa gặp nhau mừng mừng, tủi tủi, kể cho nhau nghe những tháng ngày xa cách. Thục an ủi và khuyến khích Thanh:

- Bà nên nuôi dưỡng ước mơ, tui tin chắc là bà sẽ thực hiện được, chỉ cần quyết tâm. Nếu bà còn yêu Cường thì hãy tin tưởng tình yêu của hai người. Cường rất tốt, anh ấy rất yêu bà, hai người có thể nối lại tình xưa, vì hoàn cảnh đưa đẩy chứ bà và Cường đâu muốn thế. Cường bị lệnh tổng động viên vào lính sau khi bà đi được mấy tháng, tội anh ấy.

Thanh đăm chiêu:

- Mình sẽ nộp đơn xin vào học trung cấp y tế, sau này sẽ học tiếp như vậy ổn chứ?

Thục cười vui vẻ:

- Quá tốt! Bà nộp đơn xin học liền đi, mai mốt về làm trạm xá mình gần nhà khỏe nữa.

Thế rồi cô nộp đơn xin học trung cấp y, cô giã từ công việc ở trại cải tạo. Niềm mơ ước được trở thành một bác sĩ, yêu thương và chăm sóc bệnh nhân nghèo luôn cháy bỏng trong cô. Không được là bác sĩ, cô có thể trở thành y tá điều dưỡng, ngày ngày mặc chiếc áo *blouse* trắng ước mơ. Cô vui khi nghĩ về tương lai - niềm tin và hy vọng bừng lên, để cô chờ đợi Cường trở về. Hình ảnh cô bên anh trong chiếc áo dài gấm màu vàng, là cô dâu xinh xắn của anh thoáng vụt qua, khiến đôi má cô đỏ hồng, hạnh phúc. Cô rạng rỡ nụ cười, quên hết những năm tháng cách xa, đau khổ. Cường mặc quần tây, áo trắng, thắt *cravate* trong đoàn họ nhà trai qua nhà gái xin rước dâu. Đám cưới trên đường quê rất vui. Nhà trai, nhà gái gần nhau, đi chưa đầy mươi, mười lăm phút là tới. Hai họ bắt tay nhau, ai cũng rạng rỡ nụ cười. Hai đứa hạnh phúc bên nhau giữa quê nhà như mơ ước. Ngày ngày, anh ra đồng làm ruộng cùng bà con, cô chăm sóc bệnh nhân ngoài bệnh xá. Tối tối, anh ôm đàn để cô cất lên tiếng ca, hương Sầu Đông thoang thoảng bay trong gió ngây ngất. Hạnh phúc như con nước tràn về sau bao ngày khô hạn.

Vào một ngày tháng ba, khi nắng xế hanh vàng rớt xuống ngọn Sầu Đông đong đưa trước ngõ. Cường trở về. Anh bước vào đứng dưới gốc Sầu Đông năm xưa nay đã già, gốc cây quá to hai tay anh ôm không xuể. Anh mỉm cười nhớ bao kỷ niệm xưa. Thanh xinh xắn bước ra ngỡ ngàng nhìn anh. Niềm vui vỡ òa, hạnh phúc trở về sau bao ngày xa cách. Họ nhìn nhau sung sướng không thốt nên lời. Cơn gió chiều mát lộng thoang thoảng hương thơm của loài Sầu Đông. Sau một mùa đông dài, những chiếc lá đã rụng rơi để nhường chỗ cho mầm non lá mới, cho những cánh hoa tim tím, trắng trắng tỏa ngát hương. Thanh đón Cường trở về trong tình yêu thương vô bờ.

Tiểu Nguyệt

Lão Tú Khùng
MANG VIÊN LONG

Quốc biết gốc gác của "lão Tú Khùng" bởi nhà anh ở kế bên nhà trọ của lão khi lão còn đang học Trung học ở tỉnh thời tuổi trẻ. Bẵng đi một thời gian dài, khi Quốc vừa lên lớp đệ tứ, anh gặp lại lão Tú ngoài phố với bộ âu phục thẳng cứng, có đeo *cravate*, cùng dạo phố với một cô gái xinh xắn, cổ đeo xâu chuỗi dài xuống giữa ngực. Thuở ấy anh nghĩ, ốm nhom như lão mà cũng có cô gái đẹp mê, chắc là lão có chức tước gì hay giàu có lắm!

Sau năm 75, Quốc tiếp tục học năm cuối của trường Sư phạm, ra trường được phân về dạy ở một ngôi trường tiểu học ngoại ô thị xã, là một xã nghèo vừa được khai hoang, san lấp dấu vết đạn bom, đang ổn định dần đời sống và mọi sinh hoạt, bởi hơn 10 năm mảnh đất cằn khô và con người nheo nhóc ở đây đã bị giằng xé bởi thù hận…

Ngày Quốc nhận được giấy gọi đi dạy, mẹ anh đã mua lại chiếc xe đạp cũ được treo lên xà nhà của người hàng xóm cũng hơn mười năm, cho anh có phương tiện đi dạy, và về thăm gia đình vào những ngày nghỉ! Chiếc xe đạp cũ sét mốc meo dày bụi đã trở thành gia tài hiếm có của anh. Tiền lương gọi là "bồi dưỡng", cộng với mười ba ký gạo và mấy cái tem phiếu mua hàng của giáo viên cấp một cũng chỉ đủ để anh tự túc cơm rau mắm qua ngày mà đến lớp.

Một buổi sáng, Quốc ghé vào chiếc quán bên sông trước khi đến lớp để ăn một dĩa bánh xèo, sau khi đã bán lại số tem phiếu cho người chủ nhà trọ là phụ huynh của một học sinh lớp anh đang dạy. Mỗi lần qua cầu đến trường, anh đều ngửi thấy mùi dầu phụng từ hai khuôn bánh xèo của bà Tám đẹt đang bốc khói tỏa mùi thơm gợi nhớ nhưng chưa lần nào ghé vào ngồi ở chiếc bàn gỗ tạp thấp duy nhất kê giữa nhà để ăn một dĩa. Nhìn vào, Quốc thấy có một người đàn ông ăn mặc tươm tất đang cắm cúi xuống dĩa bánh xèo, có vẻ vội vàng.

Quốc bước vào: "Bà Tám cho cháu một dĩa, rau sống nhiều nhiều nghen!"

- Thầy ngồi đi – bà cười, rau sống dạo nầy đắt quá, thầy ơi!

Một thoáng, dĩa bánh xèo vỏ nhưn giá được bày ra trước mặt với dĩa rau sống tươi ngon. Quốc lấy chiếc dĩa nhỏ, mở nắp thẩu chứa nước mắm ớt tỏi làm sẵn trên bàn, múc một muỗng. Ăn bánh xèo, nhất là bánh xèo vỏ, cái ngon phần lớn nằm ở dĩa rau sống và chén nước chấm. Quốc nếm thử một tí nước mắm, cảm thấy tiếng đồn bánh xèo quán bà Tám đẹt "hạng nhất" xã, không sai. Anh gỡ một lát bánh cho vào dĩa, gắp rau bỏ vào giữa, cuốn lại. Anh ăn chậm, thư thả để có thời gian nhớ lại những ngày mùa đông được ăn bánh xèo do mẹ đúc lấy cho cả nhà quây quần, ăn thế bữa cơm chiều, lúc nhỏ…

Người đàn ông ngồi cùng bàn bước lại trả tiền cho bà Tám rồi vụt biến mất trước hiên. Lại có người khách mới bước vào. Một thoáng ngạc nhiên, Quốc nhìn người khách ốm o, cao lênh khênh kia, rất giống người học trò năm xưa ở trọ gần nhà anh. Mái tóc hơi quăn, khuôn mặt nhỏ, dáng gầy ốm, nhất là bộ áo quần ka ki màu xanh dù đã sờn cũ, chắp vá.

Lão nói với bà Tám đẹt mà mặt vẫn hướng nhìn đâu đâu lên trần nhà: "Bà cho một dĩa, bánh nhưn giá hành, rau sống nhiều vào!"

- Không có bánh giá hành, ông ăn một thứ thôi! Giọng bà hơi cao, nặng.

- Vậy thì giá…

- Hôm nay kiếm được tiền ở đâu mà ăn vậy ông Tú? Bà nhếch cười.

- Tiền ở đâu bà tra gạn làm gì? Giọng lão tỉnh bơ, không phải tiền "đút lót" thì thôi…

- Ông Tú hôm nay nói hay nhỉ… Bà liếc xéo lão, cười nhe hàm răng gãy, móm.

- Ông nào nói mà chẳng được, cần gì Tú - Cử, bà?

- Dạo này tui thấy ông ngày mỗi ốm nhom – bà lại cười, như con còng gió rồi!

- Được như còng gió còn tốt – lão cười khà khà, tôi như con gián bạc phước bị nằm ngửa rồi, có chân cẳng mà coi như không, mặc cho lũ kiến chúng bu!

- Ông nghèo rách mồng tơi, ốm nhom vậy, ai mà bu?

- Bà đừng lầm mà chết sớm! Lão kéo chiếc ghế đẩu định ngồi, dừng lại – ngước lên nhìn bà Tám bằng đôi mắt như ánh chớp đèn pin, chỉ còn cái cánh mỏng thôi, chúng cũng vẫn bu…

- Chỉ có ba con kiến đói, mới đến bu ông thôi…

- Lũ kiến đói nhiều lắm, bà ơi…

- À! Sao không chịu sống với vợ con ở Saigon mà về nằm chèo queo giữ cái từ đường xiêu vẹo vậy, ông?

- Đèn nhà ai nấy sáng, bà tọc mạch làm gì? Tiếng lão hằn học – còn bà sao không về sống với ông chồng cán bộ mới về dưới phố?

Bà Tám đẹt cười sượng, mặt xám lại.

Lão Tú ngồi chắc chắn xuống chiếc ghế thấp, hai chân trụ phía trước, kéo hai ống quần lên, lộ rõ đôi ống chân khẳng khiu và một sẹo to dài đến cả gang tay. Dĩa bánh bốc hơi và dĩa rau sống xanh tươi đã được bà Tám dần lên mặt bàn. Lão nhìn thẳng đứng vào dĩa bánh giây lát…

Quốc vừa ăn, vừa liếc nhìn sang: Lão ăn một miếng bánh xé nhỏ, nhưng đến mấy gắp rau sống! Dĩa bánh năm cái, mà mới hết hai cái bánh đã sạch trơn dĩa rau. Lão đến bên rổ rau sống đặt gần chỗ ngồi của bà Tám, thản nhiên hốt thêm rau vào đầy dĩa, như ở nhà. Bà Tám đẹt dừng tay đúc bánh, quay nhìn, đôi mắt như hai cục than hồng.

Một lát, lão lại cầm dĩa không đến bên rổ rau, cúi xuống.
- Thôi, chứ cha! Bà Tám hích mặt lên, la lớn.

- Tôi ăn bánh mới ăn rau, tôi đâu ăn rau không của bà? Lão Tú cười, tỉnh bơ.

- Ông ăn vậy, cả rổ rau mấy ngàn đồng, chỉ lấy ông một ngàn dĩa bánh sao?

Quốc gặp lại lão Tú của buổi sáng mấy năm trước khi còn dạy ở xã K tại quán bánh xèo bên sông của bà Tám đẹt sau gần tám năm. Lần nầy Quốc trông thấy lão ngồi co ro trong một góc phòng của cửa hàng ăn uống thị trấn; mặt lão tóp khô, đen điu, hốc hác với đôi mắt sâu mở lớn, với chiếc áo sơ mi tay dài rộng thùng, và chiếc quần *pyjama* rằn lạ lẫm. Cô ngồi quầy bán vé gọi lão là "lão Ròm khùng": "Không ai biết lão Ròm khùng ấy ở đâu mà ngày nào cũng vào ngồi trong góc phòng, đuổi hoài không chịu đi!" Quốc mở nắp chai Xá Xị, rót nhẹ vào ly đá. Anh có cảm giác như lão Tú đang chăm chú nhìn theo từng cử chỉ của anh. Quốc thản nhiên, bưng ly nước uống một hơi dài cho đỡ nóng, khát. Một ông già tay xách cặp vịt, nách cắp chiếc dù đen cũ, khệnh khạng bước vào, dáo dác tìm một chỗ trống. Cửa hàng ăn uống ngày chủ nhật đông khách gần, xa tìm đến, bởi trong thị trấn, chỉ có cửa hàng duy nhất này mà thôi. Người ra kẻ vào chen nhau mua vé, và ăn uống vội vã, như chưa từng được ăn. Ông già để cặp vịt và chiếc dù ngay phía dưới cột nhà, gần bàn còn chỗ trống, bên cạnh góc phòng. Ông bước đến quầy bán vé…

Ông già hớn hở trở lại bàn với chai nước ngọt và ly đá trên tay. Rót nhẹ nước ngọt vào ly đá đầy.Ông hớp từng ngụm nhỏ.

Quốc chợt để ý đến lão Tú trong góc phòng, sát cạnh bàn chỗ ông già, đầu nhướng cao lên, đôi mắt nhìn đăm đăm vào ly nước trên tay ông già. Lão dõi theo từng hớp nước ông già uống, mỗi lần ông hớp vào, là mỗi lần lão Tú nghích mặt lên, chép miệng, tưởng như lão cũng đang uống ngụm nước ngọt! Sau cái chép miệng, Quốc thấy rõ phần dưới cổ lão rung động, mấy đường gân căng ra. Ông già điềm nhiên rót phần nước ngọt còn lại trong chai vào ly. Ông vừa cầm ly đưa lên miệng, thì lão Tú đã đứng dậy, vụt chồm tới, lấy tay đè lên tay ông già, nhìn vào mặt ông ta như khẩn khoản. Ông già cố giằng tay lão ra, lại đưa ly vào miệng. Lão Tú lại đè chặt hơn vào cánh tay ông – đầu gật gật lia lịa. Ông lão đứng lên nhìn mặt lão Tú mấy giây – đặt mạnh ly nước xuống bàn, vội vã đứng dậy, vói tay xách cặp vịt, bước vội ra cửa…

Lão Tú chộp lấy ly nước, uống ừng ực một hơi. Ly nước ngọt còn hơn một phần tư, thì lão chợt nhìn thấy chiếc dù của ông già còn để dựng dưới chân cột nhà, liền đặt ly xuống bàn, lao tới – cầm dù chạy vụt ra ngoài, miệng há hốc: "Ới… ới ơi…" Lão đuổi kịp ông già ngay tại trụ điện đường rẽ xuống xóm nhà trong khu chùa Bà Hỏa. Lão phóng ngay chiếc dù cho ông già, vội vã chạy về…

Lúc lão Tú vừa mệt nhọc chạy về đến cửa hàng ăn uống, ào đến chiếc bàn có ly nước ngọt thì các cô phục vụ đã dọn dẹp hết rồi! Đứng tần ngần, ngó nhìn quanh quất giây lâu, lão Tú bước lại bàn đặt những chiếc ly trống vừa được rửa, lấy một cái. Lão tự đến thùng chứa đá vốc mấy cục, bỏ vào ly…

Lão đứng giữa phòng, ngửa mặt, uống từng giọt nước lạnh…

Mang Viên Long

Gần 50 Năm
CHU VƯƠNG MIỆN

"bây giờ tôi không còn ai?
và cũng không còn ai?
cho tôi nghĩ là một bến bờ"

Nguyễn Huỳnh Thụy Phương

nhìn bãi biển sóng cứ chồm lên cát
cùng gió lùa dạt mãi dãy thùy dương
trước mặt sau lưng một lũ dã tràng
chạy say đắm một đời xe cát
mới đó tựu trường trên trời mùa thu
toàn là mây trôi bàng bạc
mà giờ toàn bóng xế chiều hôm
ngồi nơi đây hong rặt gió nồm
toàn hương muối và mùi nước biển
gần 50 năm toàn ruồi với kiến

hết leo vào rồi lại leo ra
hết đoàn tàu lại tới sân ga
biết chuyến nào là đi với đến?
vẫn đọc thơ nhau mà lỗi hò lỗi hẹn
vẫn chỉ là nước thải người dưng
gần hết một đời quay mặt lẫn lưng
chả hạnh phúc gì? hơn Ngưu Lang Chức Nữ
cũng hữu duyên mà chỉ là đổ nợ
như đường rầy chạy mãi song song
một đời người có cũng như không
thơ với thẩn từ chuyển thù qua hận
thôi đường Nguyễn Du lá me vàng bao bận
quả phong quay từ ngọn xuống thềm hè
chuyện tình mình như phượng với ve
đủ một mùa mạnh ai nấy chạy
xưa ở một nơi tìm hoài chả thấy
nay ở phương người thì tuổi xế chiều
đời chúng ta chả phải dân Tàu
mà người nói Quảng người nghe Tiều lộn xộn
tuổi xế chiều nhìn lung tung
"toàn tả pín lù & hổ lốn".

Chu Vương Miện

Thiền Vu
CÁI TRỌNG TY

chiều mưa lây lất dầm áo lụa
góc đền thiêng ướt đẫm ngọc ngà
đôi mắt tỉnh queo ráo hoảnh thơ ngây
ngày một thuở nòi tình đến lạ

tình tận hiến tràn trề diễm tuyệt
suối nước mong manh ngập lụt phế phôi
lồ lộ trắng phau hoa tầm xuân nụ
eo quả bầu phơi phới cạn ly bôi

chiều quáng nắng thơm môi cà phê phố
quán tranh nghèo tay lần hạt lẻ loi
thời tuổi sớm chờ em vàng lá cỏ
mây vòng cầu ngũ sắc một thời soi

vòng hạ đỏ vòm mây cong mái phượng
hạt xa xăm đau khổ rụng hiên người
bong bóng vỡ ôm gót hài đắm đuối
xót đường xa tha thiết lượm tai ương

anh cứ đợi mãi thôi vườn hẹn cũ
tiếng xích buồn lê cuộc đổi đời
tình ta tạc tượng mùa hôn phối
dòng lệ khô hoảng hốt cuối trời tây

thuở em chìa bàn tay hứng trọn
những bóng thiền vu rớt nhẹ hiên ngoài
phố cũ nhà ai hai người núp vội
chỗ trú mưa hẹp quá chạm bờ mông

và cứ thế ta đợi nhau lần lữa
tóc tiên xanh vướng sợi mơ hồ
nghe tiếng trường giang chảy vòng nỗi khổ
phía bờ đông với hụt chuyện trăm năm.

Cái Trọng Ty

Hạt Nắng Lưng Chiều
HỒ XOA

* Chiều An Điềm

Vu vơ chim hát bên gành
Đôi bờ sông vắng còn hanh nắng chiều
Hàng cây nhớ gió trông theo
Ai về cát bụi lưng đèo còn vương

* Mưa chiều

Có ai vừa bước qua chiều
Câu kinh mưa ướt đìu hiu cuối ngày
Đi về trong tận nỗi đau
Đã nghe sanh tử nhuốm màu thời gian

* Tiếng đêm

Nằm nghe rêu mọc ngoài thềm
Nghe con mọt gặm vào đêm mỏi mòn
Em còn thao thức....
Em còn...
Nghe tàn phai dậy rừng ngôn ngữ sầu

Hồ Xoa
Đại Lộc / Quảng Nam

Ngày Mới
NGÃ DU TỬ

Bầy chim lạ nay đã về làm tổ
Dưới tàn cây ủ những sợi mây màu
Rung cánh hót nhạc ngày trong sương sớm
Một góc đời vui từ phía trên cao

Tôi hít thở hương của đầu ngày mới
Lồng ngực căng đầy ắp bình minh
Đời xuôi ngược con đường quen cũng vội
Những bước chân hối hả sóng thị thành

Bầy chim ấy chắt chiu từng ấm lạnh
Ngày lên cao ríu rít tiếng gọi đàn
Tôi cao hứng gọi mây dừng trước cửa
Thả vào chung trà sớm hớp mây ngàn

Làm con quay giữa thế thời chìm nổi
Thôi khoan thai chiếc áo bạc Tiên Rồng
Tôi ca hát theo chân ngày mới gọi
Lời thơ tôi đẫm giòng máu Lạc Hồng

Có vội lắm cũng lên rừng, xuống biển
Dẫu khoan thai cũng ra phố, ra đường
Đổ mồ hôi quanh năm giành hơi thở
Cả đời nầy lần lữa đến mù sương

Uống từng ngụm có mây trời ướp nước
Để tin rằng có cuối biển chân mây
Hồn đã lỡ yêu thương từ sóng dậy
Có một ngày tay nắm chặt bàn tay.

Ngã Du Tử

Bầy Cừu
VŨ THỊ HUYỀN TRANG

Những đêm dài mất ngủ
Tôi đi theo bầy cừu
Không biết mình số mấy
Một trăm hay một nghìn?

Tôi đi theo bầy cừu
Bầy cừu theo tiếng nhạc
Những con mắt nhắm nghiền
Chân đi theo quán tính

Tôi không còn nghe thấy
Tiếng thở con gái mình
Tiếng mưu sinh chợ sớm
Bán mua sát vách tường

Bầy cừu vẫy tai trái
Bầy cừu cúi gập đầu
Bầy cừu cùng cười nhạo
Cười tôi hay cười nhau?

Tôi lẫn trong bầy cừu
Vẫy tai và cúi gập
Hình như cũng vừa cười
Nhạo ai? Tôi đâu biết.

Những đêm dài mất ngủ
Tôi đi theo bầy cừu
Quên cả bình minh mọc
Ở phía nào? Ai hay?

Vũ Thị Huyền Trang

Còn Lại Với Dòng Sông
NGUYỄN SÔNG TRẸM

Tôi còn lại với dòng sông
Trôi đi – con nước buồn không muốn về
Sông dài chở bóng mây che
Lao xao con sóng mải mê tìm bờ
Tôi còn lại những câu thơ
Ru hồn sông giữa đôi bờ triều dâng
Mai tôi xa kiếp phù vân
Tàn tro là chút xác thân ngậm ngùi
Tôi và sông cứ trôi đi
Ngàn năm biển sẽ thầm thì ru tôi!

Nguyễn Sông Trẹm

Chiến Tranh Chưa Phai Mờ
LỮ QUỲNH

1.

Ngày còn nhỏ, khi làng chưa bị chiến tranh liếm tới, vào những hoàng hôn chạy thoăn thoắt sau chân mẹ, từ đường cái vào, Hiệu còn nhớ như in bóng chiều thật buồn bã trên Gò Chim. Cái cảm giác đó như chỉ có trong một không gian là ngọn đồi nhỏ u trầm ấy, và thời gian thường là những buổi chiều tàn. Mỗi lần nhớ tới Gò Chim là tâm hồn chìm ngay vào nỗi buồn mênh mông ấy. Buồn. Hiệu không ngờ có lúc nó đã kéo trì chàng xuống nỗi nhớ ngất ngây, nỗi nhớ nhung chỉ như khói mây lãng đãng, nhưng là cảm xúc thật và buồn vô cùng.

Gò không cao nhưng trải rộng và dài đến đầu làng, đủ cho Hiệu lúc bấy giờ cảm thấy bát ngát, nhất là vào những hoàng hôn hay đêm có trăng sáng, trời lất phất hơi sương và gió thơm mùi cỏ dại. Sau này những hình ảnh đó như biến mất, chỉ còn lại trong chàng một nỗi buồn đến ngậm ngùi khi nhớ lại kỷ niệm, tháng ngày cũ.

Cuối ngọn đồi Gò Chim và ngay trên con đường vào làng có một quán nhỏ. Quán tồi tàn bày bán năm ba thứ vặt vãnh được buôn từ chợ Huyện vào, bán lại cho những gia đình nghèo khó; hoặc đôi khi cho cả kẻ khá giả vì chưa kịp ra chợ lớn lấy hàng về trữ dùng. Quán mang luôn tên của chủ nó, một người đàn bà tật nguyền, mụ Lết. Quán, tên tuy không đẹp nhưng đã gần gũi, quen thuộc với cư dân trong vùng. Nó trở thành một có mặt thường xuyên trong nếp sinh hoạt của họ. Có lẽ ngoài mụ Lết ra, không ai biết được tên thật của mụ; mà có thể kể cả mụ, chắc gì mụ còn nhớ, chắc gì mụ đã có một cái tên để mà nhớ đến. Người đời đã đặt tên, qua hình ảnh tật nguyền, cho mụ. Sự tật nguyền mà Hiệu nghĩ, có khi mụ không để ý đến nữa, nên sự bất hạnh không làm mụ đau buồn quá như người ta thương xót. Mụ bị liệt cả hai chân ngay từ lúc sinh ra, khi lớn lên phải tập đi trên hai đùi chân không có bắp thịt với hai mảnh gỗ nhỏ cầm chặt trong hai tay dùng chống xuống đất để lết người tới. Dĩ nhiên mụ nghèo lắm. Ngày còn nhỏ được sống với mẹ một thời gian, đến khi mẹ chết thì thừa hưởng túp lều tranh với khoảnh đất nhỏ đủ trồng mấy thứ gia vị. Rồi cuộc sống dần dà đưa đẩy, mụ biến túp lều thành chiếc quán ngày nay. Vài ngày mụ lên chợ Huyện một lần lấy hàng. Mụ đội chiếc thúng trên đầu và lết đi một cách tài tình. Hiệu và lũ trẻ tụ tập dưới chân đồi nhìn theo mụ sững sờ, đôi khi còn vỗ tay reo như khen ngợi, chào mừng mụ.

Hiệu đã cười, vui theo đám trẻ; nhưng khi trở về nhà một mình, lòng lại cảm thấy áy náy, buồn bã thế nào ấy. Nhớ ngày còn bé, mỗi khi Hiệu nghịch phá, mẹ thường đem hình ảnh mụ Lết ra dọa và Hiệu đã sợ lắm. Mụ Lết, một hình ảnh hung dữ đã hiện diện khắp tâm hồn đám trẻ thơ trong làng. Mụ Lết, một kỷ niệm mà có lẽ tất cả những đứa trẻ như Hiệu sống trong làng đều phải nhớ.

2.

Những đồng đội thường nói với nhau, đời lính kỳ nhất là những nỗi buồn không đâu bỗng dưng ùa ngập đến. Buồn như báo trước một điềm không may. Nó như tia chớp báo trước cơn giông bão dữ dội sắp xảy đến. Hiệu không tin, nhưng đôi khi cũng không tránh được cái cảm giác mơ hồ trong nỗi buồn tương tự thế. Một nỗi buồn chợt đến trong buổi chiều nào đó sau giấc ngủ trưa ngắn ngủi. Rồi cùng với hoàng hôn bắt đầu buông xuống quanh vùng núi rừng nơi hành quân, chàng bỗng nhớ đến Gò Chim, với màu nắng nhạt nhòa sắp tắt. Màu nắng hiu hắt, lạ lùng dễ nhuộm buồn tâm hồn chàng, như đầu que diêm bén lửa nhanh chóng trên đám rơm khô. Thứ ánh sáng như ảo giác, chỉ cảm thấy mà không nhìn ra.

Hiệu nằm đu đưa trên võng, hai bàn tay lồng vào nhau dưới gáy, đưa mắt nhìn vu vơ xuống thung lũng với quốc lộ chạy dài đến khuất trong những ngọn đồi xa. Câu nói của Sang, một tên lính thuộc trung đội, đã ám ảnh chàng thường xuyên. Hắn nói những người lính chết trận thường biết trước cái chết của mình. Hắn đã kiểm chứng kỹ điều đó. Nào thằng Hội, thằng Trường, thằng Quang… Thằng Hội đêm trước khi hành quân viết thư bảo vợ đừng lên thăm, chẳng hiểu vì lý do gì hắn đã tái bút, em có lên cũng không gặp anh ở đây đâu; người vợ vẫn thường lên thăm hắn vào mỗi sáng chủ nhật. Ngày hôm sau thì hắn tử trận. Còn Trường thì trước khi lên đường đã nằm võng mở mắt thao láo nhìn ra bầu trời không chợp mắt, không nhếch môi. Hắn nằm bất động như thế với khuôn mặt buồn bã lạ lùng, đến trưa cũng không buồn dậy ăn. Cuộc hành quân đó tưởng trở về an toàn, nhưng không, hắn bị bắn sẻ chết lúc còn cách điểm tập trung vài cây số. Rồi thằng Quang cũng vậy.

Những điều Sang kể ra đã làm Hiệu chột dạ. Buồn, buồn lịm, buồn ngẩn ngơ, buồn đến chết được là trạng thái xấu cho ngày sắp tới. Bởi thế có lần Hiệu đã chạnh lòng gọi tên đám lính một cách vu vơ, gọi để nghe tiếng mình, gọi để ý thức rằng tôi đang có mặt ở đây. Gọi để làm dấy động, phân tán gấp nỗi buồn đang òa tới. Nỗi buồn như điềm gở ma quái, nỗi buồn như từ trường làm chệch đường đi của đạn. Lúc đó miệng chàng thét gào ngượng ngập, nhưng có lẽ đám lính không nhận ra, cũng như không bao giờ ngờ tới ngấn nước long lanh trong mắt chàng. Hiệu nghĩ giá những người lính kia không nghĩ rằng chàng đã gọi vu vơ hay đùa giỡn, mà tiến lại với chàng, có lẽ Hiệu sẽ kể cho họ nghe về đầu mối một câu chuyện rất buồn. Tâm hồn họ sẽ được dàn trải trên màu xanh của kỷ niệm chàng. Những kỷ niệm về Gò Chim, về nắng gió, hoàng hôn…

3.

Gò vào những ngày tuy đã chiến tranh, nhưng chỉ mới là thứ chiến tranh còn âm ỉ. Thời đã có phục kích, có bắn sẻ, nhưng chưa có giới nghiêm, chưa có thiết quân luật. Hiệu thường cùng đám trẻ trong làng kéo nhau ra gò đùa giỡn, hoặc chia phe đánh giặc giã, hoặc chơi ú tìm. Nhưng có lẽ điều thích thú nhất hơn tất cả mọi trò chơi, là được nghe mụ Lết kể chuyện. Mụ vẫn thường lết ra gò như thế một mình vào những đêm có trăng, và nhất là những hôm trời oi ả. Bọn Hiệu ngạc nhiên về những chuyện kể của mụ. Những câu chuyện luôn luôn lạ và hấp dẫn. Trong mụ là cả kho tàng truyện cổ tích. Lúc đó Hiệu cứ tưởng những chuyện không bao giờ kể hết được cả. Có lẽ nhờ những đêm trăng sum họp đó mà đám trẻ ngày càng yêu thích mụ. Dần dà Hiệu không còn thấy cảnh chúng nó đứng trên đồi chờ mụ Lết đi chợ về mỗi chiều để vỗ tay chọc ghẹo nữa. Chúng bắt đầu có cảm tình, thương mến mụ rồi.

Hiệu còn nhớ như in hình mặt trăng to tròn và trắng bạc hiện ra ở chân trời. Ánh trăng trải mênh mông trong sương đêm mờ ảo, chia mặt gò và trời cao làm hai, thật rõ. Hiệu và đám trẻ nằm ngồi ngả nghiêng quanh mụ Lết. Bọn chúng im lặng để tâm hồn viễn du vào những cảnh thần tiên mà người đàn bà tật nguyền đang ngồi cạnh chúng dìu dắt. Có lần câu chuyện quá êm đềm đã đưa Hiệu vào giấc ngủ lúc nào chẳng hay. Bấy giờ Hiệu cảm thấy sự êm ái dưới lưng và hơi thở mát mẻ trong lồng ngực. Chàng ngủ yên như thế cho đến lúc cảm giác có một bàn tay chạm nhẹ vào áo, mới hớt hải mở bừng mắt, để rồi hãi hùng thêm khi nhận ra bàn tay của mụ Lết còn đặt bất động trên vai mình. Lúc đó đám trẻ đã tản mác xuống hết chân đồi. Mụ Lết có lẽ chợt nhận ra nét sợ hãi trên mặt Hiệu, nên đã rụt tay lại và cúi gầm mặt xuống đất. Hiệu đứng bật dậy, không kịp để ý đến thái độ của mụ nhiều hơn, vội cắm đầu chạy như bay theo lũ trẻ. Khi vào làng rồi, chàng vừa thở vừa ngoảnh nhìn lại hình bóng mụ bất động trên Gò Chim bấy giờ đã vắng vẻ. Tự nhiên đứa trẻ cảm thấy ân hận. Phản ứng của mụ Lết khi vội vã rút tay khỏi vai áo Hiệu và hình ảnh bất động của mụ đứng dưới ánh trăng trên ngọn đồi đã làm chàng thao thức suốt đêm. Hiệu xót xa, thấy mình đã đối xử không phải với mụ. Lẽ ra chàng không nên khiếp hãi mụ quá như vậy.

4.

Buổi tối lúc Hiệu bước vào căn lều dùng chất hàng tiếp tế của đơn vị, và đôi khi trời mưa bọn lính đã lấy một góc nhỏ làm nơi nhóm bếp đun trà, chàng nghe nhiều tiếng cười vỡ ra thích thú. Tiếng cười vụt tắt khi bóng Hiệu đổ xuống bọn họ. Chàng nói:

- Cứ tiếp tục đi chứ. Mấy khi tôi được nghe tiếng cười vui của các anh. Ý chàng là *tiếng cười thật, tiếng cười từ không khí vui vẻ có thật.*

Đám lính tiếp tục cười nói lao xao, trong đó chàng chỉ nghe tiếng nói của Sang.

- Ông thầy ở đại đội mình ít cười quá, sao thế thiếu úy?

Đám lính lại cười sau câu nói có vẻ bạo dạn, thân mật của Sang. Hôm nay nghỉ hành quân, nhưng Hiệu không an tâm nghỉ ngơi. Chàng cảm thấy buồn và thương đám lính trẻ hồn nhiên đang lao mình vào cuộc chiến vô vọng này. Đúng như thằng Sang nhận xét, chưa bao giờ chàng vui được cả để góp tiếng cười với tụi nó. Và chàng muốn giấu đi sự yếu đuối của mình. Bởi chàng không muốn, không bao giờ muốn nỗi buồn chàng sẽ biến thành điềm gở cho câu chuyện trên môi đám lính của mình khi chẳng may trong cuộc hành quân nào đó chàng phải ngã xuống. Câu chuyện *những người lính chết trận thường linh cảm trước cái chết của họ*, Hiệu không ngờ nó lại ám ảnh chàng đến thế. Với cuộc chiến tranh không có lựa chọn này, không bao giờ chàng yên tâm vui sống được.

Vòng tròn người quanh chiếc bàn tự động thâu gọn lại, vừa đủ trống một chỗ cho Hiệu bỏ chân ngồi vào.

- Tiếp tục đi. Tiếp tục chuyện gì đang kể dở đi.

Thằng Sang đứng khom người châm nước vào một chiếc ly vừa được nhượng lại cho Hiệu. Hắn nói với vẻ mặt đầy phấn khích:

- Bọn quỷ sứ này đang nói xấu đồng bạn chúng đấy.

Tiếng Tám già móm mém xen vào:

- Vẫn thằng Sang, hắn vừa là quỷ sứ vừa là linh mục đấy ạ. Hắn hỏi anh em thằng Nẫm cụt làm cách nào mà vợ nó chiều nay hắn gặp đã mang bầu rềnh rang.

Sự nghịch ngợm vô tội vạ của bọn lính làm Hiệu xót xa. Nẫm cụt, tên người lính bị mìn năm ngoái, phải cưa mất hai chân gần tới háng. Chúng nó thắc mắc, với hình hài đó, Nẫm đã xoay sở ra sao trong những lần ân ái với vợ.

Tám già nói tiếp khi tiếng lao xao đùa giỡn đã lắng, nhưng giọng hắn chẳng khác nào một tiếng thở dài.

- Trời sinh người có tật có tài mà…

Một đứa khác hằn học cắt ngang:

- Nhưng ở đây hắn đâu phải trời sinh. Bom, đạn, mìn, chông của con người đã sinh ra khổ đau và tật nguyền. Còn cái tài mà mày nói… Đã sống thì phải làm, phải nghĩ cách để tồn tại thôi.

Sang cười ha hả:

- Chí lý. Thằng này ít nói, nhưng nói một câu nghe đến hay.

Đám lính cười vang. Hiệu cầm ly nước trên tay, tự nhiên chàng muốn kể cho bọn chúng nghe về mụ Lết, về cái điều *trời sinh người có tật có tài* ấy. Nhưng chẳng hiểu sao chàng im lặng, đặt ly nước xuống bàn và lặng lẽ đứng lên.

5.

Mấy năm qua Hiệu không trở lại Gò Chim, nhưng chàng biết làng mạc đã trải qua nhiều thay đổi. Từ ngày một sư đoàn lính Đại Hàn nối gót quân đội Mỹ đổ bộ lên hải cảng Quy Nhơn, đời sống ở quê đã lần lượt thay đổi. Làng trở thành vùng xôi đậu. Một số người bỏ làng ra tỉnh làm thuê. Những người đàn ông đua nhau vào các hãng thầu làm đường, xây dựng mang tên tắt ngoại quốc. Những người đàn bà, con gái thì cũng thay hình đổi dạng để kiếm một chỗ đứng dù tàn tệ, nhưng là sự tàn tệ không làm họ bận tâm quá, khi nó trở thành tình trạng chung đã quen thuộc với mọi người. Hiệu biết đời sống ở quê chàng đang gặp khó khăn. Hẳn đã có quá nhiều người bỏ làng ra đi. Duy chỉ có mụ Lết vẫn còn trụ lại. Mụ bây giờ không còn năm ba ngày một bận đội thúng ra chợ Huyện lấy hàng nữa. Chiếc quán của mụ giờ đây thưa vắng khách. Nếu có gì khác lạ chăng, thì đó là sự ngạc nhiên của đám lính ngoại quốc mới đến khi ghé qua quán mụ. Hiệu tự hỏi, không biết tâm trạng của mụ ra sao dưới những ánh mắt tò mò của họ. Chắc chắn nó phải khác xa tâm trạng mụ ngày xưa khi vội vã rụt tay khỏi vai chàng vào một đêm trăng nào.

Hiệu nhớ lần trở về làng sau cùng, chàng gặp mụ Lết vào quãng đường ngang gò. Bấy giờ nắng chiều sắp tắt và Hiệu đang vội vã ra ngủ đêm ngoài huyện. Mụ Lết dừng lại khi thấy chàng. Mụ ngẩng cổ lên khó nhọc. Cử chỉ đó làm Hiệu thương tâm vô cùng. Chàng cúi người thấp lắng nghe.

- Lâu lắm mới gặp lại cậu.

Tiếng mụ bị cắt ra trong hơi thở hổn hển. Hiệu nhìn xuống chiếc thúng đầy ắp trên đầu người đàn bà bất hạnh.

- Dạ, đời lính mà mụ.

Hiệu nói như để cho có tiếng mình vậy thôi. Mụ Lết nhìn sâu vào làng, nói – vẫn tiếng nói bị cắt ra vì hơi thở và gió:

- Sao cậu không xin về đóng đồn ở đây? Người ta bỏ làng ra đi hết. Họ sợ đủ thứ. Còn tôi…

Mụ ngừng nói, nhưng âm vang của câu nói không chịu ngừng ở đó, Hiệu còn nghe tiếp không dứt nỗi xót xa đầy nước mắt.

Lần gặp đó Hiệu không ngờ là lần gặp gỡ cuối cùng. Từ đó về sau Hiệu không có cơ hội nào để trở về quê cũ. Làng đã hoàn toàn mất an ninh. Những cuộc hành quân của sư đoàn lính ngoại quốc đã làm làng trở nên tiêu điều nhanh chóng. Thỉnh thoảng chàng chợt nhớ và tự hỏi, không biết quán mụ Lết liệu có còn, dù còn với cảnh tiêu sơ nghèo khó ngày nào, hay nó cũng bị thiêu rụi theo ngọn lửa chiến tranh rồi. Gia đình Hiệu đã tản cư hết lên phố. Những đứa bạn của chàng, những thằng bé tinh nghịch ngày nào thường đứng trên Gò Chim đợi mụ Lết đi chợ về để vỗ tay chọc ghẹo, hay chia nhau đánh giặc giả vào những đêm trăng; bây giờ đã trở thành những người lớn đang chia nhau trong một cuộc chơi lớn hơn, không phải bằng tiếng súng miệng, bằng sự đoạt một ngọn cờ bằng lá cây trên Gò Chim, mà là bằng những tràng súng liên thanh nổ thật, mang tên AK và M16. Những đứa bạn đang chia nhau đêm và ngày trên cùng một *lãnh thổ* đầy trăng sáng ngày xưa.

Hiệu cảm thấy ngại ngùng khi tưởng ra một ngày nào đó chàng sẽ trở về, đi qua Gò Chim, đi dưới ánh sáng của một ngày sắp tắt, để từ từ nhận ra từng hình ảnh đổ vỡ, từng kỷ niệm tan vụn dưới mỗi bước chân, và không ngăn được dòng nước mắt. Cỏ trên Gò có còn xanh, chiều trên đồi có còn sương vương vất, có còn mùi gai gai của cỏ dại và vẻ hiu hắt như cảm giác chàng có ngày nào? Có còn không, có còn gì nữa không? Hiệu tự hỏi như thế về quê hương, rồi cũng tự hỏi như thế về cuộc đời mình. Chàng nhận ra sự yếu đuối của mình. Đúng như nhận xét của đám lính, chàng đã trốn chạy sự phiền muộn, chàng đã vui gượng, cười gượng khi trong lòng thì hắt hiu. Nhưng liệu với niềm vui, với nụ cười, với tiếng gọi thét vô hồn mỗi ngày đó, có xóa đi được nỗi buồn, một nỗi buồn đeo đẳng không dứt, như một điềm gở báo trước cho chàng, như từng báo trước ngày ra đi vĩnh viễn của Hội, của Trường mà chàng nghe Sang kể lại.

6.

Buổi chiều như mọi buổi chiều khác. Ở tiền đồn này chỉ có gió và nỗi hoang vắng ngút ngàn. Dưới chân đồi, nằm cạnh quốc lộ có một quán cà phê nhỏ, là nơi đã tiêu hoang giùm Hiệu những buổi chiều vô vị. Chàng có thể ngồi đó mà nghe tiếng gió thổi qua cánh đồng phía sau nhà, hoặc nghe cả tiếng chim từ núi xa vọng lại. Những ngụm cà phê vẫn không đủ đắng cho cái thèm lúc này của chàng là được ngâm lưỡi mình, tất cả cảm giác mình trong một thứ đắng chát nhất. Chàng tưởng có được như thế, chàng sẽ không nghĩ ngợi quá về cảnh vật tồi tàn chung quanh, để từ đó phải lan man nghĩ về nhiều vấn đề khác nữa. Nhưng cà phê ở đây thì nhạt phèo, chỉ càng làm cho chàng tiếp tục với mớ ý nghĩ ngổn ngang trong đầu. Nhiều lúc Hiệu cảm giác như mình không còn chút nghị lực nào. Chàng mệt mỏi, chỉ chực ngã xuống thôi.

Bây giờ dù cho thằng Sang có thét lên bên tai chàng hằng triệu lần câu *"những người lính tử trận thường biết trước cái chết của mình"* cũng không còn ý nghĩa nào cả và nó sẽ là con số không rỗng tuếch trước cuộc chiến bi thảm. Chiến tranh đã biến Hiệu thành con người cẩn thận. Chàng chu đáo xếp đặt trước mọi thứ có thể xảy ra cho mình, ngay cả những bất hạnh và phi lý như sự chết. Nhưng không như chàng nghĩ, vẫn có những biến cố xảy đến ngoài mọi xếp đặt, chuẩn bị, dự tưởng như thế.

Biến cố thật lạ lùng. Một hình ảnh vô cùng bi thảm vượt ngoài sức tưởng tượng của mọi người đã xảy ra. Cái chết của mụ Lết. Mấy ngày trước trên Gò Chim đã xảy ra trận đánh khốc liệt, có đại bác và máy bay oanh tạc. Suốt một ngày mịt mù khói lửa, khi trận đánh tạm ngưng, một đơn vị lính ngoại quốc lùng bắt những người còn lại trong làng mà chúng nghi là vừa tham dự trận đánh không kịp chạy thoát. Chúng bắt tất cả họ xếp hàng trên đồi, để nhận vào người những tràng đạn liên thanh một cách bình thản.

Và điều chua xót nhất là trong cuộc tàn sát tập thể đó, Hiệu không thể nào ngờ tới, kể cả những linh hồn đang vất vưởng trên Gò Chim kia nữa, là trong đống xác ngổn ngang có lẫn hình hài tật nguyền của mụ Lết.

Lữ Quỳnh *(Edit lại)*
San Jose, 17-9-2019

Sứ Mệnh Kẻ Sĩ Qua Bài Minh
"Cổ Kính Trùng Viên" của Nguyễn Đình Hiến
NGUYỄN THIẾU DŨNG

Nguyễn Đình Hiến (1872- 1947)

Tự là Dực Phu, thụy Mạnh Khả, hiệu Ấn Nam, sinh ngày 6/4/1872 (nhằm ngày 29-2 năm Nhâm Thân) người làng Trung Lộc, huyện Quế Sơn tỉnh Quảng Nam. (Nay là xã Quế Lộc, huyện Nông Sơn, tỉnh Quảng Nam). Trong kỳ thi Hương tại Huế ông có tên là Nguyễn Duy Phiên.

Năm 1900 ông đỗ Á khoa Cử nhân khoa Canh Tý, niên hiệu Thành Thái 12, cùng khoa với các cụ Huỳnh Thúc Kháng, Phan Châu Trinh, Nguyễn Mậu Hoán.

Năm 1901 ông đỗ Phó bảng Khoa thi năm Tân Sửu cùng với các cụ Võ Vỹ, Nguyễn Mậu Hoán, Phan Châu Trinh.

Năm 1906 được vua Thành Thái phái sang du học tại Pháp về chính trị và phong tục và đã viết cuốn *Tây sai kỹ lãm* trình vua Thành Thái.

Năm 1910 khi gia quyến của cụ Trần Quý Cáp đưa hài cốt của cụ Trần từ Khánh Hòa về Quảng Nam, lúc đi ngang qua Bồng Sơn, nơi Nguyễn Đình Hiến đang làm quan, ông đã lập hương án nghinh đón và lạy, khóc để tỏ lòng thương tiếc một người bạn, một chí sĩ cách mạng vì nước hy sinh.

Ông làm quan ở nhiều tỉnh trải qua các chức vụ: Tri Phủ, Quảng Đạo, Bố Chính, Tuần Vũ, Lại Bộ Thị Lang, Phủ Doãn Thừa Thiên, Tổng Đốc.

Năm 1927, Nguyễn Đình Hiến về hưu với hàm Hiệp tá Đại học sĩ, sau đó ông về Huế và ở tại ấp Bình An, gần dốc Nam Giao một thời gian. Đến năm 1935 ông trở về nguyên quán an dưỡng tuổi già và qua đời vào ngày 17 tháng 3 năm 1947 (nhằm ngày 25 tháng 2 năm Đinh Hợi), hưởng thọ 75 tuổi.

Xuất thân từ cửa Khổng sân Trình, Nguyễn Đình Hiến xứng đáng là một Nho sĩ tiêu biểu của đất Ngũ Phụng Tề Phi. Ông không những nổi tiếng học giỏi, thông minh lỗi lạc mà còn là một danh thần của triều Nguyễn hết lòng trung với vua và hiếu với dân, lúc ra làm quan cũng như khi về trí sĩ không bao giờ xao lãng trọng trách của một Nho gia

"Một mình để vì dân, vì nước
Túi kinh luân từ trước đến nghìn sau"

(Nguyễn Công Trứ)

Tính cách Nho gia đó được thể hiện khá đậm nét trong bài minh Cổ kính trùng viên do Nguyễn Đình Hiến viết và được khắc vào bia dựng năm 1930. Trong bài bia này Nguyễn Đình Hiến giải thích vì sao ông trùng tu một cái giếng bỏ hoang "ở trước chùa Kim Tiên, phía tây đường Nam Giao thuộc ấp Bình An, phủ Thừa Thiên".

Đây là một bản văn không chỉ có giá trị cao về phương diện văn chương mà còn hàm súc cả về mặt tư tưởng, cho thấy Nguyễn Đình Hiến không chỉ là bậc lỗi lạc trong làng thơ phú mà còn là tay cự phách trong nghệ thuật viết truyện.

Ý tứ bài minh và dụng tâm của Nguyễn Đình Hiến ẩn chứa sâu lắng trong câu: "Người khuất giếng còn, đạo xưa vẫn tỏ, nỡ nào ngồi nhìn nó bị bỏ hoang sao?" Nếu thơ văn để nói lên cái chí của người viết thì cái tài, cái chí, cái gan ruột của Nguyễn Đình Hiến đều gởi trọn trong câu minh này. Thường nhà Nho không nói nhiều, họ chỉ nói vừa đủ để gợi mở cho ta con đường đi thấu vào tâm can họ, rồi bỏ lửng ra đó buộc ta phải nhập vào với họ để hiểu họ, ngay như ông Thượng Trừng Giang Phạm Liệu tỏ ra khá tâm đắc với bài minh của Nguyễn Đình Hiến cũng chỉ hé mở cho chúng ta thấy không gian tâm trạng của Nguyễn Đình Hiến khi bình chú bài văn này: "trong cái nhỏ thấy cái lớn" bấy nhiêu đấy rồi thôi. Những ai đã đọc Kinh Dịch, nhất là những sĩ tử đêm ngày nghiền ngẫm Kinh Dịch chờ đợi khoa thi, hay những bậc đại khoa danh chiếm bảng vàng sẽ có một phản ứng tự nhiên khi đứng trước một cái giếng, nếu cái giếng ấy lại là giếng bỏ hoang, họ sẽ liên tưởng ngay đến quẻ thứ 48 của Kinh Dịch: Quẻ Tỉnh.

Quan Hiệp tá Đại Học sĩ đã về trí sự cũng vậy, đứng trước cái giếng hoang, ngài nghĩ ngay đến thoán từ quẻ Tỉnh: "cải ấp bất cải tỉnh" cùng đạo lý của nó cũng như sứ mệnh của một nhà Nho trước thế đạo nhân tâm. Vật nào cũng có đạo lý của nó, giếng cũng vậy. Nơi nào có người, nơi đó phải có nguồn nước để nuôi sống họ, giếng là một nhu cầu tất yếu của cuộc sống, giếng cung hiến nước nuôi sống con người, ai đến cầu nước, giếng sẵn sàng cho, giếng không hề từ chối, ai muốn múc bao nhiêu nước cứ múc, giếng không bao giờ cạn. Con người có thể ra đi, thôn ấp có thể di dời, nhưng giếng vẫn tồn tại ở đó không thể di chuyển được. Đạo lý thường hằng, bất biến của giếng cũng là đạo lý của Nho gia, của kẻ sĩ sẵn sàng gánh vác việc nước, việc dân. Giếng bị bỏ hoang chẳng khác nào đạo lý bị mai một, vì vậy trách nhiệm của nhà Nho là phải trùng tu giếng trở lại, cũng đồng nghĩa với việc kẻ sĩ chấn hưng đạo đức. Phương chi cái giếng hoang ở đây chẳng phải là cái giếng bỏ đi mà còn tràn đầy sinh lực rất hữu ích cho những ai cần đến nó "ném vật cứng xuống thì nghe tiếng kêu như ngọc, múc nước lên nếm thì cảm thấy ngọt mát" ấy là "đạo xưa vẫn tỏ, nỡ nào ngồi nhìn nó bị bỏ hoang sao?"

Đến đây ta trở lại với nhan đề bài minh sẽ thấy thâm ý của Nguyễn Đình Hiến càng lúc càng sáng tỏ. Ông không nói việc làm của mình là cổ tỉnh trùng tu mà chỉ nói đến sứ mệnh của mình là xiển dương đạo lý "cổ kính trùng viên" gương xưa lại tròn, gương vỡ lại lành, đạo xưa lại tỏ.

Nhà Nho đúng nghĩa là những người quyết sống chết để bảo vệ đạo lý như tinh thần của Nguyễn Đình Chiểu:

Chở bao nhiêu đạo thuyền không khẳm
Đâm mấy thằng gian bút chẳng tà.

Ở triều đình họ hết lòng, hết sức giúp nước an dân:

Trong lăng miếu ra tài lương đống

Về trong lòng dân họ cũng không quên trọng trách của mình:

Phù thế giáo một vài câu thanh nghị
Cầm chính đạo để tịch tà cự bí.

(Nguyễn Công Trứ)

Phần sau của bài minh, Nguyễn Đình Hiến cho thấy ông đang làm công tác thanh nghị với người dân ở ấp Bình An để vãn hồi chính đạo. Khi dân trong ấp nói cho ông biết về hai chuyện lạ của giếng: "múc uống thì có thể chữa được bệnh dịch, lấp đi thì phát sinh đám cháy". Họ cho là quái đản, họ tin vào ý kiến của thầy bói cho là chuyện của thần thánh. Nguyễn Đình Hiến thấy ngay mình phải có nhiệm vụ ngăn chận tà thuyết, phải giải thích cho nhân dân thấy đấy chỉ là những hiện tượng tự nhiên không có chi là huyền hoặc cả. Là nhà Đông phương học tất nhiên ông vận dụng học thuyết âm dương ngũ hành để lý giải. Cách giải thích như thế ngày nay đứng về mặt khoa học phương Tây có người cho là phi khoa học, nhưng nghĩ cho cùng dầu người hiện đại có lý giải tinh vi đến đâu rồi cũng phải đi đến kết luận như ông: đừng mê tín dị đoan, đấy chỉ là những hiện tượng tự nhiên. Đó là những gì ông thấy cần làm và phải làm với tư cách một Nho sĩ: "Ta cũng chẳng quan ngại gì lấy đạo y, đạo đất, đạo thần làm đạo trời, có thường, có biến, có lên có xuống, có mới có cũ, có phế có hưng mà thuyết pháp một hồi để cho người sau hiểu rõ."

Để cho những lời giải thích của mình có tính thuyết phục hơn phần sau cùng của bài minh Nguyễn Đình Hiến dàn dựng một câu chuyện hoàn toàn hư cấu để tạo ấn tượng gây niềm tin nơi người đọc. Ở phần này ông tỏ rõ là một nhà giáo dục tài ba, một nhà tâm lý học từng trải, hơn ai hết ông hiểu rõ những người dân ông đang trò chuyện, họ đương mê nên ông phải dẫn họ vào cõi mộng, họ đương thực ông dẫn họ vào cõi hư. Các nhà tâm lý giáo dục đều biết rằng muốn cải hóa một đối tượng cá biệt trước hết phải hòa nhập với họ xóa bỏ sự ngăn cách giữa người làm giáo dục và người được giáo dục, có thể sự cải hóa mới thành công, đây cũng là phương cách nhà y học Đông phương thường dùng để chữa bệnh, với bệnh âm phải dùng dương dược để chữa nhưng trong phải có vị thuốc âm dược đồng loại với bệnh âm dẫn đạo mới không bị con bệnh đề kháng.

Bằng bút pháp đặc tả sinh động, với nghệ thuật dựng truyện bậc thầy, tác giả đã lôi cuốn người đọc vào không khí một buổi dạ tiệc tưng bừng, lộng lẫy, rất mực phong lưu, huyền ảo nơi cõi thần tiên, nhưng Nguyễn Đình Hiến là một nhà Nho chủ trương văn dĩ tải đạo, văn mà không có đạo không thể phục vụ nhân sinh, đạo mà không có văn không chinh phục được lòng người, nên khi đã thành công, ông không muốn người đọc sa đà trong cảnh mộng, ông lại dùng bút pháp hài hước "cọp có sừng sấn đến" trêu ghẹo chị Hằng, "Hằng Nga ửng hồng đôi má, phun vào mặt cọp một bụm nước lã lớn" khiến cho ai cũng phải bật cười làm thức tỉnh trí thông minh, óc phán đoán của họ, buộc họ phải nhận ra vấn đề. Tài tình nhất là ông đã dùng tiếng cười để chuyển cảnh như thủ thuật của các nhà làm phim hiện đại, từ đêm sang ngày, từ Nam Giao ra tận Thuận An "mâm ngọc đỏ" đã "lên khỏi lòng sóng biếc", đã đến lúc con người thức tỉnh rời bỏ cơn mê.

Văn thơ Nguyễn Đình Hiến để lại không nhiều, nhưng chỉ riêng bài minh CỔ KÍNH TRÙNG VIÊN cũng đủ cho Văn học Quảng Nam nói riêng và Văn học Việt Nam nói chung trải chiếu hoa cho ông.

Nguyễn Thiếu Dũng

đặt tình không đặt tay
chỗ trống do thừa giấy
lưỡng lự cùng loay hoay
chẳng phải không áy náy

chỗ thừa thành đặc biệt
y như được dành riêng
đúng sai không cần biết
xem như được ưu tiên
dựng tấm bảng khẩu hiệu
âu cũng là tùy duyên *luân hoán*

Minneapolis – Hometown Ngày Trở Lại
MH HOÀI LINH PHƯƠNG

Có một quê hương thứ hai thiêng liêng trong tôi khi phải làm lại đời mình lần nữa trong trầm luân kiếp người xa xứ, mà mỗi khi nhớ về vẫn luôn có cảm giác hạnh phúc lẫn xót đau như nơi quê Mẹ đã mở mắt chào đời từ thuở nằm nôi… Bởi ở đó tôi đã được tái sinh, buồn vui theo những nổi trôi của định mệnh.

Tôi đã nghĩ tôi sẽ không bao giờ rời bỏ nơi chốn *hometown*. Những ngọn đèn vàng trên đường Nicollet soi bóng tôi chập choạng những buổi chiều tan trường khi mùa đông đến sớm. Những lẵng hoa mùa hè sắc màu rực rỡ chào đón khách qua lại trong gió suốt sáu tháng phiên họp chợ *Farm* nô nức xôn xao từ đường số 6 đến số 10 trải dài theo Nicollet, con phố chính mỗi ngày tôi vẫn đi về hai buổi từ khi đưa tay chào vùng đất mới tự do.

Quyến luyến. Ruột rà. Như máu. Như tim…

Vậy mà… vẫn phải từ bỏ. Ruột thắt, lòng đau, khi bằng lòng chấp nhận đưa tay ra cho Phan mang nhẫn cưới để theo chàng về dinh tận vùng Hoa Thịnh Đốn.

Dù chỉ hơn hai giờ bay, nhưng sao trong tôi vẫn có cảm giác lìa xa, hun hút…

Cho nên năm nào tôi cũng dành *vacation* để về thăm lại *hometown*….

Nhưng đã hơn bốn năm nay, từ ngày đưa tro cốt Bố Q. tôi từ San Jose về chùa Phật Ân Minnesota để cầu siêu, và an nghỉ tại Lakewood Cemetery Minneapolis, tôi chưa một lần nào về thăm lại…

Những biến động của đời sống quê người cứ cuốn mình theo không ngưng nghỉ, hết vòng quay này đến vòng quay khác.

Mãi đến trung tuần tháng 8 năm nay, tự buông hết những bộn bề, tôi mới quay lại được Minneapolis, thành phố Twin Cities êm đềm trong ký ức thầm lặng, hằn sâu.

Khi chuyến bay American Airlines bắt đầu *landing*, cảm giác quen thuộc, nhói lòng òa vỡ trong tôi…

Những mái nhà, những dòng sông, những mặt hồ trưa hè buồn tênh loáng nước…

Ngay cả khung cảnh phi trường Minneapolis với những chuyến bay ngược xuôi về thăm Má tôi ở California ngày đó… cũng là nỗi niềm tiếc nhớ khôn nguôi.

Tôi yêu Minneapolis bằng cảm giác vẹn nguyên của Saigon yêu dấu một thời nào… Mười lăm năm, với Minneapolis – một thành phố sáu tháng mùa thu lẫn trong mùa đông lạnh băng, chìm trong tuyết, ba tháng mùa xuân se sắt, và mùa hè chỉ vỏn vẹn còn lại ba tháng phù du…

Nhưng có phải "ở đâu, quen đó" như các cụ ngày xưa vẫn nói… Người sống xứ ấm khi nghe nhắc đến tiểu bang Minnesota thường le lưỡi, lắc đầu. Nhưng với chị em tôi, xứ lạnh, tình nồng đã quyện chặt, ôm ấp từng nỗi nhớ nhung.

Đã từng có mấy mươi năm Saigon những ngày đầu thiếu nữ, tiếng ve kêu ran mùa hạ nóng bức hè sang… Chờ mỏi mòn đến Noël, mới có chút sắt se hiu hắt gió, để diện áo khoác nhẹ, xôn xao trong đoàn người đi về thánh đường trong lễ nửa đêm…

Với Minneapolis thì không. Giày *boots* phải quen chân. Cứ như *bottes de saut* lính trận. Áo lông không phải điệu đà cho đẹp, mà là một loại trang phục bắt buộc để giữ ấm cho sự sống còn….

Nếu ở California, tháng mười hai người ta còn ung dung mặc *short* đi đánh *tennis*, thì cư dân Minneapolis, Minnesota đã mũ *laine*, mũ nỉ trùm đầu, *manteau, foulard* kín mít… Mỗi lần bay về thăm Má tôi, Di – đứa em trai vẫn hay chọc ghẹo: " Trời, Bà Đầm Paris mang cả mùa đông Paris nhung nhớ trở về…."

Từ phi trường Minneapolis – Saint Paul tôi về nhà bằng *taxi*. Các em tôi vẫn còn giờ ở sở. "Chị lấy chuyến bay tối một chút, để em đón", Luân nói. Nhưng tính tôi vẫn quen độc lập. Tự một mình mọi thứ như thời con gái.

"Chị muốn đến sớm để nhìn lại *hometown* hoa cỏ mùa hè xanh mướt, lao xao…"

Người tài xế Trung Đông không rành rẽ đường đi, lại sử dụng chiếc GPS xì- cúc, chỉ đường loạn xà ngầu, chạy đưa tôi về gần đến *downtown*. Trong khi từ phi trường về đến đường 4th Ave nhà Luân – em trai tôi, chỉ mười lăm phút... Tôi nói đây là *hometown* của tôi, tôi sẽ chỉ đường ông đi…

Khi đã đứng trên bậc thềm nhà, nhìn hai chậu hoa *Impatiens* tím, hồng với hình con ngỗng thân quen…, tĩnh tâm, cũng một phen hú vía….

Tôi nín khe. Không kể lể. Không thì các em tôi sẽ la lên vì cái tình lì lợm, liều lĩnh của tôi.

Tôi chỉ có hai *weekends* ở Minneapolis. Phan – phu quân của tôi không được khỏe, nên tôi không thể ở lại lâu hơn. Chỉ với chín ngày, nên mỗi một ngày là một ngày thêm ý nghĩa.

Đã được *planning* trước, Đông Nghi – cô em gái kế tôi giục: Sẽ đi sửa quần áo cho chị ở một *Shopping Center* trên phố Nicollet, vì chủ nhật họ đóng cửa.

Đã về định cư tại vùng Hoa Thịnh Đốn một thời gian dài - đủ tuổi cho một thiếu nữ sinh ra và lớn lên, nhưng không hiểu sao tôi vẫn là khách lạ. Mới biết, không dễ để có cảm giác quen, dù đã ở nhiều năm…

Ngày "em về với người", tôi đi, mà lòng còn ở lại. Vẫn luôn nghĩ về *hometown* trong cảm xúc quắt quay. Tôi không thích đến những nơi chốn đông người, nhất là những buổi hội họp, *party, event* được tổ chức cuối tuần có tính cách phô trương, hình thức….

Sống âm thầm như cỏ, như cây. Tất cả chỉ là xã giao. Tôi không có thêm một tình thân mới nào đúng nghĩa là bạn. Tự đóng mọi cánh cửa. Đó là sự chọn lựa của tôi. Yên tĩnh, nhẹ nhàng đến im lìm, thinh lặng.

Tôi chỉ biết con đường từ nhà đến với những sinh hoạt hàng ngày. Là xong. Là hết. Không muốn nghĩ và biết gì thêm.

Cuộc sống *monotone*, trầm trầm, đều đặn. Nhưng tôi cũng chẳng tự hỏi mình, sao về với Phan, tôi sống như vậy được đến ngần ấy năm, và còn thêm bao nhiêu năm nữa… Có lẽ sự quá đỗi bận rộn đã cho tôi không còn thời gian nhìn lại. Không biết những người phụ nữ cầm bút khác, họ thu xếp thì giờ ra sao trong sinh hoạt gia đình, nhưng với tôi – một người cầu toàn – hầu như công việc chung đã ngốn hết giờ giấc. Chẳng mấy khi tôi được một mình nhìn mưa lướt thướt ngoài khung cửa để nhớ về Saigon những chiều mưa, sáng nắng, hay đắm mình nghe hương hoa dạ lý tẩm đẫm trong vườn nhà thoảng bay theo gió những khuya muộn, những buổi sớm mù sương….

Cho nên, có gì cần tôi cũng chờ *vacation* để về Minneapolis.

Cái nhẫn *engagement* vui tính rơi mất một hạt nhỏ phụ li ti đã mấy tháng. Hẹn gặp lại Jared Minneapolis từ chốn khai sinh. Chê những shop Đại Hàn sửa chữa áo quần không như ý muốn, cũng lại về Minneapolis… cho yên tâm, yên chí… v.v… và v.v…

Wow! Khó tính có cái khổ, mà cùng có cái vui.

Nghe tôi từ quê chồng trở về thăm nhà cũ, Nguyễn - ông anh khóa I Chiến Tranh Chính Trị - đồng hương Nha Trang quê ngoại của tôi - tình nguyện làm bác tài đưa tôi đi Lakewood Cemetery để thăm Bố Q. tôi

Nghĩa trang rộng mênh mông, ở đầu con đường 36 Hennepin im vắng. Cánh cổng sắt uy nghi, mở rộng đón chào thân nhân ghé thăm người an nghỉ.

Một khoảng đời yên trong nắng sớm. Pho tượng trắng bình an sừng sững giữa trời, trên vùng cỏ non xanh mướt… Hồn bỗng nhẹ như gió, như mây…

Bố tôi ngủ yên trong tòa nhà cũ với bạn bè quen biết. Được trang trí lộng lẫy như cung điện hoàng gia Âu Châu… Cho cảm giác như mình được ghé thăm dinh thự của các đời vua nước Pháp.

Như một cuộc ngao du sơn thủy, Bố vẫn gần lắm, quanh đây… Không chút lo sợ, phân vân, chỉ nghe ra... tận cùng trong nỗi nhớ... Bố và tờ báo Ngày Nay Minnesota một thời nào…. mà con gái của Bố đã có nhiều bài lan man trên đó….

Những ngày sức khỏe bắt đầu yếu đi, Bố đã muốn tôi tiếp tục nhận tờ báo…

Có lẽ vì tôi có chút tài mọn văn chương, lại xuất thân là dân báo chí được đào tạo bài bản. Nhưng Bố ạ, Bố có biết đâu con đã trả hết mơ ước ngập trời của một thời tuổi trẻ khi nước mất, nhà tan… Trả những buổi sáng lên Trung Tâm Dân Vụ nghe phát ngôn viên Bùi Bảo Trúc và Trung Tá Lê Trung Hiền phát ngôn về tình hình dân sự và quân sự. Trả những chuyến đi tiền đồn trên khắp bốn vùng chiến thuật khi mặt trận còn say nồng mùi thuốc súng … Mũ *béret*, áo *treillis*, ngổ ngáo, chai lì không khác con trai… Cô gái nhỏ - bước vào tuổi đôi mươi, ngơ ngác bên hiên trường tưởng chừng như sẽ vào đời bằng đôi hia bảy dặm… Bỗng dưng tương lai đóng sập lại theo vận nước nổi trôi…

Tôi đã tập quên quá khứ vàng son trong cái tháp ngà tuổi ngọc. Xếp lại những văn bằng chỉ còn là mớ giấy lộn nơi vùng đất mới nương thân. Từ Associated Bank từng chiều về qua phố, lãng đãng buồn, tưởng chừng mình đã là một người khác, khi mài miệt hàng ngày với những con số vô tri… Buổi sáng thức giấc theo tiếng đồng hồ reo, trở dậy vội vàng ra đi, gõ đều một nhịp…

Hơn thế nữa, tôi vừa nhận lễ đính ước với Phan. Rồi tôi sẽ rời Minneapolis, theo chồng về miền Đông Bắc. Tôi còn không giữ được mình ở lại, nói gì tờ báo như một tâm nguyện Bố đã tin tưởng giao cho…

Con cúi đầu xin lỗi Bố. Cho con thêm một lần được khóc với Bố. Không phụ phàng như huyền thoại Trọng Thủy – Mỵ Châu, nhưng con vẫn làm Bố buồn, Bố thất vọng khi Bố đành phải khai tử tờ báo là niềm an ủi tinh thần duy nhất cuối đời…

Ngày đưa con gái đi lấy chồng, Bố chỉ dặn dò một chữ Nhẫn. Con nhớ hoài và mang theo với mình cho mãi đến hôm nay…

Từ Lakewood Cemetery trở về, anh chị Nguyễn ước mong mai sau cũng sẽ có một chỗ bình yên nơi đó… Và tôi, cũng vậy. *Phone* cho Phan, tôi nói mai kia MH muốn được sum vầy có Bố, có Mẹ, bên cạnh những người thân thiết ở một góc trời miên viễn, an bình, vang tiếng chim ca... Soi bóng mặt hồ trong, lối đi cỏ viền trên đồi thấp. Cuộc sống cũ khép lại, sẽ có môt cuộc sống mới vẫy tay đón chào...

*

Nếu ngày xưa ở Saigon, nhà tôi ở đại lộ Trần Hưng Đạo nhộn nhịp huyên náo suốt ngày đêm, thì qua Minneapolis, tôi cũng rất thú vị khi được sống ở *downtown* thành phố tuyết. Bước ra khỏi cửa, đã là con phố chính, với vô vàn *shop* thời trang, *building* cao ngất tầng mây, xe *bus* chỉ 50 *cents* trong vùng *downtown zone 12 blocks*. Nghe tiếng bước chân mình đi, về trên từng vuông gạch xám. Hè đường lộng gió chải ngược tóc trùng dương...

Nhưng lòng đã thôi vui khi mất dấu chim di những hàng quán cũ. Phố buồn tênh hơn khi tôi lẻ loi bên dòng người xuôi ngược, nghe những dư âm vang bóng môt thời...

Đời mỗi chúng ta còn đổi thay theo từng chặng đường dài, nói gì con phố cũ?

Khép lại chuyến đi, khi tôi trở về D.C, thì Minneapolis vẫn còn rộn rã với *State Fair* hằng năm, suốt mười ngày trước lễ *Labor's Day*. Người bản xứ vui tươi trẩy hội, tựa như quê ta mừng Tết cổ truyền.

Và tôi... vẫn còn chút ấm lòng. Thoảng mùi hương hoa mang theo chuyến bay từ tay anh chị Nguyễn. Một loài hoa thơm với những cánh mỏng hồng tím từ *hometown* Minneapolis, mà anh Nguyễn đùa vui gọi tên hoa Mỹ-Hiệp, Khánh Hòa sẽ được Phan trồng trong sân nhà tôi để vẫn còn nghe ngát hương từng đêm về một khung trời êm ả, yêu thương vừa về thăm lại.

M.H. Hoài Linh Phương
Washington D.C, tháng 08/2019.

Trong Vườn Tiên Điền
NGUYỄN NHÃ TIÊN

Theo câu hát ví của Nguyễn Du viết *"Thác lời trai phường nón Tiên Điền gửi gái phường vải Trường Lưu"*, tôi đi tìm những huyền thoại của đất và người Tiên Điền giữa một ngày mưa xuân bay phơi phới. Hàng cây muỗm (có người còn gọi là cây quéo) suốt dọc theo chiều dài vườn cây bao la có lẽ chưa đủ xanh rêu tuổi tác như những giai thoại về nó suốt từ hơn hai trăm năm qua. Trải qua bao nhiêu dâu bể thời gian và nhiều biến cố lịch sử, nhất là từ khi Nguyễn Quýnh chống lại nhà Tây Sơn, thì tất cả dinh cơ lầu đài nguy nga của dòng họ Nguyễn Tiên Điền đã trở thành tro than nguội lạnh cùng quá vãng, nói gì đến hàng cây muỗm ấy bên đường.

Biết là vậy, nhưng không hiểu sao tôi vẫn cứ mơ hồ nhớ ra từng câu chuyện kể, để nghe từ cây lá ấy, vườn ấy, tiếng ngựa hí vang trời mà tưởng ra cái cảnh huyên náo của những chàng trai Nguyễn - Tiên Điền vừa đi săn trở về buộc ngựa nơi hàng cây muỗm trước cổng vườn. Đấy là thời làng Tiên Điền còn nguyên vẹn như chốn kinh kỳ đô hội. Một làng quê - một dòng tộc từng có đến hai vị quan tể tướng hàng đầu triều (cha và anh ruột Nguyễn Du), và từng được truyền tụng là dòng dõi trâm anh thế phiệt thuộc vào hạng đệ nhất trong nước, thì cảnh ấy có gì là lạ.

Không làm nổi cái công việc của những nhà nghiên cứu, tôi chỉ lần theo chút vang hưởng *dấu xưa xe ngựa,* như đi tìm từng dấu rêu xanh mà nhìn ra, mà tâm tưởng. Dấu rêu, có khi là câu thơ, bài hát ví, và cũng có khi là những giai thoại qua từng địa danh con sông bến đò, hoặc những đỉnh núi ửng lên cái chân trời cũ càng Hồng Sơn liệp hộ!

Từ làng Tiên Điền (xưa có tên là Xuân Tiên) theo các làng xã bên bờ sông Lam: Xuân Lam, Xuân Hồng, Xuân An, Xuân Giang (huyện Nghi Xuân), rồi băng theo đường dưới chân ngọn Hồng Lĩnh để qua làng Trường Lưu (huyện Can Lộc). Ngày xưa anh em Nguyễn - Tiên Điền từng bao lần đạp sim mua vượt dải Ngàn Hống tìm qua phường vải Trường Lưu hát ví. (Hát phường vải là một thể loại hát ví của phường dệt vải, kéo sợi). Không rõ lối đi nào qua những chợ Thượng, chợ Hạ, chợ Tình… nhưng chợ Voi có lẽ là dưới chân dốc Voi này đây. Dường như đồng hành với tôi là khói chiều giăng giăng dọc theo triền ngọn núi cuối cùng trong quần thể chín mươi chín ngọn Hồng Sơn thoai thoải xoải chân ra tận bờ sông Lam. Mây trời la đà xuống thấp cũng có mà khói từ sông Lam tỏa lên cũng có, hình như đi trong cái cõi khói mây ngút ngàn ấy, con người dễ thường bỏ quên bàn chân mình trên mặt đất gập ghềnh mà bay lên lãng mạn cùng cơ man cổ sử.

Những giai thoại về Nguyễn Du trên xứ sở Hồng Lam tưởng như hoa cỏ rắc đầy trên khắp lối quê. Nào là bến Giang Đình, nào là bến đò Cài, nào là Trường Lưu phường vải…, chạm vào đâu cũng tưởng từ khói sương ấy người xưa quanh quất đâu đây. Mà không hiểu tại sao cứ là lắm bến sông như thế. *"Ai ơi chèo chống tôi sang. Kẻo trời trưa trật lỡ làng tôi ra".* Ấy là tiếng gọi đò "thành câu thành vần" của cậu Chiêu Bảy - tên gọi thân mật của Nguyễn Du lúc thiếu thời, trong giai thoại Nguyễn thường gọi đò trên bến sông Nhị trên đất bắc Thăng Long ngày ngày qua sông dùi mài đèn sách. Còn nơi đây lại là bến sông Cài, đường qua Trường Lưu dự những đêm hát phường vải. Rồi vẫn là những cô lái đò duyên dáng đa tình, chuyện kể rằng: Có lần Nguyễn Du vừa đến bến sông Cài thì gặp lúc trời nổi mưa to gió lớn, đang lúc tiến thoái lưỡng nan thì từ trong màn mưa trắng xóa trên sông, một con đò nhỏ hiện ra văng vẳng câu hát ví của cô lái đò: *"Sóng to thuyền nhỏ khó sang. Thiếp nguyền thiên địa giúp chàng một phen".* Câu hát bày tỏ một tình cảm thầm kín của cô lái đò đã không quản gió mưa, quyết đưa chàng trai họ Nguyễn Tiên Điền qua sông dự hát phường vải. Lần theo những chuyện kể ấy ta sẽ còn gặp bao bóng dáng hồng nhan, những nàng Uy, nàng Sạ, sắc tài nức tiếng trong làng hát ví phường vải Trường Lưu *"Muốn tắm mát thì lên giếng Đoài, muốn lấy vợ đẹp hỏi ngài (người) Trường Lưu"*. Trường Lưu xưa có tên là Tràng Lưu, vốn là đất văn vật, lại còn là nơi nhiều người đẹp hát hay nổi tiếng. Và cũng vì say mê tài sắc ấy mà Nguyễn Du có lần đã bị đám trai làng Trường Lưu ganh ghét, đến nỗi đã có lần gây sự ồn ã. Ngao ngán đám người ngỗ ngược ấy, Nguyễn Du trở về và từ đấy không qua Trường Lưu hát phường vải nữa. Giai thoại hay là chuyện thực? Bài *"Thác lời trai phường nón Tiên Điền gửi gái phường vải Trường Lưu"* của Nguyễn Du sẽ trả lời câu hỏi đó.

> *Tiếc thay duyên Tấn phận Tần*
> *Chưa quen đã lạ chưa gần đã xa*
> *Chưa chi đông đã rạng ra*
> *Đến giờ chỉ giận con gà chết toi*
> *Tím gan cho cái sao Mai*
> *Thảo nào vác búa chém trời cũng nên*
> *Về qua liếc mắt trông miền*
> *Lời oanh giọng ví chưa quên dặm ngồi*
> *Giữa thềm tàn thuốc còn tươi*
> *Bã trầu chưa quét, nào người tình chung*
> *Hồng Sơn cao ngất mấy trùng*
> *Sông Cài mấy trượng thì lòng bấy nhiêu*
>
> ...

Cũng xin mở ngoặc ở đây để nói thêm về dòng tộc Nguyễn Huy ở làng Trường Lưu qua quan hệ với dòng tộc Nguyễn Tiên Điền. Nguyễn Huy Tự là con rể của Nguyễn Khản (anh ruột Nguyễn Du) và Nguyễn Huy Quýnh là học trò của Nguyễn Nghiễm (thân sinh của Nguyễn Du). Do quan hệ đặc biệt của hai dòng tộc sáng danh này nên con đường từ Tiên Điền qua Trường Lưu không hẳn chỉ là những lần hát phường vải. Trong bài ví của Nguyễn Huy Quýnh đáp lời Nguyễn Du (bài *Thác lời con gái phường vải Trường Lưu gửi trai phường nón Tiên Điền*) sẽ minh họa thêm con đường lung linh giai thoại đó.

> *Tảng mai hầu trở ra về*
> *Hồn tương tư hãy còn mê giấc nồng*

Sinh ra tại phường Bích Câu - Thăng Long và mất tại Huế, kỳ thực Nguyễn Du về ở tại quê hương Tiên Điền của mình không nhiều so với cuộc đời dằng dặc từng bao nỗi thác ghềnh của ông. Nhưng có lẽ cái quãng thời gian không nhiều ở tại quê nhà lại là những năm tháng thanh bần nhất trong cuộc đời ông. Người ta ước đoán rằng: Có nhiều khả năng trong thời gian năm - sáu năm về ở tại quê nhà, đa phần các tác phẩm văn nôm "Văn chiêu hồn" và "Truyện Kiều" của ông đã được sáng tác tại đây. Biển Nam mênh mông làm người đi câu (Nam Hải điếu đồ) hay Hồng Sơn chín mươi chín ngọn làm gã thợ săn (Hồng Sơn liệp hộ), biết nơi nào rú Đụn, nơi đâu rú Lần? "Áo mão đường mây mặc kẻ tài. Ta vui, vui với lũ hươu nai" (thơ Nguyễn Du). Con đường dẫn về làng Tiên Điền, trước mắt tôi chừng như bây giờ là những lối vô tận. Mỗi bước đi, cứ lơ mơ, cứ lạc đường lạc ngõ, thật khó mà lần ra cho hết những dấu xưa!

Thiên tài ơi hồn muôn năm cũ, bước vào bảo tàng Nguyễn Du nhìn từ nghiên mực đến thanh gươm, từ cái gạc nai dùng để móc áo đến chén uống rượu bằng sừng nai… Tất cả im lặng trong tủ kính. Cố dán mắt vào nhìn, để từ đó mà vọng tưởng những âm vang. Và dường như cả cái thế giới đồ vật im lặng quanh tôi, và cả sương khói ngoài vườn kia nữa, lòng cảm hoài hay là tâm tưởng, hay là gì tôi không rõ. Có điều chắc chắn rằng đó là sự truyền sinh, là sự sống, một ý niệm mà như Goethe đã nói: "Cây đời mãi mãi xanh tươi." Con đường không chỉ dành riêng cho cả dân tộc hành hương về Tiên Điền mà còn là nhân loại. Trước và sau tôi, bây giờ và mai mốt, đoàn người đủ các chức sắc, thành phần, tuổi tác, màu da đến viếng thăm làng quê Tiên Điền, một sự sống, một tồn tại vĩnh hằng chứ còn gì nữa!

Nguyễn Nhã Tiên

Buồn Buồn Tán Chuyện Văn Chương
TRẦN HOÀNG VY

Buồn buồn... chạy lên mạng, gặp anh bạn cùng quê tán dóc, cuối cùng cảm thán cái câu: " *Tha hương ngộ cố tri!* ". Chợt nhớ đến bài thơ hồi nẵm:

"Cửu hạn phùng cam vũ/ Tha hương ngộ cố tri/ Động phòng hoa chúc dạ/ Kim bảng quải danh thì" dịch nôm na ra là: *"Nắng hạn lâu gặp mưa rào/ Đi xa gặp bạn cũ/ Đêm động phòng hoa chúc/ Đi thi được đỗ đạt".*

Theo một số cụ đồ thâm nho thì bốn câu thơ chữ Hán trên được chép trong sách *"Ấu học ngũ ngôn thi"*, một cuốn sách thơ năm chữ gồm 278 câu, nội dung khuyên học trò chăm chỉ học hành để đỗ đạt cao và ra làm quan, hưởng vinh hoa phú quý. Đây là cuốn sách được các thầy đồ ngày xưa ở nước ta dạy cho học trò học chữ Hán, sau khi đã học xong cuốn Tam tự kinh. "Dung trai tùy bút" của Hồng Mại đời Tống chép rằng đây là bài thơ của một tác giả vô danh, có thể ra đời từ thời Bắc Tống (960 – 1127) hoặc sớm hơn nữa. Bài thơ dân gian này thường được dạy trong các trường ở thôn quê Trung Hoa ngày xưa.

Bài thơ trước đây có tên là *"Cửu hạn phùng cam vũ"*, nhưng các cụ đồ nhà ta dạy học trò lại đặt tên là *"Tứ hỷ"*, tức "Bốn điều vui"? Theo giai thoại của Đàng Trong, danh sĩ Bùi Hữu Nghĩa, một trong bốn con rồng vàng của đất Đồng Nai, thường rất ghét những người ca tụng thi phú của đất Trung Hoa, nhắc đến bài thơ "Tứ hỷ" ông cho rằng không... xứng với cái sự "sướng" của con người cho dù từ hạng thứ dân cho đến vua chúa. Với ông, từ bài thơ ấy, chỉ cần... gia công thêm vài từ trong mỗi câu thơ thì cái sự sướng sẽ tăng lên gấp bội phần, hoặc sẽ trở thành điều vô cùng... khổ sở, vì vậy có bài thơ "Tứ hỷ" (mới) như sau:

"Thập niên cửu hạn phùng cam vũ". Thêm hai chữ " Thập niên". Nắng mười năm mà có một trận mưa lớn (cam vũ là mưa lành, mưa hợp thời) thì quả là rất... sướng!

"Thiên lý tha hương ngộ cố tri". Thêm hai chữ "Thiên lý". Xa quê nghìn dặm mà gặp bạn thân cũ mới gọi là rất mừng.

"Thục nữ động phòng hoa chúc dạ". Thêm hai chữ "Thục nữ" (có bản ghi là Hòa thượng). Người con gái (hòa thượng) động phòng đêm hợp cẩn mới thật... sướng rên!

"Nột nho kim bảng quải danh thì". Thêm hai chữ "Nột nho". Học trò dốt đi thi lại được đỗ cao, quá sướng.

Và bài "Tứ thống khổ" (Bốn điều khổ):

"Diêm điền cửu hạn phùng cam vũ". Thêm hai chữ "Diêm điền". Ruộng muối nắng lâu gặp trận mưa lớn đổ xuống có mà... phá sản!

"Đào trái tha hương ngộ cố tri". Thêm hai chữ "Đào trái". Trốn nợ bỏ trốn nơi xa mà gặp... chủ nợ thì khổ tới là cái chắc?

"Yểm hoạn động phòng hoa chúc dạ". Thêm hai chữ "Yểm hoạn". Quan hoạn hay người bị... thiến mà động phòng thì không biết là khóc đến như thế nào?

"Cừu nhân kim bảng quải danh thì". Thêm hai chữ "Cừu nhân". Kẻ thù được đỗ cao trên bảng vàng thì đúng... tức mà chết được!

Văn chương vốn sợ nhất là... đa tầng, đa nghĩa và cả... tối nghĩa như hũ nút. Song dưới bàn tay tài hoa của những bậc túc trí, uyên thâm chữ nghĩa, thì việc thay đổi một vài từ hay thêm thắt một vài chi tiết thì nó sẽ trở thành những bài viết sâu sắc phục vụ cho chính mục đích của người viết, mới thấy người xưa thật là uyên bác và đáng nể...

(Tán theo giai thoại Thủ khoa Nghĩa)
Trần Hoàng Vy

Thu Duyên
TRẦN VẤN LỆ

Có lẽ mùa Thu lắm cái duyên?
Mặt trời không thẳng mà nằm nghiêng
Hoa không chịu nở mà he hé
Có lẽ hoa chờ mái tóc Tiên?

Ờ nhỉ lâu rồi em mất biệt
Thu về ngơ ngác lá vàng bay
Thu về con bướm không chờ nữa
Nắng Hạ làm con bướm bỏ đây?

Tôi nhớ làm sao tóc của nàng
Nhớ sông bờ liễu gió lang thang
Hình như sóng nhớ ai nhiều nhất
Sóng gọi tên ai lúc nắng tàn...

Tóc nàng có thể mây vừa tới
Sương xuống hình như tại nhớ người?
Tôi lạnh. Chút thôi. Chiều đã lạnh
Mặt trời đang muốn lặn trong tôi!

Em ơi suối tóc em dài nhé
Anh tưởng Quê Hương mãi mượt mà
Với những đàn cò không biết mỏi
Chúng chờ bay giữa một Thiên Nga!

Có lẽ mùa Thu làm nhớ quê
Ờ lâu, Đà Lạt mình chưa về
Chiều duyên đây chẳng ai làm dáng
... Nhiều lý do làm anh nhớ em!

Trần Vấn Lệ

Dẫu Rằng Một Thoáng

TRẦN THỊ NGUYỆT MAI

(Thân mến tặng anh chị Vũ Hoàng Thư & Kim Phượng)

Một thoáng là một thoáng nào
Thời gian vội chưa kịp chào tình thân
Tuy xa mà như rất gần
Dẫu rằng một thoáng ân cần hỏi han

Mai xa cách trở dặm ngàn
Xin còn giữ mãi ngập tràn niềm vui
Nhớ về nhau những nụ cười
Nhớ về nhau những khoảng đời đẹp tươi

Dẫu rằng một thoáng trong đời
Phút giây trân quý tuyệt vời còn ghi.

Trần Thị Nguyệt Mai
20/8/2019

Nhớ Ơi Rơm Rạ
TRẦN VẠN GIÃ

Tôi là rơm rạ ngày xưa
Ngày xưa ngày xửa nắng mưa gọi về
Chiều chiều cỏ mượt ven đê
Khói rơm rạ níu lời thề có nhau

Dòng sông còn đó cây cầu
Qua sông nhớ thuở ban đầu không ta
Không quên dưới bóng trăng già
Mùi thơm rơm rạ la đà tình quê

Miếng cơm manh áo bộn bề
Ngày đi vẫn hẹn ngày về cố hương
Một đời để nhớ để thương
Rạ rơm tôi vẫn vấn vương một đời

Trong thơ ẩn hiện góc trời
Có dòng chảy trong lời rạ rơm
Chiều nay ngồi xới chén cơm
Xới lên cơn nhớ rạ rơm quê nhà.

Trần Vạn Giã

Với Long Xuyên

TRẦN DZẠ LỮ

Ta chào Long Xuyên. Long Xuyên kìa!
Nơi dễ đi nhưng lại khó về…
Bởi miền gái đẹp, đất không níu
Cũng phải chôn chân tráng sĩ hề!

Cây trái quanh năm như phu thê
Cho mùa quả ngọt, trĩu tình quê…
Sông rộng không bằng lòng người rộng
Chén tình say khướt, giọng mê mê!

Tôm cá không đùa, Long Xuyên hề
Cứ vớt bạc vàng nơi đáy lưới
Vọng cổ lên trăng, nghe nhức nhối
Ân tình chảy tới mộng Ba Thê…

Long Xuyên hề! Thương một trời quê
Em cột chân anh chẳng cho về
Khi không, lúng túng giang hồ thật
Một liếc mắt, đành riu ríu mê…

Trần Dzạ Lữ
(19.9.2019)

Đau Đáu Giòng Hương
DZẠ LỮ KIỀU

Ta hẹn…Về thăm Huế ngày xuân
Ủ thấm vào tim cơn bấc dầm
Ngày đó… Giữa bụi tre ẩn núp
Đêm dài… buốt lạnh – Tết Mậu Thân!

Đã nửa thế kỷ… Trôi qua đi
Mà trong tim ta mãi hằn ghi
Lũ chó săn ngày đêm sùng sục
Nào đâu tìm được cánh chim di…

Hai mươi ba ngày, giữa trùng vây
Ta vẫn tin, sẽ có một ngày
Cánh chim xa tìm bay về tổ
Nối lại vần thơ trong bấc dày

Bạn bè giờ trôi nổi bốn phương
Ta, con chim gãy cánh bên đường
Lất lây chỉ nghe hồn buốt giá
Đợi ngày về vọc nước giòng Hương!

Dzạ Lữ Kiều
CNP, 15-01-2019

Bạn Tôi
HỒ CHÍ BỬU

Bạn tôi. Lính sư đoàn 18 bộ binh
Hai cánh tay đã bỏ nơi chiến trường Xuân Lộc
Hai cánh tay đã rơi trong đêm tháng 4 tàn khốc
Máu chan hòa nhuộm đỏ cả vùng quê

Thương phế binh nên cải tạo vài hôm thì cho về
Thu xếp cùng gia đình lên vùng kinh tế mới
Lên vùng kinh tế mới ngóng cổ lên mà đợi
Mua gạo xếp hàng mua thuốc được vài viên

Bệnh mẹ gì thì cũng chỉ có xuyên tâm liên
Uống riết vàng răng giống khỉ ngồi bàn độc
Có những đêm buồn ra rừng ngồi khóc
Khóc chán rồi lấy rượu thay cơm

Hơn một năm quần áo rách hết trơn
Bữa đói bữa no bữa lo sốt rét
Tàn đời rồi lo cái con cặc
Dẫn vợ con về sống ở vỉa hè

Bởi người hiền nên Trời Phật chở che
Rốt cuộc anh cũng có mái nhà tranh để ở
Đi bán vé số dạo chẳng còn gì mà sợ
Hào khí hết rồi một gã tàn binh

Sáng nay gặp anh tôi thoáng giật mình
Trung úy Phan Văn Tài đây hả
Ôm chặt anh nước mắt tôi rơi lã chã
Tàn cuộc rồi ta ở phía bên thua…

Hồ Chí Bửu
* (Phan Văn Tài đã chết vào tháng 12/2018 vì đột quỵ)

Bướm

SONG THAO

Trong lần tới thủ đô Reykjavik của hòn đảo băng giá Iceland, tôi đã có dịp tới một bảo tàng viện có một không hai trên thế giới: bảo tàng *Icelandic Phallological Museum*. Bảo tàng này trưng bày có một thứ duy nhất: bộ phận sinh dục nam của các loài có vú. Có tất cả 282 cái những nhẵng của 93 loài động vật có vú kể cả con người. Bảo tàng này vụ vào các loài động vật hơn là con người. Phần con người chỉ có vài cái của người tiền sử và một bộ của 15 thành viên đội bóng ném quốc gia khi đội này đoạt được huy chương bạc tại Thế Vận Hội Bắc Kinh vào năm 2008. Bộ này chỉ là thứ giả, được đúc bằng bạc. Dĩ nhiên có lấy ni tấc đàng hoàng. Chúng được xếp trong một chiếc hộp bằng kính dưới bức hình chụp toàn đội bóng. Người ta không thể nhìn thứ tự trên bức hình để xác định chủ nhân của từng của quý bằng bạc bên dưới. Họ đã xáo trộn lung tung để giữ phần riêng tư cho các cô vợ trẻ của các tuyển thủ.

Coi chán chê vũ khí của cá voi, hải cẩu, dê và nhiều loài thú khác, tôi bỗng bất bình. Tại sao người ta lại trọng nam khinh nữ như thế này. Đực thì phô ra dưới đèn đuốc sáng trưng trong khi cái thì không được bình đẳng như vậy. Sự bất bình của tôi lòi ra cái dốt. Người ta có từ khuya mà tôi chẳng biết cái chi chi.

Vậy thì phải tìm cho được cái chi chi. Cái tôi tìm được không phải là một bảo tàng viện mà là một cuộc triển lãm ngắn ngày, từ 6/5/2011 đến 31/5/2011, tại Anh. Tên cuộc triển lãm là *"Great Wall of Vagina"*. Vạn Lý Trường Thành… Bướm. Đặt tên cho oai vậy chứ thật ra chỉ có 400 mẫu. Nhưng số lượng khiêm nhường này cũng thu hút đông đảo khách tới chiêm ngưỡng. Đừng tưởng bở là được tận mắt thấy thứ… tươi. Phòng triển lãm bày ra các mẫu vật bằng thạch cao, được sắp xếp sát nhau trên 10 tấm bảng, mỗi tấm 40 mẫu. Cách sắp xếp này giúp người xem thấy rõ sự khác biệt về hình thể của mỗi mẫu vật. Chủ nhân các mẫu này là những tình nguyện viên, tuổi từ 18 đến 76, thuộc đủ các tầng lớp xã hội. Điêu khắc gia Jamie McCartney, tác giả của công trình nghệ thuật này, cho biết ông chú trọng đặc biệt tới các cặp đồng tính, chuyển giới, song sinh hay mẹ con. Ngoài ra, ông cũng khuyến khích các tình nguyện viên lấy mẫu hai lần: trước và sau khi sanh hay trước và sau khi làm tình lần đầu tiên. Ông đã mất 5 năm để hoàn thành cuộc triển lãm này.

Giới truyền thông cho đây vừa là những tác phẩm nghệ thuật vừa là công cụ giáo dục giới tính trực quan. Phần tác giả, ông coi đây là một cái nhìn toàn diện và đứng đắn về cơ quan sinh dục nữ: "Cơ quan sinh dục nữ đã từ lâu được coi là nguồn gốc của những đam mê và tội lỗi. Nhưng thực tế chúng không chỉ có ý nghĩa tính dục mà mỗi âm hộ đều mang bản sắc riêng và là một phần tạo nên cái tôi của mỗi cá nhân, giống như khuôn mặt vậy."

Có lẽ muốn đi tìm những "khuôn mặt" một cách rốt ráo nên ông Jamie McCartney đã có một dự án khác: làm mẫu thạch cao âm hộ của phụ nữ của mỗi quốc gia trên trái đất. Ông đang thực hiện, chẳng biết bao giờ mới xong để cho bà con biết cái này cái kia trên thế giới khác nhau ra sao. Vì muốn cho dự án này hoàn toàn trung lập nên ông dùng chữ quốc tế Esperanto để đặt tên của dự án: *mondcivitano*. *Mondcivitano* có nghĩa là "công dân thế giới". Tôi vào *internet* để kiếm tài liệu về dự án này. Thường thì tôi rất chịu khó tìm tài liệu, chuyện này tôi lại chịu khó hơn. Ông đã liệt kê tên các quốc gia ông dự tính lấy mẫu. Tổng cộng có 176 nước trong đó có Việt Nam. Mỗi nước ông chỉ lấy một mẫu, ai ghi danh trước sẽ được ông chọn, không phân biệt hình thể của lá lẩu. *First come first served!* Những nước sau đây đã được lấy mẫu xong, các bà các cô chậm chân không còn cơ hội nữa: Bỉ, Canada, Chile, Trung Quốc, Tiệp Khắc, Đan Mạch, Estonia, Phần Lan, Pháp, Đức, Hồng Kông, Hungary, Ấn Độ, Iran, Ái Nhĩ Lan, Jamaica, Latvia, Mã Lai, Hòa Lan, Tân Tây Lan, Nicaragua, Na Uy, Ba Lan, Tây Ban Nha, Nam Phi, Sri Lanka, Thụy Điển, Ukraine, Venezuela và Mỹ. May quá, Việt Nam chưa được lấy mẫu. Đồng hương của chúng ta còn hy vọng được… triển lãm.

Trong số các nước đã được an bài có Mỹ. Các bà chậm chân làm dữ khi không được dịp khoe. Không biết có phải các bà Mỹ thuộc loại to miệng không mà điêu khắc gia Jamie McCartney phải chịu thua. Ông nhận sẽ làm một dự án khác riêng cho các bà Mỹ, mỗi tiểu bang được một đại diện. Phải công nhận cồng của các bà Hoa Kỳ to!

Điêu khắc gia người Anh Jamie McCartney bận rộn với phần riêng tư của các bà thì họa sĩ Phan Nguyên của Việt Nam cũng bận rộn không kém. Ông đã có cả một bộ tranh mang tên *Sexus* để mô tả chốn thâm cung của các bậc nữ lưu. Ông đang ở chơi với chúng tôi tại Montreal. Tôi lân la hỏi chuyện ông. Ông cho biết bộ tranh gồm khoảng trăm bức, vì là các tác phẩm nghệ thuật nên dĩ nhiên không cái nào giống cái nào. Nghĩ ông làm việc giống như ông Jamie McCartney nên tôi nhìn ngưỡng mộ người đã trăm lần bắt bướm. Ông vội chối bai bải. Đâu có mất thời giờ như vậy. Nó đã dính trong đầu nên khi ông họa là ra liền.

Ngày chúng tôi tụ họp nhậu nhẹt, ông Luân Hoán bị sút chân giả nên không tới được tuy ông rất muốn gặp lại ông họa sĩ nòi tình này. Bởi vì ông Luân Hoán vốn dĩ cũng nòi tình không kém. Thơ ông vương vấn chốn… phồn hoa này hơi nhiều. Không gặp được tri kỷ, ông gửi tặng ông họa sĩ một bài thơ. Tôi trích ra một đoạn:

hiển linh thần hồn diệp
ấm lạnh nguồn sinh tình
huyền bí động dục lạc
mộ địa u u minh
tuyệt đỉnh ngọn hạnh phúc
ý nghĩa cả đời người
tất cả đều quy tụ
âm sắc tình tuyệt vời
bí hiểm tòa kiến trúc

hang ổ hiển hung thần
ẩn hiện trong lồ lộ
giữa cuộc sống thế nhân

Mấy ông bạn thơ thẩn của tôi hầu như ông nào cũng chạm tới chỗ "hiển linh thần hồn diệp" này cả. Có điều các ông thiếu can đảm. Cũng phải cảm thông với cái khó của mấy ông. Ngay bà chúa thơ nôm Hồ Xuân Hương, thơ rất bỗ bã, mà cũng chỉ chạy vòng ngoài. Khi thì mượn quả mít, lúc thì vớ con ốc nhồi, khi thì chiếc quạt, lúc cái giếng.

Ngõ ngay thăm thẳm tới nhà ông
Giếng tót thanh thơi rất lạ lùng
Cầu trắng phau phau hai ván ghép
Nước trong leo lẻo một dòng thông
Cỏ gà lún phún leo quanh mép
Cá diếc le te lội giữa dòng
Giếng ấy thanh tân ai đã biết
Đố ai dám thả nạ rồng rồng

Cái giếng này có nhiều tên tục trong chốn dân gian mà chúng ta thường… kỵ húy. Vùng cấm xã hội không cho chúng ta nói huỵch toẹt ra. Nhưng dân gian thì khác. Chỉ là cái tên. Thằng cu cái hĩm chẳng cần *care*. Ca dao bình dân cứ phứa phựa. Trong bài viết *"Thằng Cu và Cái Hĩm Trong Ca Dao"*, tác giả Mạc Thực Thái Doãn Chất đã sưu tầm được một số ca dao chẳng có vùng cấm này. Ông viết: *"Không phải ngẫu nhiên mà từ ngàn xưa hai "cái ấy" và "chuyện ấy" đã hiện hữu trong văn chương bác học và văn chương bình dân, trong đó có ca dao, tục ngữ. Đó là đề tài muôn thuở, là thứ "vàng ròng" làm cho con người vui vẻ, khỏe khoắn, ham sống, ham chiến đấu và trẻ trung hơn. Nếu không có nó thì "mặt trời sẽ tắt"! Và cuộc đời của mỗi con người sẽ giảm phần hứng thú, thú vị."*

Tác giả Thái Doãn Chất là người rất công bằng. Ông bàn về cả hai thứ của hai phía. Trong phạm vi bài này, tôi bỏ qua phía nam nhi mà chỉ nói về sự tình của nữ nhi. Ông dẫn chứng nhiều câu gọi tên húy của vật thể có thể làm "mặt trời sẽ tắt" này. Bạn đọc nào có óc nghiên cứu thâm sâu có thể vào *internet* tìm bài của ông Thái Doãn Chất một cách dễ dàng. Tôi chỉ vớt vát được một câu hợp với cái tựa của bài này nhất. *Bướm đồng động đến thì bay / Bướm nhà động đến lăn quay ra giường.*

Bướm là thứ làm các bậc quân tử khoan khoái cả xúc giác lẫn thị giác. Chỉ kính nhi viễn chi mà hồn vía đã mây bay.

anh sẽ đến bất ngờ ai biết trước
miệng khô rồi nẻo cực lạc xa xôi
ôi một đêm bụi cỏ dáng thu người
em chưa đái mà hồn anh đã ướt

Bốn câu thơ này của nhà thơ Nguyễn Đức Sơn nhưng nói chuyện… ướt phải nhắc tới nhà thơ Bùi Giáng. *"Tôi thỉnh thoảng nhớ về Bùi Giáng. Mỗi lúc mỗi khác. Khi thì nhớ tới ông - lão già bẩn thỉu dắt một xâu chó lôi thôi đứng ngơ ngáo trên đường. Khi thì nhớ một lão nông tỉ mẩn nhặt gạo nấu cơm, ăn với muối mè. Cũng không hiếm khi nhớ cặp kính dày cộm cúi trên trang viết – nét bút như trẻ con, to và không thẳng hàng cho mấy. Còn thì chưa dám nói với ai rằng nhớ Bùi Giáng – một thằng cha phóng đãng say sưa nằm mọp xuống nhìn phụ nữ… làm ra mưa móc (xin lỗi!)"*. Đoạn trích này là của tác giả Phan Thị Như Ngọc trong bài *"Ba Ngày Bùi Giáng"* đăng trên tạp chí Văn, xuất bản tại California, số 101 & 102, tháng 5 & 6 /2005.

Tác giả Phan Thị Như Ngọc có mối duyên kỳ ngộ với nhà thơ. Cô từ Đà Lạt xuống chơi với người bạn là một tăng nhân tại Đại học Vạn Hạnh. Phòng của người bạn cô bữa đó có nhà thơ Bùi Giáng dạt vào ở nhờ. Anh đành đi ngủ nơi khác, nhường giường cho cô ở chung phòng với Bùi Giáng. *Bùi Giáng nhỏ người, mặc bộ bà ba trắng rộng. Chung quanh chỗ ông ngồi là mùng màn, quần áo, mấy cái bị giang hồ bừa bộn. Chưa đủ lỉnh kỉnh, còn thêm một lồng chim cút dưới chân giường, cái siêu sắc thuốc, cái bếp dầu, soong nồi. Cứ như đàn bà nhà quê đi tản cư… Tôi nhìn nồi cơm đang sôi, màu đỏ quạch và chén muối mè thơm thơm, hiểu là ông đang theo phương pháp Ohsawa ăn gạo lức muối mè. Bác bị làm sao mà ăn uống cực vậy? Bị điên! Sao lại có thể nói tỉnh táo về khái niệm không tỉnh táo thế nhỉ. Điên mà còn biết là điên thì có thực điên không? Tôi hỏi như vậy. Ông nói tự nhiên, điên thiệt chứ. Mỗi khi gần tới cơn thì đón xe lên Biên Hòa. Bớt thì lại ra. Tôi hơi hãi. Không biết bây giờ ông ta đang thế nào, đã "sắp" chưa?"*.

Chẳng phải chờ lâu, nhà thơ lên cơn điên, cái điên ai cũng muốn có được. Buổi tối, tác giả dậy, rón rén đi vào *toilet*. *"Thấy tôi vào nhà tắm, Bùi Giáng bật dậy, vào theo. Tôi tái mét. Ông ta ôn tồn. Cho coi một chút thôi. Cô ngồi xuống tưới cỏ cây đi, tui nằm coi. Mát mẻ con mắt vậy mà, mai mốt cỏ trên mồ cũng mát theo. Trời ơi! Toàn "m" – mát mẻ, mai mốt, mồ mả, mắt mũi... lùng bùng đầu óc. Tôi không giận, và cũng nghĩ ông không đùa giỡn, suồng sã. Chỉ là ngạc nhiên. Sao lại lúc này, lại là tôi. Những "mẫu thân" của ông đâu hết? Tại sao ông trở đi trở lại câu thơ Nguyễn Du. "Sè sè nấm đất bên đường, dàu dàu ngọn cỏ nửa vàng nửa xanh" khi nằm nhai gạo lức trong bóng đêm?".*

Trước ngày tác giả trở về Đà Lạt, cô thấy một mẩu giấy được kẹp dưới chiếc dép cô để bên gầm giường. Rõ ràng gửi cho cô. *"Đợi một ngày, còn chuyện nhờ đó".* *"Chuyện nhờ vẫn là chuyện cũ, song thái độ thiết tha và ánh mắt trẻ con rưng rưng chỉ cần tôi nói không là òa khóc khiến tôi cầm lòng không được, lẩy câu Kiều: "Đã lòng dạy đến, dạy thì xin vâng". Trút bớt xiêm y, ngồi xuống, và mưa. Bùi Giáng nằm dán mắt nhìn mưa móc cỏ hoa và mặt đất tràn bờ, dập dềnh. Mặt ông chói rực luồng sáng riêng tư, hoàn toàn không thể hiểu biết và chia sẻ. Mái đầu nhiều tóc bạc, gương mặt dãi dầu, gầy gò, hai tay nhăn nhúm đen sạm... Tất cả như nở hoa, hân hoan từ mặt đất, mặt nước trên lầu bốn. Dưới đường vẫn ngược xuôi xe cộ, tiếng động của đời sống con người vẫn vọng lên đều đặn. Không ai biết mắt người điên Bùi Giáng vô cùng trong sáng, đẹp sững sờ!".*

Chuyện nhìn phái nữ xả nước có lẽ là cái thú triền miên trong lòng nhà thơ điên điên tỉnh tỉnh. Chẳng ai dám quả quyết là ông điên, cũng chẳng ai nghĩ là ông tỉnh. Ông như một thứ trích tiên xuống đời này chỉ để coi những cánh bướm làm mưa. Ông đã thực sự đã con mắt với cơn mưa của cô Phan thị Như Ngọc. Nhưng biết thế nào cho đủ. Nhà văn Nguyễn Quang Lập kể lại trong một bài viết vào năm 2009. *"Mình nói nghe anh Tường kể Bùi Giáng yêu Kim Cương mà, anh Cung Tích Biền nói yêu văn thơ vậy thôi, có động được cái lông l. nó đâu, chỉ béo thằng Trần Trọng Thức thôi. Anh Biền đọc thơ Bùi Giáng gửi Kim Cương, mình thấy hay hay, chép lại ngay:*

"Nếu ngày mai tôi chết đi, mà cô không thể giỏ cho một giọt nước mắt

thì cô có thể giỏ cho một giọt nước tiểu cũng được

(Nhớ nhỏ ngay trên mồ)
ở dưới suối vàng tôi sẽ ngậm cười đón nhận
(ngậm cười chín suối hãy còn thơm lây)"

Mình cười khì khì nói thơ hay, yêu vậy mới là yêu, anh em mình toàn giả đò yêu thôi. Anh Biển nói chà, có con nào thì ăn tươi nuốt sống ngay, chờ đến khi chết nó tụt quần đái cho vài giọt thì sung sướng cái nỗi gì. Mà mình đã nằm trong hòm rồi, nó đái trên, cũng có thấy bướm nó đâu. Mình cười rũ. Cười xong thì thấy thương Bùi Giáng dại gái thế thì xưa nay hiếm."

Ông Nguyễn Quang Lập thấy thương. Tôi thấy mắc mớ chi phải thương. Hàng vạn người lũ lượt vào phòng triển lãm của nhà điêu khắc Jamie McCartney, phải trả tiền, chỉ để coi bướm bằng thạch cao. Ông Bùi Giáng, chỉ cười nụ cười trẻ thơ, được coi bướm thiệt, cử động đàng hoàng. Thiệt "đã đời du côn"!

10/2019
Website: www.songthao.com

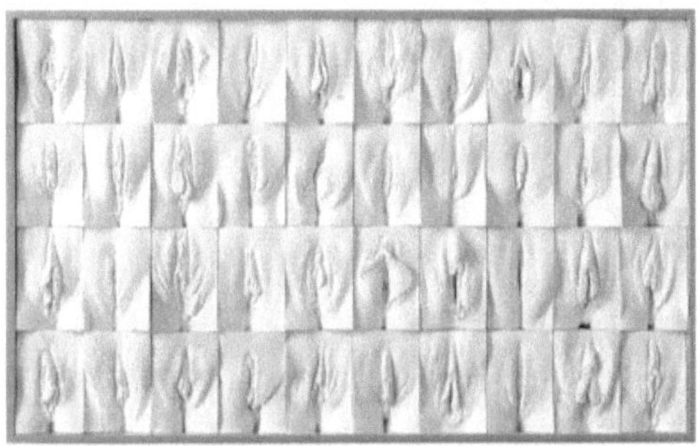

(Tác phẩm của nhà điêu khắc Jamie McCartney.)

(Điêu khắc gia Jamie McCartney trong xưởng làm việc.)

(Một góc phòng triển lãm.)

(Bùi Giáng và Kim Cương.)

(Trung niên thi sĩ đang tìm chi?)

Máu Nhuộm Thùng Nước Lèo
ĐỖ KH

Tín làm nghề bán bảo hiểm. Anh biết nói tiếng Mỹ nhe, nên bán bảo hiểm cả cho người Mỹ. Vì lý do nghề nghiệp nên lúc nào anh cũng mặc đồ vét tuy thời tiết ở Cali nóng quanh năm. Anh chuyên trị kiểu vải ông Hoàng xứ Wales, màu đen có các sọc dọc trắng. Tôi đồ là anh bị ấn tượng bởi bộ phim "Bố già" (1972) từ lúc còn ở bên nhà, nên sang Mỹ là chơi luôn thời trang điện ảnh trong phim này cho thỏa chí. Bộ vét của anh là có cả gi-lê, nhưng ăn phở thì anh cởi cà vạt, cởi áo ngoài bỏ trong xe, để hở cổ sơ mi và mang gi-lê không cài nút.

Tín là người mang gi-lê quần tây duy nhất ở trong tiệm, chi tiết này quan trọng như sẽ thấy, bằng góc mắt đảo nửa vòng là nhận ra anh ngay.

Tín ít việc hay sao đó, vì cả ngày thấy anh lê la ở đây. Với chúng tôi, anh thuộc hàng niên trưởng, trên 30 tuổi, và trước 75 không hiểu anh làm gì, thông dịch viên cho Mỹ, không phải thông dịch viên quân đội Kit Carson mà kiểu chương trình ám sát và bình định Phượng Hoàng. Anh dáng thư thái và kẻ cả, xỉa răng là mất 15 phút chậm rãi, hớp miếng trà, rồi sau đó mới đánh người và hỏi cung. Nhưng anh dễ mến, gặp thì chào hỏi mấy câu, tuy anh mở miệng ra ta tưởng là anh sắp phát âm tiếng Anh bằng giọng Ý như là Sylvester Stallone.

Đây là tiệm phở, tuy bà chủ người Hậu giang hay Tiền giang gì đó. Dạo ấy, tại Chinatown Los Angeles, đã có dăm ba hàng quán Việt, có cả một khu be bé xây với cái tháp đồng hồ giống như là phiên bản mini của chợ Bến thành. Thỉnh thoảng tôi có đến, có bận, ngoài được ăn phở ra còn lại được nhìn mông (có mặc quần) của ca sĩ Khánh Hà (xin lỗi chị, tôi là người hâm mộ). Nhưng tại đây, cách trung tâm Việt-Tàu ở trên, độ vài ba cây số, có độc một tiệm phở, bên cạnh là một cửa hàng nhỏ bán băng cát-sét Việt và thay pin, sửa đồng hồ. Ngoài ra là hàng quán Latino, tiệm sửa xe Hàn quốc tại khúc block số 3000 của đường Beverly. Tôi hay đến vì gần nhà, tiện đường xe buýt số 44 trực tuyến. Đây là nơi tụ tập cả ngày của sinh viên người Việt tại Los Angeles City College (LACC).

LACC là một đại học cộng đồng kiểu giờ trong nước gọi là cao đẳng. Sinh viên ở đây thuộc tạng xâm mình trước khi có phong trào này trên đùi trần của phụ nữ. Trường dạy nghề và dạy hai năm căn bản sau phổ thông cho thanh niên cũng như người lớn đã đi làm, lớp đêm và lớp ngày. Các bạn Việt học tại đây sau đó dời đi Cal State hay University of California bảnh chọe, vì như vậy hai năm đầu tiết kiệm được học phí rẻ hơn của cái bằng. Những bạn chỉ vào đây học nghề như tôi thì khác hẳn, phần lớn là người Mỹ và người Mỹ gồ ghề. Trong một lớp tôi theo, có bạn đứng lên khai là bạn ở tù ra. Chuyện bình thường, không ai để ý. Bạn nói tiếp, tôi ở tù vì tội giết hai người thì mọi người mới chăm chú nghe tiếp chuyện bạn kể!

Thành phần trường đại loại là lắm thứ như vậy, tan lớp đêm là thế nào tôi cũng được một thiếu nữ đến mời theo cô đi ra bãi đậu xe. Tới đây các cô không mời tôi lên ngồi chung hay chở tôi về nhà, mà cám ơn và hẹn gặp lại, việc các cô nhờ là tôi hộ tống an ninh thôi khi đi ngang bãi!

Tôi học ảnh và học điện ảnh, và vì vậy không cùng lớp với các bạn Việt, thường học toán hay lý hóa gì đó. Các bạn này đóng đô ở tiệm phở Beverly để làm bài, trao đổi đề thi với lại phao và bán tem thực phẩm. Đó là dưới thời tổng thống Carter và nước Mỹ còn rộng rãi về mặt xã hội và nói qua, mấy bạn thành tài giờ Panamera, Lexus, có nhớ ngày đi buôn lậu phiếu khám bác sĩ miễn phí một cái $5? Tôi thì đến đây ăn phở, gặp thằng em ruột là Linh vì tôi không ở chung nhà mà ở với các bạn gái như đã kể. Hai cô này miệt mài lao động Downtown vào giấc trưa và phở với các cô không hợp vị.

Linh như thường lệ, ngồi một bàn với bạn Thu. Quán như thường lệ đầy một nửa, khách như thường lệ một tá rưỡi lê la trà đá chanh đường.

Cửa mở bung ra, một thanh niên xộc vào tay cầm súng. Y chĩa ngay cây Colt nhà binh .45 vào đầu Tín Bảo hiểm sức khỏe, Bảo hiểm xe cộ và Bảo hiểm nhân thọ.

-Đù mẹ mày, mày tưởng mày ngon hả! Đù má! Mày tưởng mày mặc đồ đẹp lắm hả!

Đạn nổ cái đùng.

Tưởng là Tín Bảo hiểm v.v... phọt óc văng ra ngoài nhưng không phải. Anh là người thọc tay vào túi áo gi-lê cố hữu đang mặc và bóp cò trước trong khi bạn kia còn đang nói tiếng Đức (ĐM) và giảng về Mỹ học Lukács. Súng anh là súng nhỏ, cây AMT Back up .380 xi kền rất là xinh. Anh rút ra sau phát đầu này nhưng không bắn được tiếp vì nó kẹt đạn. Đây là loại súng lên đạn tự động, anh bắn từ trong túi áo bắn ra, cu-lát súng khi lùi không có chỗ thì viên sau không lên nòng được.

Mấy khách hụp xuống bàn theo phản xạ nhưng thằng em tôi ngồi nguyên một chỗ, còn toan tính xác định tình hình. Viên đạn Tín bắn bừa bay xéo vào tường và trong khi Tín còn loay hoay với cây AMT thì hung thủ, tuy hung dữ nhưng mà cũng biết sợ, đã lùi ra xa mấy bước và bắn trả luôn mấy phát. Giờ, phải chú thích là cây Colt rất nặng, đạn ca líp lớn. Khi sử dụng phải cầm nó cho chắc, vì nó có cái thắng an toàn ở phía sau bá. Cổ tay mà lỏng lẻo thì kẹt đạn vì thắng nhả. Nhưng cầm chắc quá thì lại khó điều khiển vì súng này giật mạnh lắc lư, khói ra mịt mù, kinh khiếp lắm trước hết lại là với chính kẻ bóp cò. Đây là loại súng không biết trị thì nó phản chủ.

Lúc đó một người từ trong bếp xông ra. Anh này vạm vỡ và vai u, anh mặc áo tạp dề nhưng tiếc là anh không mặc tạp dề cởi trần mà có áo thun. Tay anh cầm khẩu súng dài bé, Armalite AR7, loại phi công rớt máy bay nhảy dù ra dùng để thoát hiểm mưu sinh. Anh chỉ trần, bắn luôn một lúc 10 viên 22 LR lẹt đẹt hết nguyên băng. Ngoài cửa một thanh niên khác cũng xông vào sau lưng anh Hai đầu đảng, cầm súng ngắn ru lô .38 Special bắn yểm trợ sếp xối xả vào anh súng dài này và vào tứ phía bên trong. Phía ngoài còn mấy tay dao côn đồ nữa nhưng thấy phản ứng dữ, cả đảng triệt thoái vội vàng. Bên ta toàn thắng, Tín chỉ mất máu là trên khuôn mặt tái mét hú gọi hồn về, tay cầm khẩu súng vẫn kẹt đạn.

Linh vẫn ngồi nguyên nhưng Thu còn lom khom ở gầm bàn nói, mày trúng đạn ngay căng, máu chảy ròng, gẫy chân rồi, đừng có đứng dậy! Lúc đó người em tôi mới ý thức và tỉnh giấc mơ màng. Sau lưng Linh, một anh khách khác, chỉ vì thèm ăn phở vào giờ đó mà đạn trúng vào vai, lật khỏi ghế ngã bò càng. Chẳng ai chết, chàng trai súng dài xúc động thở hổn hển. Anh nói, tao bắn hết băng mà không biết là hết, nó chạy rồi mà tao vẫn đứng đó bóp cò không. Ai đó bảo, cha có bắn mấy đứa đó đâu, cha bắn lên trần mà!

Chuyện là như sau.

Băng Đầu lâu chảy máu này mỗi tháng lại tống tiền tiệm phở, đòi bảo kê là $500. Bà chủ quán trước vẫn trả nhưng giờ thấy là phí bảo kê này tăng nhanh quá, nhanh hơn giá sinh hoạt. Bà than phiền với đại ca Bảo hiểm và anh dắt súng bé vào túi gi-lê bé vào ngày băng đảng hẹn đến thu tiền. Bếp là một ông trung niên ốm yếu, hút thuốc lá vấn nhưng ngày hôm đó có thêm anh lực lưỡng nói trên mang súng dài đến ở bên trong. Anh này là "Dũng người nhái", không hiểu anh người nhái thiệt giả, nhưng người nhái là binh chủng ưu tú của miền Nam, giống như là lính Mỹ Navy Seal ám sát Bin Laden sau này. Về ngoại hình thì anh phù hợp, các bạn này bụng 6 múi và mỗi sáng khi thức dậy phải nhảy xuống biển lội 3 kilômét trước khi uống café. Nhưng khi đụng trận lúc hiểm nghèo này, chẳng hiểu sao thay vì bắn địch đang cầm súng mà anh lại bắn cái trần nhà vô tội đùng đùng. Sau chuyện này, biệt danh anh trở thành "Dũng người nhái bắn trần nhà".

Bà chủ nói, chạy ra ngoài kêu cảnh sát và chị Ba phục vụ thi hành ngay tức tốc. Có mấy phút chị hớt hải trở lại ngay, dẫn theo một anh Mỹ trắng mặc đồng phục. Anh này theo cô vào quán, đứng trời trồng và mặt mày ngơ ngác. Mọi người mới bảo, đây là Animal Control chứ không phải cảnh sát! Chị ra ngoài, thấy xe bắt chó, bèn níu anh bắt chó oai phong này vội vã *com hia, com hia!* Ngôn ngữ giới hạn, chị chỉ thấy anh mặc đồ xanh (The Thin Blue Line) như là công an. Anh thì lại tưởng là có súc vật nào gây rối loạn, phụ nữ mà hốt hoảng kiểu này thì chắc là thấy chuột chạy ở trong tiệm rồi. Chứ làm sao anh đoán được ra là băng Đầu lâu chảy máu của người Việt ta!

Ngày hôm đó, tôi không có mặt, đây là tôi thuật lại theo lời kể của Linh và các bạn chứng kiến.

Linh mất mấy tháng bó chân và chống nạng, cho là may vì không hụp xuống bàn, nếu không thì viên .45 đã trúng đầu chăng? Anh khách kia ăn đạn .38 cũng chẳng hề hấn gì nghiêm trọng còn cái trần chỉ cần sơn quét qua loa. Ngụ ngôn của câu chuyện là, vào ngày ấy mới sang Mỹ, bị tống tiền bởi 3 thằng băng đảng thì ta trả thôi chứ chẳng khai báo gì hết với công an. Chúng tăng tiền bảo kê vô lý thì ta bất mãn, đi gọi người nhái Việt với lại bảo hiểm Việt đến đương đầu. Người Việt thủa ấy, nếu nạn nhân không khai báo, thì thủ phạm cũng đâu có biết sợ luật pháp và thượng tôn.

Nhưng chuyện cũng có hậu.

Tuần sau đó, y như rằng, nhóm Đầu lâu chảy máu kéo nhau trở lại tiệm phở để tiếp tục thương thuyết còn dang dở. Họ đe dọa, còn nói trước ngày giờ lấy hẹn. Lần này thì bà chủ có báo và công an có rình sẵn, bắt trọn nhóm khiến băng này phải đổi tên thành đảng Đầu lâu ngục tù. Trên hình xâm cái đầu lâu nhỏ máu, các bạn xâm thêm hình mấy cái song sắt đè lên.

Năm 2019, khu này chẳng khá lên được mấy nhưng tiệm phở đã dọn đi từ tám hoáy. Sau 1980 và đợt tỵ nạn vượt biên bằng thuyền, bà con xuống quận Cam và dồn về xây dựng Bolsa sầm uất của ngày nay.

Đỗ KH

Như Ngọn Cỏ Vàng
VŨ ĐÌNH KH

Thức vừa bước ra khỏi quầy hành lý, đã thấy hai thằng bạn đứng đón. Cả ba bắt tay rối rít, vội vã ra xe.

Trời cuối năm tuyết rơi nặng hạt, trắng xóa khắp nơi. - Đỉnh nhờ tụi tao chở mày về nhà nó, đồng ý chứ Thức? - Bình nhìn gương chiếu hậu hỏi.

- Chỗ nào cũng vẫn vậy, tao chỉ về thăm tụi mày vài ngày rồi đi. Điều ấy, bây giờ vô nghĩa và không quan trọng lắm. - Thức thở dài sau thoáng ngập ngừng.

Đã lâu lắm, hơn mười năm, Thức mới trở lại thăm thành phố Edmonton. Biết bao đổi đời, nhưng Thức vẫn thấy thành phố này chẳng mấy thay đổi, ngoài những khuôn mặt bạn bè lâu lắm không gặp. Đứa nào cũng có gia đình, con cái và ổn định cuộc sống; những khuôn mặt trẻ trung ngày nào nay đã hằn nét già dặn theo nhịp thời gian.

- Vợ chồng Đỉnh thế nào, hở Thạnh?

- Tụi nó làm ăn khá lắm. Nhà hàng phát đạt hơn, lại có mấy căn nhà cho thuê trên phố. Huyền coi vậy mà cũng giỏi giang không ngờ.

- Thế à, vậy cũng mừng cho tụi nó, người Việt mình nổi tiếng cần cù, ăn nên làm ra ở xứ người, thấy cũng vui. - Thức cười buồn, nhìn xa vắng qua khung cửa kính xe mờ mờ.

Huyền! Cái tên quen thuộc một thời anh từng kêu gọi, ấp ủ yêu thương. Thức quay cửa xe, đón những cơn gió lạnh buốt cắt vào da thịt thấy mơn man, ran rát. Anh quay cửa xe lên, nhồi thuốc vào bíp hút, im lặng. Chiếc xe thỉnh thoảng chao đảo vì đường trơn trợt, lầy lội tuyết.

Một hãng dầu lớn ở Calgary bị trục trặc kỹ thuật, Thức được hãng gửi đi. Nhân dịp này, sau công việc, Thức lấy vé máy bay đi Edmonton trong mùa Giáng Sinh.

Bình thả Thức xuống ở bên ngoài cánh cổng lớn, rồi lái xe đi. Nhà Đỉnh nằm trên ngọn đồi thấp nhỏ, giữa thung lũng có gió bạt ngàn. Từ trên đồi, phóng tầm nhìn Thức thấy rõ khu West Edmonton Mall, một cửa hàng buôn bán lớn nổi tiếng vào hàng bậc nhất thế giới. Thức chậm rãi bước, nhìn căn nhà của Đỉnh lòng vương mang ý nghĩ cay đắng.

- Đỉnh cũng biết hưởng thụ, rất tiếc hắn bị liệt đôi chân. Ngọn đồi thấp đầy tuyết trắng cao ngang gối, lấp lánh ánh mặt trời sắp tắt màu vàng cam bao trùm cảnh vật với cái lạnh cắt da, tạo không khí thêm trầm mặc. Bốn cây cổ thụ ngạo nghễ vươn cao giữa trời, rung từng chập mỗi khi gió gọi. Thức rờn rợn nổi gai khi nghĩ đến cảnh huyền hoặc liêu trai về đêm, có gió thổi mạnh từng cơn xối xả và bốn cây cổ thụ đan nhau khiêu vũ trên tuyết trắng lập lòe ánh trăng đêm. Thức chỉ đến đây một lần duy nhất khi vợ chồng Đỉnh mời ăn cưới, luôn tiện giới thiệu căn nhà mới. Dù sau đó Đỉnh có mời mấy bận, nhưng Thức cố thoái thác. Đến khi chịu đựng quá sức anh đành phải bỏ thành phố này và nghĩ rằng sẽ không bao giờ trở lại như một vớt vát sĩ diện. Lý do gì mình lại về đây, khi mà Huyền và Đỉnh đã có cuộc sống tạm ổn và quên dần quá khứ? Phải chăng mình vẫn còn yêu Huyền tha thiết như dạo nào mười năm trước? Tại sao bước chân đầu tiên không là nhà Bình, Thạnh như những ý nghĩ ban đầu của mình?

Đỉnh ngồi trên chiếc xe lăn đón Thức trước cánh cửa nhà mở toang ngập gió, dù buổi chiều tuyết đổ mạnh chưa dứt. Bản Thánh ca từ trong nhà vang ra hòa lẫn những tiếng nói cười huyên náo. Bên cạnh Đỉnh là thằng bé khoảng hơn 10 tuổi có ánh mắt thật sáng và thông minh của một thời xa xưa. Thức chợt bỡ ngỡ khi thấy thằng bé. Nó cũng thoáng nhìn anh thật nhanh, rồi nhìn Đỉnh như muốn nói điều gì. Đứng sau chiếc xe lăn là Trung, vẫn vậy, dù đang lướt qua tuổi 40, vẫn tóc luôn gỡ rối lòa xòa trên khuôn mặt nghệ sĩ với cái kính ngày càng dày hơn. Thức nhận diện Trung nhanh hơn Đỉnh bởi nhân dáng xuề xòa và nhất là tầm thước của anh. Đỉnh cũng thay đổi lắm, ốm o còm cõi, trừ đôi tay rắn chắc; miệng vẩu ra, mắt sụp vào thâm đen và đeo cả kính cận. Thức nhận ra Đỉnh nhanh chóng, trên chiếc xe lăn. Đỉnh bảo con:

- Chào bác Thức, con!

Thằng bé dè dặt nhìn người lạ, đoạn nó vùng vằng chạy nhanh vào nhà trước sự ngơ ngác của mọi người. Thức bước tới, thay vì bắt tay Đỉnh, anh cúi xuống ôm xiết bạn vào lòng. Đỉnh cũng ôm bạn và chợt bật khóc nức nở. Thức vỗ vỗ lưng bạn an ủi và thấy mắt cay cay. Bao cay đắng vừa hiện ra trong tâm thức nay chợt mất trong Thức như một vùng khói ám tan nhanh chóng vào không gian vô tận. Thức cố kìm tiếng nấc, nhưng những giọt nước mắt vẫn tự nhiên lăn tuôn.

Thức vẫn nhớ, ngày Đỉnh bị tai nạn. Đêm hôm ấy, anh vợ Đỉnh là Thạnh, cũng là bạn Thức, điện thoại báo Đỉnh đang nằm nhà thương. Thạnh báo rằng, bác sĩ cho biết Đỉnh sẽ phải ngồi xe lăn suốt đời vì hư cột sống. Thức buông rơi điện thoại ôm mặt thổn thức. Thức khóc cho anh, cho Đỉnh và Huyền. Huyền sẽ sống ra sao khi còn quá son trẻ, đầy sức sống mãnh liệt bên cạnh người chồng đã trở nên bất lực đầy hệ lụy.

Đêm ấy, Thức trằn trọc nghĩ miên man. Nhiều lần anh định lái xe một đoạn đường dài gần 300 cây số vào bệnh viện, nhưng bỏ ý định ấy và nằm vật vã. Mọi tị hiềm, thù hận trước kia chợt tan biến trong Thức nhanh chóng; nhường lại là hình ảnh một thằng bạn thân nằm bất động trên giường bệnh viện, cạnh đó là một thiếu phụ trẻ đứng im lặng nhìn chồng khóc đau khổ sau đám cưới không lâu. Thức không muốn đến đó, để Huyền nghĩ rằng: anh là kẻ thắng trận - dù sự thắng trận đó chứa đựng đau khổ cho cả ba người! Thức cũng không muốn nhìn một thân thể đã một thời tươi trẻ, bay nhảy như anh, nay đành chịu bất lực như một định mệnh. Thức buông tay tránh giây phút xúc động, xiết chặt tay Trung nói:
- Tụi mày vẫn vậy, không mấy thay đổi, chỉ già thêm chục tuổi thôi. Mười năm tuy là ngắn ngủi của một đời người, nhưng nó cũng rất dài,

nhất là những người sống trên đất người khó dễ dàng hội nhập như chúng ta.

- Mày cũng vậy, cũng khắc khổ cái dáng của thầy tu và đầu thì bạc gần hết. Dĩ nhiên, hội nhập bất cứ đời sống mới nào mà chẳng có sự trả giá. Đó là sự công bằng nhất trong mọi cuộc chơi ở cuộc đời này. - Trung cười, nói. Bản tánh Trung vẫn thế, vẫn cay đắng mang chút ít cay độc khi nói chuyện.

- Huyền đâu? – Thức kiềm chế bình tĩnh, hỏi Đỉnh.

- Cô ấy còn bận chút việc ở nhà hàng. Chắc cũng sắp về.

- Thôi vào nhà kẻo lạnh, chúng ta còn khối thời gian chuyện trò, nói suốt đêm chưa chắc đã hết những kỷ niệm xa xưa. - Trung nói, nhìn Thức cười vô nghĩa, định đẩy xe vào nhà.

- Hãy để đó cho tao. Từ khi nó thành 'thằng què', tao chưa được hân hạnh đẩy xe cho nó.

Đỉnh mỉm cười buồn, chẳng mấy khó chịu khi có người gọi mình là 'thằng què', nhất là đám bạn thân lúc bên đảo mới qua.

Hồi ấy bọn con trai độc thân bốn đứa sống chung một nhà và đứa nào cũng có cái tên do bạn bè đặt, bởi cá tính hay nghề nghiệp. Đỉnh được gọi là Đỉnh đeo; vì anh làm cho một hãng chuyên chế tạo đinh ốc. Những khi cãi vã bọn độc thân còn độc miệng hơn gọi Đỉnh là Đỉnh đeo với dấu sắc dài, ngầm chửi Đỉnh. Đó là một thời ám ảnh khủng khiếp nhất đối với Đỉnh. Anh như trốn lánh tất cả mọi con người, chỉ ước mong cho trái đất này bị hủy hoại và mọi con người đang nhơn nhơn tự đắc tràn đầy sức sống kia cũng sẽ như anh. Đỉnh trốn lánh không những bạn bè, mà cả Huyền, những khi Huyền tình cờ từ trong phòng tắm, thân thể quấn vội tấm khăn mỏng bước vào phòng ngủ. Đỉnh biết mình bất lực, nhưng một đam mê ham muốn nào đó trong tiềm thức vẫn còn lẩn quất, âm ỉ sôi bỏng trong thằng người tàn tật, khi nhìn thấy Huyền trần trụi, như một khiêu khích cố tình. Ban đầu, ở nhà một mình Đỉnh còn đập phá, chửi vu vơ; nhưng sau nhiều tháng anh chợt khám phá sự chịu đựng của Huyền, từng chút một chăm lo cái ăn cho anh, dỗ anh vào giấc ngủ vô thức bằng những ống thuốc ngủ và những nhẫn nại thay từng bịch phân, nước tiểu. Khi biết mất sự điều khiển của bộ phận sinh dục cho một sự bài tiết ô uế, Đỉnh thất vọng hoàn toàn. Đôi chân mất mát, Đỉnh có thể che lấp bằng một hình thức nào đó. Mất mát sinh lý đòi hỏi, khi biết mình bất lực lại là điều thừa hơn. Nhưng mùi phân, mùi nước tiểu, Đỉnh không thể che giấu. Khi khám phá ra điều khủng khiếp đau đớn này - mà vì nỗi đau mất mát thân thể làm anh quên đi trong giai đoạn đầu - Đỉnh ngồi lặng hàng giờ trước tấm gương. Anh bật khóc, đập vỡ gương; sau đó anh lăn chiếc xe lăn đến ngồi ngắm cảnh tuyết rơi. Đó là mùa đông! Những mùa đông u ám có tuyết rơi dày đặc, hóa ra lại giúp Đỉnh tránh khỏi cái cảnh nhìn những con người đứng trước mặt anh nói năng vui cười, mà tủi thân nao lòng. Nhưng mùa hè thì khác! Đó là những tháng ngày sinh động nhất của bất cứ con người hay con vật bị nhốt kín 6 tháng mùa đông. Đó là mùa hè khủng khiếp nhất mà Thức gặp phải sau gần tám tháng sống ru rú trong nhà. Nhìn những sinh vật bay nhảy, leo trèo, ca hát, uốn éo ôm nhau hôn, Đỉnh biết không còn một bám víu vào đâu trong cuộc sống trước mặt. Anh thấy thừa thãi giữa dòng xã hội, nhất là cái mùi ngai ngái của chính anh tỏa ra cứ bám lấy như trêu cợt. Đỉnh lui vào cô đơn, sống cho chính anh và nghĩ về đời sống tâm linh nhiều hơn. Anh chợt thảng thốt vui mừng nhớ ra có những lần anh đã sống với đấng tối cao bằng tâm linh huyền hoặc. Ấy là những ngày, anh nằm sắp chết trên một con tàu nhỏ khi đi vượt biên. Đỉnh đã sống trên con tàu với hơn chục người còn sống sót sau hai tháng ròng lênh đênh trên mặt biển mênh mông. Ở đó chỉ có biển và biển, và gió, gió đến mặn chát cả không gian u ám; không có con người của con người đúng nghĩa nữa. Đó chỉ là những xác chết biết cựa quậy, thoi thóp thở. Đỉnh đã thấy mình như sống hằng thế kỷ trôi qua trên một khung trời bao la với một diện tích nhỏ bé. Và quả thật, anh đã sống được hằng thế kỷ mộng mị lãng đãng nửa sống nửa chết! Ai đã cho anh sự sống gần như hằng cửu như thế bằng một tâm linh chưa siêu thoát? Chính là đấng tối cao, ở một cõi tâm linh mơ hồ nào đó, mà anh nghĩ rằng có, đã cho anh sự sống. Nghĩ được những điều đó, tự dưng mùa hè năm sau Đỉnh bắt đầu lấy lại trạng thái thăng bằng trong cuộc sống nhanh đến chính anh không ngờ được. Đời ai mà chả qua một lần chết và sống. Đỉnh đã qua hai lần suýt chết và vẫn sống. Anh thấy như tìm ra một chân lý. Con người sống trong một chu vi chật hẹp, đôi lúc vẫn cảm thấy hài lòng nếu tâm hồn còn hướng về tâm linh huyền bí. Đỉnh đã làm điều đó cho chính anh, thỉnh thoảng ra đường bằng phương pháp lái xe cho người tàn tật. Anh đang sống trong vài thước vuông chật hẹp, đó là căn nhà và chiếc xe chở anh rong chơi. Đỉnh hài lòng, dù anh luôn luôn chưa hài lòng. Đỉnh luôn nghĩ anh đang nằm trên một con tàu nhỏ trôi mênh mang trên sóng nước trước cuộc đời thị phi.

Thức đã nghe Bình và Thạnh kể nhiều về Đỉnh trong những điện thoại viễn liên. Anh không ngại bạn để trêu và giành lấy chiếc xe lăn trên tay Trung, định đẩy vào nhà. Đỉnh nắm lấy hai vành bánh xe trì lại nhìn bạn:

- Mày còn giận tao, Thức?

- Giận mày, tao ăn được cái giải gì! Nếu còn giận mày, tao sẽ chẳng bao giờ đến đây thăm mày như hôm nay và đếch gọi mày là thằng "Đỉnh què" như tụi nó thường gọi. - Thức thấy mình không mấy thành thật. Thức tàn nhẫn hơn:

- Ai lại đi giận... thằng què như mày! Lỗi hay phải đã qua; thôi đừng nhắc nữa, chúng ta vẫn luôn luôn là bạn.

- Ý tao muốn nói, mày còn giận tao và Huyền không kìa? Chứ riêng gì tao đâu?

- Đỉnh! - Trung nhìn Thức và Đỉnh như van lơn. Đoạn tiếp:

- Thời gian hơn mười năm không đủ để chúng mày gột bỏ chuyện xưa sao?

Thức nhìn Trung.

Với Thức, trước kia dù Trung cũng là một thằng bạn thân như anh đối với Đỉnh và Thạnh, nhưng Thức chưa bao giờ tin ở nơi hắn bất cứ điều gì.

- Mày mới là thằng không bao giờ quên chuyện xưa! Sao mãi tới giờ mày vẫn chưa lấy vợ, chỉ thích sống cu ky? Hay là... - Thức bỏ lửng câu nói, đẩy chiếc xe lăn.

Trung đứng lặng, thoáng bối rối, lấy vạt áo lau kính.

***

- Tụi mày thấy con bé Huyền thế nào? Xinh nhất bọn đấy chứ.

- Trung nhìn đám con trai độc thân nói bâng quơ.

- Dĩ nhiên, 'En' thì nhất rồi. Chỉ sợ mày không đủ tư cách với thước tấc theo 'en'. - Bình vừa quay cần câu vào bờ, vừa nhìn đám con gái đang nhóm lửa, vui đùa ghẹo bạn. Vài tiếng cười khục khặc nổi lên. Trung vẫn lì lợm:

- Tình yêu mà cũng cần thước đo nữa à? Sao ở đời này có những thằng vừa hủ lậu lại vừa chó má như tụi mày thế nhỉ. Giá trị là ở tinh thần, ở tình cảm tụi mày biết chưa?

- Thưa ngài triết gia, con bé Huyền đã bé tí kia rồi, ngài bao... lớn mà dám mơ ước viển vông?

- Hãy động não lên một chút, thằng ngu! "Con người là một cây sậy biết suy nghĩ"! - Trung vẫn tự tin.

- Nói dại, nếu hai đứa mày lấy nhau, tao nghĩ khi sinh đứa nhỏ nó bé tí như con mèo ướt!

Không ngờ, chỉ một câu nói đùa, Trung thù Bình dai dẳng nhiều năm sau này, dù vẫn còn ở chung một nhà.

- Tao nghĩ, chỉ có thằng Thức mới xứng với con bé Huyền, trong đám bọn mình.

- Tại sao? - Trung nhìn Bình bất bình, trong bữa-cơm-mì-gói độc thân. Trung nuốt vội vắt mì trừng mắt tiếp.

- Tại sao phải là thằng Thức, mà không phải tao, mày hay thằng Đỉnh. Thằng này ngu bỏ mẹ! Hãy nhìn cái dáng như thầy tu của nó thì có con gái nào thương?

- Mày là một triết gia... bất tài, một cây sậy rỗng ruột, biết một mà không biết hai. Mấy thằng lù đù mới là mấy thằng đáng sợ. Mày không nghe người xưa nói "Lù đù ôm cái lu mà chạy", là rơi vào trường hợp thằng Thức.

- Cho tôi xin mấy bố non ơi! Tôi đã có vợ con còn kẹt lại bên đảo, đang bảo lãnh giấy tờ. - Bình cười vô tư. Thật ra Bình chẳng vợ con gì. Chỉ là người yêu khi cả hai ở bên trại tị nạn, nay đang bảo lãnh.

- Thằng nói dóc! Tuổi trai hơ hớ thế kia, mèo mà chê mỡ đồ điêu có nghề. Chỉ có những thằng liệt dương, liệt... mắt thấy con gái đẹp mới không đâm đầu vào! Thằng đàn ông sinh ra chỗ nào, rồi cũng phải chết dí vào cái chỗ 'định mệnh' ấy! Đừng nói tới đạo đức trong vấn đề phức tạp quan hệ trai gái, nó đã lỗi thời; ít nhất phải biết mày đang ngồi ở cái xứ sở nào. Tình yêu là phải mạnh dạn, phải tấn công đeo đuổi và bất quá phải chiếm đoạt, mày biết không? - Trung hục hặc sau khi húp tô mì cạn sạch.

- Cho tôi xin, thưa các ngài. Con bé dù sao cũng là em gái rượu của tao nhá.

Trung gầm mặt liếc nhìn Thức. Trong đám bạn ai cũng biết, Trung là người đầu tiên tỏ tình Huyền trong những giờ học, bằng hình thức như mua sắm vài vật dụng cần thiết, hoặc ôm chồng sách cao ngất mang trả thư viện giùm Huyền. Nhưng Huyền không mấy để ý. Nàng xem đó như là một cung phụng mà bọn con trai bám đuôi phải làm. Trung không vì vậy mà nản. Trong một họp mặt cuối tuần, Đỉnh tuyên bố:

- Tao sẽ cưới con bé Huyền, chịu làm em rể thằng Thạnh, khi gom đủ tiền... cheo! Điều này dĩ nhiên rồi. Ở Việt Nam trước khi vượt biên, mẹ tao đã dẫn đi xem bói. Lão thầy bói mù bảo số tao giàu, có vợ đẹp con ngoan sau này.

- Thằng Đỉnh lúc nào cũng giống như người đi trên mây. Mày suốt đời sẽ mạt rệp, dù làm lương cao nếu còn tin vào số vận mà lão thầy bói mù đã lấy số tử vi cho mày. Làm sao mày biết lão thầy bói đó mù? Ở cái đất Sài Gòn sau 75, hình như thầy bói nào cũng mù cả tương lai về chính mình, thì làm sao biết vận mệnh của người khác. Còn khuya mày mới là em rể tao! Bỏ mua vé số, thì họa may mày còn hy vọng con Huyền nó để mắt tới. - Thạnh đùa. - Vâng. Tao không là thằng ăn ốc nói mò. Chắc chắn, tao sẽ là em rể thằng Thạnh. Cái mu rùa lúc nào cũng thiêng, dù người cầm nó có mù!

Bạn bè, ai cũng biết Đỉnh là thằng mê số đề nhất, vì cả tin lão thầy bói. Vào những ngày xổ số, Đỉnh thường trốn trong nhà vệ sinh hằng tiếng đồng hồ dò vé số, mặc bạn bè đập cửa la chí chóe phản đối. - Tao thề sẽ yêu Huyền suốt đời và sẽ lấy Huyền làm vợ. Thạnh, tin tao đi! Thằng Trung này đã dám nói trước mặt bạn bè, thì nó vẫn giữ như một lời nguyền. - Trung vẫn tự tin tuyên bố giữa buổi tiệc. Thức mỉm cười nhìn Huyền đang sửa soạn bữa tiệc cho bạn bè của anh mình. Nàng cũng nhìn Thức cười. Cả hai cười bọn con trai làm sao ngờ giữa Thức và Huyền đã qua lại và yêu nhau hơn một năm nay. Thức chưa bao giờ tuyên bố điều gì vì bản tánh ít nói, ngay cả với Thạnh. Anh thường gặp người yêu hằng đêm qua cánh cửa sổ nhỏ Huyền luôn hé mở, để anh dễ chun vào ngay cả những đêm mùa đông dài lạnh cóng da thịt, sau khi xong việc ở sở.

Huyền là một cô gái nhỏ bé và nhí nhảnh, trái với vóc dáng to lớn của người anh là Thạnh. Huyền có đôi mắt thật sáng, những khi cười đôi mắt ấy càng long lanh, làm gương mặt trái xoan nhỏ thêm thanh thoát. Đôi mắt đẹp như nhung màu hạt huyền ươn ướt khi cười. Tiếng cười lảnh lót như chim hót vào sáng sớm tinh mơ. Không những riêng Thức say đắm ánh mắt ấy...

- Chúng mình làm đám cưới, Thức nhé?

- Một đêm Huyền hỏi, sau cuộc ái ân vụng trộm. Thức chỉ ầm ừ, anh chưa muốn làm đám cưới, vì còn bận lo học, lo tương lai. Huyền giận dỗi tiếp:

- Cần gì sự nghiệp! Đời sống ở xã hội này quá thừa đủ. Chúng mình đi làm dư sống nuôi con và gia đình hai bên.

- Nhưng Huyền cũng biết, ở đây nghề nghiệp không vững chắc, đời sống sau này sẽ lênh đênh vô cùng. Vả lại, anh cũng sắp vào đại học Calgary tháng Chín này. Thời gian đâu bao lâu Huyền nhỉ. Chỉ bốn năm, Huyền chờ được không? Nên công khai hóa chuyện chúng ta yêu nhau Huyền ạ.

Huyền im lặng rấm rứt một thoáng, đoạn nói:

- Huyền không thể chờ được nữa. Huyền thấy trong người có những biến chuyển lạ lắm!

- Biến chuyển lạ? - Thức thảng thốt, không tin

- Huyền nghĩ ... - Huyền cúi đầu e thẹn.

- Bao lâu? Huyền không uống thuốc thường xuyên à?

- Dường như hơn tháng, Huyền muốn thế. Huyền thấy đời sống lưu vong hụt hẫng quá, dễ sợ quá! Nhất là, những đêm khi không có anh bên cạnh. Huyền cũng không muốn bạn bè anh cứ theo đuổi Huyền mãi. - Thức vẫn im lặng. - Huyền sẽ sanh con và anh vẫn cứ học đến khi thành tài, nếu anh muốn sự nghiệp. Anh chịu làm đám cưới, Thức?

Thức ôm gối ngồi, hối hận những đam mê vừa qua. Tuy nhiên, anh vẫn yêu Huyền, yêu tha thiết hơn bao giờ hết. Mầm sống của anh, giọt máu của chính anh đang tái tạo trong cơ thể nhỏ nhắn, người anh đang yêu. Nhưng nói làm sao cho Huyền hiểu những ước mơ của Thức? Của cha mẹ Thức, mong muốn anh hoàn tất chương trình đại học trong những lá thư họ gửi qua từ bên kia nửa vòng trái đất khô cằn nghèo khổ.

- Huyền cho anh một thời gian trả lời được không?

- Cái gì gọi là thời gian? Thời gian bao lâu? Huyền nghĩ, vấn đề không còn là thời gian nữa, mà là sự lựa chọn nên hay không nên tuyên bố những gì mình đã có, đã thuộc về nhau. Đó là trách nhiệm mà chính chúng ta phải trả lời dứt khoát cho nhau.

Thức ú ớ. Thật ra anh chưa từng nghĩ tới vấn đề này. Anh thường khuyên Huyền nên dùng thuốc một thời gian, khi cuộc sống trước mắt còn có quá nhiều điều mới lạ. Huyền giận dỗi đuổi Thức về, đêm ấy. Đã nhiều lần Thức gọi viễn liên từ nội trú, nhưng Huyền không bao giờ nhận điện thoại. Vài tuần sau đó, Đỉnh tuyên bố trúng số! Đỉnh trúng lô an ủi. Tin này như một trái bom lớn nổ vang trong cộng đồng người Việt vốn ít ỏi ở thành phố này. Đỉnh là đích nhắm của bao bà mẹ và bao cô gái hằng mơ ước. Nửa tháng sau, Huyền chấp nhận lấy Đỉnh. Thức nhận tấm thiệp mời với vài lời của Đỉnh: 'Thức thân! Huyền đã kể chuyện chúng mày yêu nhau cho tao nghe. Tao hiểu tại sao mày từ chối lời Huyền. Là bạn bè thân nhau, tao hứa sẽ chăm sóc Huyền đến cuối cuộc đời này. Nhớ về dự đám cưới tụi tao. Thân.'

***

Đêm 25, trời vừa chập choạng tối, bạn bè Đỉnh kéo thêm tới. Nhà Đỉnh khá rộng, bày biện trang nhã với những bàn ghế mua từ Ý. Sau khi phân ngôi chủ khách, đám người chia nhau vào những trò giải trí lành mạnh đánh bài, domino... Ai muốn hát xuống tầng dưới, có dàn karaoke thật lớn. Mỗi nhóm mỗi bàn, vài người vài nơi, tha hồ vừa trò chuyện, vừa uống bia rượu nhâm nhi. Ở những xứ lạnh thường vẫn vậy.

- Ông Thức, ông vẫn khỏe chứ? Đã lâu lắm mới gặp lại ông. Chào bác Thức đi con.

Thức thoáng giật mình. Anh, Bình, Thạnh và Đỉnh mải ngồi tâm sự mà quên Huyền tới bây giờ mới về. Thức quay ghế, xoay người chào Huyền. Anh trả lời vài câu đãi bôi, kéo thằng bé vào lòng, hỏi tên. Thằng bé vuột khỏi tay Thức, trốn sau lưng mẹ và Trung, đang đứng cạnh tự bao giờ.

- Con hư nhé! Đây là bác Thức, là bạn thân của ba mẹ hồi còn ở trại tị nạn. Bác Thức là người mà mẹ thường kể cho con nghe.

- Huyền nói, nhìn Thức và Đỉnh như thách thức.

- Mười năm không gặp, Huyền vẫn như ngày nào. Vẫn đẹp và bây giờ lại trở thành một bà chủ quý phái, giàu có hơn người. Thời gian trôi qua, giống như sự thử thách của tạo hóa đối với người đàn bà. - Thức thật tình, nhìn Huyền khen. Anh thấy thật khó thốt ra lời, sau 10 năm gặp lại Huyền vẫn như xưa - bản tánh anh vốn ít lời - vả, nhìn Trung đứng cạnh Huyền như một tên hộ vệ trung thành, Thức cảm thấy sự khó chịu càng dâng lên, làm nghẹn lời. Đỉnh cười buồn, nhìn vu vơ qua khung cửa kính tuyết trắng bắt đầu rơi nặng hạt trở lại. Đỉnh biết, Thức vẫn còn yêu Huyền say đắm, anh biết mình có lỗi và thấy thương hại bạn.

- Ông mỉa mai tôi đấy à, ông Thức! Hay ông đang ca bài 'Mười năm tình cũ'? Nghe ông Đỉnh bảo, ông đến bây giờ vẫn chưa lấy vợ à? Với cái bằng cao học kỹ sư điện tử, tôi nghĩ ông thiếu gì đàn bà đẹp chạy theo, nhất là ở xã hội chuộng khoa bảng này. Chả nhẽ, bao năm miệt mài đèn sách ông chấp nhận số phận... hẩm hiu như vậy sao?

Thức ngồi lặng im. Anh không muốn trả lời. Sự trở về nào mà chẳng tê tái? Thức thấy thậm vô lý, khi tự dưng lù lù trở về. Anh uống vốc bia lạnh, cơn tức chợt lắng xuống nhanh chóng. Chợt nhiên anh thấy giữa anh và Huyền chẳng còn một luyến tiếc ràng buộc nào nữa. Thức trầm tĩnh nhìn Huyền:

- Huyền cho Thức xin lỗi những gì đã xảy ra giữa chúng ta, được không? Khi ấy chúng mình còn trẻ, quá lo sợ ở đời sống này, nên nhất thời chưa nghĩ ra.

- Ông nghĩ tôi là con đàn bà thế nào? Ông chưa nghĩ ra, chớ không phải tôi! Một tiếng xin lỗi là xong câu chuyện của mười năm? Anh...

- Huyền! Em không nên bất lịch sự đến vô lý như vậy! Dù sao, anh Thức cũng là bạn cũ, và từ nơi xa xôi đến thăm chúng ta.

- Thạnh xô ghế đứng dậy, mắng em. Huyền ôm mặt, lôi con chạy vào phòng ngủ.

- Thạnh, bỏ qua đi! Cô ấy vẫn còn hận tôi. Đỉnh, tao xin lỗi mày.

- Mày chẳng lỗi gì cả, Thức! Từ ngày tao bị tai nạn, cô ấy thường có những lời nói và hành động thất thường. Tao đã quen, như một tội đồ nghe lời phán truyền của đấng tối cao tình ái trừng phạt. Mày cũng chẳng nên để trong lòng làm gì. Tụi mình đã là bạn thân bao năm, chẳng lẽ không thông hiểu sao? Mà nhất là có đàn bà dính díu trong đó!

- Thôi bỏ qua chuyện ấy đi. Bây giờ chúng mình nâng ly uống, chúc mừng mười năm gặp lại thằng Thức, và mừng sự gặt hái thành công trên đường đời của nó. - Bình vui vẻ nói, giới thiệu vợ với Thức.

Cả bọn lại quây quần bắt đầu tiệc Giáng Sinh. Tiếng nhạc vang vang, vài cặp đưa nhau ra ôm nơi sàn nhảy rộng. Thức liếc nhìn thấy Đỉnh như đang bỏ hết mọi phiền toái cuộc đời, dồn tâm trí vào những cặp đang quay nhau trên sàn nhảy điệu tango, thèm thuồng. Tự nhiên, Thức thấy thương bạn hơn bao giờ hết! Anh tự tay tháo bịch nước tiểu, do sự bài tiết không kiểm soát của Đỉnh, đem đi thay. Nhà Đỉnh rộng thênh thang, có nhiều phòng vệ sinh ở tầng dưới, nhưng mọi nơi cửa đều khóa trái. Thức cầm bịch nước tiểu đi nhanh lên lầu vào một phòng lớn anh thấy thuận tiện. Vừa mở cửa nhà vệ sinh, Thức chợt đứng khựng, mặt tái mét. Sau thoáng ngỡ ngàng, Thức đóng sầm cánh cửa, quay bước xuống lầu.

- Có lẽ tao phải đi sớm hơn dự định. Có một vài công việc còn đang lỡ dở ở Toronto, cho tới bây giờ tao chợt nhớ. Nhờ mày chở ra phi trường lấy vé, nếu được tao đi luôn. - Thức đứng trước cánh cửa mở toang, đầy gió buổi sáng mùa đông. Tay anh đeo cái xách nhỏ như quyết định, sẵn sàng cho chuyến đi. Tuyết vẫn rơi rớt đều đều, đan kín cả không gian xám đục trước mắt một cách nhuần nhuyễn.

- Thằng Trung đã làm điều gì mày thấy và buồn? - Đỉnh xoay tròn hai bánh xe lăn bằng đôi tay rắn chắc, hỏi bạn.

- Nghĩa là mày đã biết...?

- Dĩ nhiên, và từ lâu.Vậy mày nghĩ, tao phải làm gì? Ẩu đả với nó chắc? Tao thua! Giết nó? Tao lại càng không nghĩ đến vì còn nghĩ đến đứa con của mày...

- Nghĩa là mày đã biết tất cả? - Thức cắt ngang lời bạn.

Đỉnh khoát tay:

- Mày hãy để tao nói hết đã... Kiện nó ra tòa, thì tao không đủ can đảm phá tan hoang một hạnh phúc gia đình đang ấm cúng, dù bằng sự giả dối. Tự tao đã giả dối trước với bạn bè trong đó có mày để đoạt được Huyền, bằng thủ đoạn tuyên bố trúng số rởm! Vậy hôm nay, tao phải can đảm nhận những gì mình đã gây ra. Mày cũng nên thấu hiểu cái cảm giác bị lừa như Huyền, sẽ phản ứng thế nào khi hiểu ra chân tướng của con bài ái tình kệch cỡm. Huyền của chúng ta, mày hiểu không? Thằng Trung, nó cũng yêu Huyền tha thiết như tao với mày đã từng. Nó cũng như mày - dám trả giá cuộc đời này bằng cách chọn cuộc sống cu ky và chờ... Nó cũng có thừa can đảm của đấng mày râu đấy chứ! Sự chiếm đoạt nào mà chả qua gạn lọc và thủ đoạn ở người đời trần mắt thịt này, như thằng Trung đã nói mười năm trước. Cuộc đời này chẳng có gì gọi là phi đạo đức cả, khi cả hai bên đều tương nhượng và hy sinh cho nhau, ngay cả về mặt tính dục. Chúng ta không may mắn khi sống trong một xã hội thuần về lý trí này, thế thôi. Làm thằng đàn ông ở bất cứ xã hội nào cũng vậy. Hãy nên biết mình đã thua hay đang thắng ở cuộc đời ô trọc này; để mà hành xử mẫn cảm hơn, thông cảm hơn và nhất là hợp lý hơn đối với những người đang ở trong rọ của ái tình...

- Đó chỉ là sự biện bạch của kẻ tàn phế, thất thời... Xin lỗi mày câu nói này. Ước lệ của bất cứ xã hội nào cũng đặt nền tảng đạo đức trên hết. Có đạo đức là có văn minh loài người! Nhiều người đã hiểu sai về khuôn phép đạo đức ở xã hội này, trong đó có mày. Sống cần hội nhập những điều đúng của dân bản xứ để bổ khuyết những sai lầm quy ước nô lệ tính dân tộc. Tao cám ơn tấm lòng của mày đã dung chứa mẹ con Huyền bấy lâu, mà không truy nguyên, đòi hỏi gì ở cả tao và Huyền. Đó là một tình bạn cao cả, mà trong bản chất người Á đông chúng ta khó có.

- Mày nghĩ tao là ông Thánh, Thức? Tao cũng là con người bằng xương bằng thịt như bất cứ ai, cũng có thất tình lục dục. Những ngày đầu khám phá ra sự bỉ ổi này, tao điên tiết như mọi con người bình thường biết điên tiết. Có nhiều đêm tao lăm lăm con dao trong tay, chực đâm Huyền nhiều lần, nhưng đành bỏ dao xuống và thao thức nhiều đêm. Số mệnh mình đã vậy thì đừng nên kéo ai vào nữa, nhất là người mình đã một thời yêu. Hãy đau khổ, hãy tàn tật, hãy bị giam hãm tù túng, hãy thoát qua một cái chết của nhân sinh; mình mới nhìn ra cái đẹp, cái xấu của con người. Bản chất con người vốn đẹp và thiện; xấu là từ bên ngoài tác dụng vào. Hãy sống hướng về tâm linh nhiều hơn chút nữa, sẽ có cái tinh thần bát nhã của nhà Phật. Đời và Đạo chỉ cách nhau chưa tới một nửa sát na, nhưng mà cũng là thật xa nếu mình nghĩ không tới. Tao nghĩ, xin lỗi trước, mày chưa đạt tới cái mức vi diệu của Thiền. Có đó, không đó, Thức à!

Thức bước lên xe do Đỉnh vừa lái từ nhà chứa xe ra. Anh cố ngoái lại nhìn ngôi nhà lần cuối.

Gió trên thung lũng kéo xuống thổi từng cơn, từng cơn khô khốc, lạnh buốt. Thức chợt nhận ra giữa anh và Đỉnh cũng giống như những ngọn cỏ vàng trên thung lũng mùa đông. Chiếc xe rồ máy, vọt chập choạng trên con đường lầy đầy tuyết trắng xóa thung lũng mù sương.

Trên tầng cao cánh cửa sổ, người thiếu phụ trẻ bưng mặt ôm con khóc rưng rức.

Thằng bé kêu lên:

- Mẹ ơi! Bố Thức đi rồi...

Vũ Đình Kh

...
lót triệu ngọn lục bát tình
em nằm, xuân sắc mới tinh muôn đời
yên tâm, phơi phới rong chơi
trái tim tôi, chỗ đúng nơi em về... *luân hoán*

Ma Hời
HIỀN NGUYỄN

Mặt trăng tròn vành vạnh treo trên đỉnh tháp, từ bốn phương nhìn lên đồi cứ ngỡ một đài gương khổng lồ vậy. Ánh trăng bàng bạc như sữa loang khắp sơn hà, lại như tơ óng ả giăng mắc khắp đất trời. Làng Lộc Thọ dường như đã chìm sâu trong giấc ngủ, tiếng côn trùng rả rích như khúc hòa tấu của dàn giao hưởng tự nhiên.

Phủ Nàng Hai dưới chân đồi đuốc sáng lập lòe dưới trăng, cả vùng này là lãnh địa thuộc phủ. Bọn ca nữ ca hát véo von, tiếng trống baranưng tom tom giòn giã, tiếng kèn ống như thôi miên lấy người nghe. Cả phủ tưng bừng đêm hội trông trăng. Bất chợt Nàng Hai ra dấu hiệu bảo mọi người dừng lại và lắng nghe.

- Dường như trong gió có tiếng khóc nỉ non? Có ai đó xâm nhập lãnh địa của ta chăng?

Nói xong Nàng Hai cho thị vệ đi khám xét, chừng dập bã thuốc bọn chúng dắt về một cô gái chừng đôi mươi, xiêm y tha thướt, dáng người thanh vận, gương mặt đẹp não nùng, vẻ đẹp liêu trai huyễn hoặc rất thiên kiều bá mị… Nàng Hai giật mình tự nhủ: "Chốn này có người đẹp đến thế sao?" Ngẩn ngơ giây lát, Nàng Hai nói:

- Cô là ai? Cớ sao đêm trăng đến lãnh địa của ta khóc than ai oán đến vậy?

Cô gái thút thít khẽ thưa:

- Tâu quận chúa, tôi là kẻ tôi đòi lạc loài lỡ phận, hoàn cảnh đẩy đưa bước chân vô định lạc đến đây, không biết đây là phủ của quận chúa, xin quận chúa tha tội.

- Cô hãy khai rõ thân phận xem sao - Nàng Hai nói.

- Thiếp tên Tiểu Lan, vốn con nhà nghèo ở phía Đông tháp này, vì có chút nhan sắc nên được gả bán cho nhà họ Chất Đa. Ban đầu họ đối xử rất tử tế, cho học nhã nhạc, ca múa… Những tưởng sẽ là ca nhi trong phủ, cuộc đời no đủ, cha mẹ cũng có phúc phần… Nào ngờ họ có âm mưu tàn độc. Một ngày kia các thầy tư tế đến phủ họ Chế lập đàn cầu đảo suốt ba ngày đêm liền. Thiếp cùng các ca nhi khác được cho uống rượu say bí tỉ, sau đó bọn họ nhét vào miệng mỗi người một củ linh sâm ngàn năm và đem tuẫn táng dưới chân tháp này. Trong huyệt đạo có mộ phần nhà họ Chế, cất giấu vô số vàng bạc châu báu và đồ tế khí. Bọn thiếp bị yểm trong huyệt mộ, trở thành thần giữ của cho chủ nhân. Bọn thiếp trong huyệt mộ cả nghìn năm rồi, không sống mà cũng chẳng chết. Huyệt mộ trải qua binh đao loạn lạc cùng thiên tai nhưng chẳng hề hấn gì. Mãi cho đến năm Canh Dần, bọn trộm mộ khoét thủng quách, phá quan. Chúng lấy hết vàng bạc châu báu và gỡ luôn miếng bùa yểm bằng lưới vàng ròng trên mặt thiếp, nhờ thế mà thiếp thoát ra khỏi huyệt mộ này. Kể từ đó thiếp vất vưởng khi đồng hoang bờ bụi, khi tá túc dưới hiên tháp rày đây mai đó… Cho đến hôm nay thì lạc bước vào phủ quận chúa vậy!

Nàng Hai ngậm ngùi:

- Kể cũng đáng thương thật! Người ta bảo hồng nhan bạc phận, không có phận nào giống phận nào, cùng sinh ra kiếp đàn bà, phần nhiều đều chịu thiệt thòi và đau khổ. Giờ cô tính sao?

- Thân thiếp người khác chiếm, hồn thiếp người khác đoạt, thiếp như chiếc lá bay trong gió bụi còn biết tính được sao?

- Vậy thì cô hãy ở lại đây nếu muốn – Nàng Hai nhẹ nhàng nói.

Nghe thế, cô ta sụp lạy tạ ơn Nàng Hai và thưa:

- Tạ ơn quận chúa đã có lòng bao dung, thiếp xin đem thân hầu quận chúa.

Đêm hội trông trăng trở nên lắng xuống, buổi tiệc dở dang. Bọn tì nữ trong phủ lặng cả người, cái khổ của bọn họ xem ra không ăn thua gì so với cái khổ của nàng ma nữ mới đến; cả nghìn năm rồi, không sống mà cũng chẳng chết! Ai cũng suy tư theo đuổi ý nghĩ riêng của mình. Những ngọn đuốc dường như cũng cảm thông nên chập chờn lung linh. Bóng trăng càng về khuya như đặc quánh lại như dòng ánh sáng sữa, lại như tơ trùm lấy cảnh vật quanh phủ. Nàng Hai dịu dàng cất tiếng:

- Ta vốn con gái thị tộc Cau, mười sáu tuổi về làm vợ Chế quận công. Nhà họ Chế danh giá nhất vùng, của cải nhiều vô số, quân binh và kẻ hầu người hạ đông nhất thiên hạ. Những tưởng vậy là phúc lớn nhưng có ai thấu nỗi khổ của ta. Quận Chế vốn hào hoa nhưng lại là tay đoan tụ bạo dâm, đêm tân hôn của ta biến thành địa ngục kinh hoàng. Quận Chế trói ta và dùng roi da quất đến tứa máu. Y lại treo ngược lên xà nhà, y xé áo quần ta, y giày vò ta với những trò quái đản mà một cô gái mới lớn không sao tưởng tượng nổi. Y hành hạ ta cho đến tàn canh mới thôi! Sáng hôm sau y quỳ dưới chân xin lỗi và nuông chiều ta. Ta những tưởng nhất thời nên gật đầu tha thứ, nhưng nào ngờ sau đó lại tiếp tục tái diễn. Ta khóc cạn nước mắt, toan tính cả quyên sinh. Đời con gái mới lớn, trong trắng thanh tân lại gặp phải cảnh kinh hoàng như vậy! Thế rồi ta cấn thai, kể từ đó coi như thoát khỏi cảnh ân ái của ác quỷ. Chế quận công vẫn thường đi săn lùng bọn đồng nam đưa về phủ mà hành lạc. Y mua con nhà nghèo khó về với danh nghĩa làm nô bộc nhưng thực chất là nô lệ tình dục. Thỉnh thoảng ta cũng có nghe nói hoặc chính tai ta nghe tiếng thét của bọn đồng nam nhưng không ai dám hé răng, có đôi khi người ta báo có đứa đồng nam mất tích… Nhưng tất cả rơi vào im lặng đáng sợ! Suốt cuộc đời ta, những lần ân ái đếm không đủ mười đầu ngón tay, nhưng cứ mỗi lần nghĩ đến ta còn sợ són cả đái. Sống trong nhung lụa của phủ nhưng lòng ta héo hon, có những đêm trăng cái cảm giác cô đơn nó giày vò ta, sóng tình khao khát nổi lên… Ta ngồi dưới trăng đêm mà tê tái cõi lòng. Thế rồi một năm kia, Đại Việt tấn công đến đây. Chế quận công chết trận, ba vạn thủ cấp quân binh bị chém. Ta và toàn bộ thị tì bị bắt và đem chia cho các tướng Đại Việt. Ta không chịu ô nhục nên nhảy xuống sông tự vẫn, một số thị tì khác cũng chết theo. Mất thân rồi, ta dễ dàng tìm về chốn cũ nương náu. Phủ Chế quận công ngày xưa huy hoàng lắm, giờ bị đốt phá tan hoang, mồ mả vỡ toang, riêng ngọn tháp này vẫn còn sừng sững dù có bị loang lở tang thương.

Nàng Hai dứt lời, giọt lệ nhẹ rơi. Cô Tiểu Hương, thị tì thân cận dâng mảnh khăn lụa để Nàng Hai lau lệ. Nàng Hai lại nói:

- Thôi, chuyện ngày xưa đủ rồi, giờ ta trở lại tiệc đêm trăng này!

Bọn nhạc công lại gõ trống, tiếng trống nghe vọng lại tựa ngàn xưa; tiếng kèn sao não nuột quá, không còn vui như thuở ban đầu; lời ca của ca nhi cũng não nùng như nỗi lòng của người oan phụ, lại nỉ non ai oán như khúc ca vong quốc.

Bất chợt tiếng gà râm ran gáy từ hướng làng Lộc Thọ. Nàng Hai cùng cả bọn ma nữ giật mình đứng dậy. Cả bọn lập tức biến mất, một làn sương khói mỏng manh mơ hồ bay lên trên tháp. Người làng Lộc Thọ lục tục thức dậy, kẻ nấu cơm ra đồng, người đi phiên chợ bên kia sông.

Mặt trời lên nhuộm đỏ cả tháp và ngọn đồi. Bọn trẻ chăn bò làng Lộc Thọ lùa bò đi ngang qua khu gò mả dưới chân đồi. Chợt thằng An reo lên:

- Nhìn kìa tụi bay! Hũ, lu, bình, chén… ai bỏ tùm lum kia.

Thằng Tịnh có vẻ chững chạc, rành rõi:

- Đồ Hời đó! Bị ếm rồi, lấy về xui xẻo lắm!

Thằng Thắng cãi:

- Xui gì mà xui, lấy về để ngoài sân làm chậu kiểng, hoặc để chứa thức ăn cho gà vịt cũng tốt.

Thế rồi cả đám nhao nhao lựa những món nào còn tương đối lành lặn, ít sứt mẻ đem giấu vào mấy bụi duối, dú dẻ quanh đó. Đến trưa về ăn cơm sẽ mang theo.

Bà Tám le te đi chợ về, kéo ông Tám lại xì xầm:

- Nay tui đi chợ, người ta đồn: "Đêm qua ông Bảy Xị ra vườn đái, thấy đuốc ma Hời xanh lè, dễ chừng có mấy mươi ngọn luôn, lại nghe tiếng hát nỉ non nên sợ xanh mặt, không kịp kéo quần chạy ngược vô nhà đắp mền nằm run như cầy sấy, giờ còn sảng thần, hâm hấp sốt."

Ông Tám xì một tiếng:

- Tưởng chuyện gì? Đuốc ma Hời đêm trăng xưa nay thấy hoài, nhiều người thấy chứ mình chả thấy sao? Hồi cha còn sống, cha kể có đêm trăng cha thấy ma Hời kéo binh lên trắng cả ngọn đồi kìa!

Bà Tám lắc đầu, lè lưỡi:

- Nếu tui mà gặp chắc chết điếng mất, ông có ra vườn đái giữa đêm thì hãy cẩn thận!

Ông Tám không ừ hử, uống cạn chung rượu Bầu Đá rồi ngâm:

Lập lòe xanh đuốc ma Hời
Nỉ non tiếng hát bên trời tiếc thương
Mịt mờ vết cũ màn sương
Đồi hoang tháp lở miếu đường quạnh hiu
Ngọn cờ lay lắt liêu xiêu
Cung nga thể nữ mỹ miều xương khô
Công hầu chung một nấm mồ
Tàn canh trăng lạnh cơ đồ khói bay
Ngàn đời khóe mắt còn cay
Cô phong đỉnh tháp tháng ngày phế phong

…

Chợt thằng An lùa bò về đến cổng reo:

- Ba ơi! Con lấy được mấy cái hũ ngoài mả Hời nè, tuy sứt mẻ một chút nhưng còn tốt để làm chậu kiểng trồng bông.

Hiền Nguyễn
9/2019

bây giờ đã có người lo
chủ quyền với cả tự do con người
chúng ta cứ việc sống vui
ta, tàu chi cũng là người hai chân
nhìn hữu trách để an tâm
phương phi tốt tướng vinh thân gia hòa

luân hoán

con chim cũng giống con gà
con người cũng giống con ma
chuyện thường
thánh thiện hay là bất lương
khi chết ai có ở truồng mà lo
bình tâm sống với đàn bò

Hoa Phong Trần
HẠ QUỐC HUY

"Kêu trên đầu dốc chia tan
Có con khướu lửa khóc ngàn rừng mây" (thơ Hạ Quốc Huy)

1*
Kiếp xưa tôi vốn là hoa
Từ thiên sơn núi, mọc ra đọ trời

Tang bồng phiêu hốt rong chơi
Mây giăng đất ải, vượt đời chấp kinh

2*
Kiếp nào
lửa bụi chiến chinh
Giáp bào trói cuộc ngục hình máu loang

Kêu trên đầu dốc chia tan
Có con khướu lửa
khóc ngàn rừng mây

Kiếp nào
hào sảng vung tay
Nghiêng vai bốn bể chung say rượu mời

Giấu trong khinh bạc môi cười
Màu trăng bẫm máu bầm đời thảm đau

Mưa em vén áo che đầu
Thoảng hương tiểu nữ thơm bầu vú say

Gió lay vạt áo người bay
Tôi lay tình dậy, đưa tay nâng tà

Thì xưa, tại hạ là hoa
làm sao thay đổi
dù ra
phong trần.

Mượn lời Nụ Tầm Xuân | Tiếc
VŨ TRỌNG QUANG

MƯỢN LỜI NỤ TẦM XUÂN

Cái thời cây bưởi hái hoa
ca dao bước xuống vườn cà bâng khuâng
ngắt nhanh một nụ tầm xuân
trăm năm rơi ngược thời gian ngóng chờ

lời ru ở chỗ đong đưa
nở ra xanh biếc cho vừa mênh mông
ầu ơ mãi tiếng sắc không
diêu bông tìm được lấy chồng tiếc thay.

TIẾC

Nếu tay không lỡ cầm tay
tay trong tay nắm
tiếc
ngày tay buông
tiễn đưa chừng giữa đoạn đường
mỗi nhau gieo mở vui buồn về sau

Nếu môi không ghé hôn đầu
môi trong môi đỏ
tiếc
màu môi xa
chặt ôm là chỗ rời ra
giữa nụ hôn mọc nụ hoa rầu rầu

Nếu đêm không đến tìm nhau
đêm trong đêm chạm
tiếc
sâu đêm vùi
vẫy tay xin giữ nụ cười
nửa này bản thảo của người nửa kia.

Vũ Trọng Quang

Cái Bóng Xanh

CAO NGUYÊN

Ra khỏi tay thằng nhỏ
cái bong bóng màu xanh
bay thật nhanh thật xa
đến mặt trăng buổi sáng
Hết còn nghe tiếng của
hai bố con thằng nhỏ
Hai bố con như hai ngón tay
mất vào công viên vàng cỏ
Bốn mươi mấy năm qua
ở xứ người cỏ xanh
thằng nhỏ nay cũng là Bố
Nhặt xác cái bong bóng
đã hết xanh
"Con trai Bố không khóc
để dành nước mắt cho quê hương".

Cao Nguyên

Hương Quê
ĐỨC PHỔ

quê nhà tôi ở nhà quê
ánh trăng mùa nào cũng đẹp.
đường qua nhà em bóng rợp
nhớ thương rợp bóng hẹn thề.

quê nhà tôi thật nhà quê
sắn khoai từ thời thơ ấu.
đến khi khôn lớn trở về
hương quê vẫn hoài khoai sắn.

quê nhà tôi là nhà quê
đi đâu cũng không quên được.
đôi trâu lưỡi hái cái cày
đình làng lũy tre giếng nước...

quê nhà tôi ở nhà quê
con tràu con diếc yêu nhau.
tình bung trong nồi canh khế
gái trai nên mối duyên đầu.

quê nhà tôi thật nhà quê
nên tôi yêu em chân thật.
dẫu đời dựng nhiều bi kịch
vẫn thương những buổi đi về.

quê nhà tôi là nhà quê
nên không thể tôi thành phố.
dẫu đời gieo tôi lạc quẻ
hương quê thắm một cơ đồ!...

Đức Phổ

Thi Sĩ
NGUYỄN HÀN CHUNG

Gõ lên tình yêu mộc bản
người từng thề thốt đinh ninh
Gõ tên tình nương bản khác
thêm bản tình nhân lìa tình
Mộc bản cuối cùng chốt lại
Tình lữ rất từng yêu nhau
Bạn đốt cả bốn danh sách
tàn tro hiển lộ nhiệm mầu
Mai mốt rồi bạn đi biệt
không còn một bản nào đâu!
Biết đâu ngoài vòng ân ái
có người nhớ bạn rất lâu.
Không tin bạn viết di nguyện
dặn dò con cháu đời sau.
Gửi cho chiều sương đỉnh núi
hay cho sóng cuộn giang đầu

Nguyễn Hàn Chung

Thơ Ngắn
NP PHAN

mẹ

hiên nhà loang bóng chiều vơi
góc sân giờ đã rã rời nắng mưa
không còn nghe tiếng võng đưa
mẹ đi thăm ngoại, mãi chưa trở về...

bóng quê nhà

cánh đồng lúa đang xanh thì con gái
thương vô cùng màu biếc cội non xa
quê hương là chiếc nón mê mẹ đội
là manh áo đẫm mùi mồ hôi cha...

giấc mơ

bấy nhiêu năm - một cuộc cờ
ai bày? ai xóa? giấc mơ sắp tàn
đã từ khởi sự hồng hoang
bước chân vô định, hàm oan kiếp người

nước mắt trần gian

cái thuở trần gian đầy bi lụy
nước mắt rơi vào nẻo vô cùng
mới hay phương Phật còn xa lắm
khi bầy ngạ quỷ vẫn ung dung

NP Phan

Lạc Mất Đời Nhau
BIỂN CÁT

Đời thì buồn và bờ vai tôi nhỏ
Trĩu đã đầy những hạnh phúc lẫn đớn đau
Ngày vẫn trôi ngày vẫn qua mau
Chỉ có chiếc bóng tôi lặng yên đứng lại.

Nếu có một lúc nào người chùn chân gối mỏi
Thì hãy còn đây gầy guộc một bờ vai
Tôi nghiêng xuống cùng chiều chìm vào tối
Chờ hát ru người một khúc phôi phai.

Giấu vào đâu những tiếng thở dài
Khi cây trút lá vàng thu hiu hắt
Từng ngón tay xanh xao lướt trên phím buồn se sắt
Tôi gọi mùa yêu dấu về từ ký ức mù khơi.

Nơi xa xôi đó nếu có thoáng tình cờ chợt nhớ
Thì xin người hãy về đây. Lặng lẽ về đây
Vai áo bạc thênh thang màu sương gió
Ánh mắt mơ màng thăm thẳm một màu mây.

Se sẽ tôi luồn những ngón tay vào vầng tóc rối
Không gian im lìm và thời gian cũng ngừng trôi
Giọt lệ tao phùng hay giọt lệ chia phôi
Tan nhòa vào hương dạ lan héo hắt.

Đã xa lắm một nửa vòng trái đất
Đã qua rồi một nửa thanh xuân
Muộn màng lắm để níu giữ những gì đã mất
Cũng đành chờ một đời dài để đi qua hết nhớ thương.

Biển Cát

Từ Độ Phai Tàn
NGUYỄN VŨ SINH

Độ ấy tàn phai chợt thấy già
In hằn dấu vết xé làn da
Hoàng hôn nắng úa đời buông xế
Giọt nắng chiều qua giọt nắng tà
Sợi bạc đưa tay xòe phủ tóc
Mây trời trắng xóa lướt ngang sa
Vầng trăng bạch nguyệt màu phai úa
Bóng cõi thiên nhai dõi thủy hà.

Ngứa Cổ Hót Khàn

Bước chân qua những mùa thu vàng
Qua trời lửa hạ đỏ chang chang
Nhìn đâu cũng thấy đôi mắt nhỏ
Nỗi buồn như đọng dâng mênh mang.

Mơ hồ nghe ai bước khẽ khàng
Gót chân như nốt nhạc ngân vang
Con đường chẳng có hoa thơm ngát
Áo trắng thơ ngây hương dịu dàng.

Buổi ta về mùa hạ đã sang
Cánh phượng giờ đây cũng héo tàn
Chớm thu vương chút gì trong nắng
Cho quyện hương bay tỏa nồng nàn.

Áo trận giờ đây gửi dấu ngàn
Ta, chim gãy cánh cũng đau ran
Ngứa cổ cố hót chơi vài tiếng
Còn nghe khô khốc những âm khàn.

Ta nhớ mùa thu "Levitan" [*]
Trời thu hiu hắt lá phong vàng
Dòng sông chia biệt, quê xa khuất
Lòng thấy trào dâng nỗi bàng hoàng.

Nguyễn Vũ Sinh

(*) *Họa sĩ Isaac Levitan (1860, người gốc Do Thái) nổi tiếng với bức tranh kiệt tác mang tên "Mùa Thu Vàng".*

Bọn Hề
HOÀNG XUÂN SƠN

bộ tịch hắn nom mắc cười
có lẽ chưa bao giờ ăn cà pháo
nên chưa hề biết cà rỡn
hãy ngước mặt lên mây nhìn rồng
trứng pháo [huyền thoại lộn]
rồi rớt xuống nhập bầy vô tích sự

hết thảy bọn ta đều vô tích sự
thua chú thoòng thậm thụt bãi tư
chúng ta co vòi dốc lác
ăn không ngồi rồi vác like chạy rong
gạ gẫm
một phây hai phây ba phây có bao giờ được toại lòng
hết thảy bọn ta
những tên hề thời đại khoác mặt nạ da người
gánh xiếc đã dời lên không trung
chỉ còn hắn ngồi dính đít trên đất
thủ kín như bưng
như loài rắn lục lẫn trong cây lá

Hoàng Xuân Sơn

Một Lần Về Thăm
Thánh Địa Mỹ Sơn Quảng Nam

XUÂN THAO

Mà ở đó, tôi đã thấy,
Những phế tích,
Của một thời oanh liệt
Bây giờ, chỉ còn đống gạch vụn, ngói rơi, vữa rụng
Nằm trơ cùng tuế nguyệt
Duy chỉ còn đám ngựa què,
Voi không đầu, gãy ngà
Và những nàng SHIVA, mất hết đôi cánh tay,
Mà vẫn uyển chuyển thân hình
Múa
Với đôi bầu vú tròn lẳn
Mà đầu vú cong, nhọn hoắt
Như cặp sừng trâu
Chĩa lên trời
Đằng sau những cặp vú đá ấy
Tiềm ẩn một sức sống vô biên
Không bao giờ hủy diệt nổi
Dù dân tộc Champa đã mất nước,
 Vào tay bạo quyền
Nhưng mối hờn vong quốc
Vẫn đằng đằng sát khí và thù hận
Cho đến hàng vạn kiếp sau…

Xuân Thao
25-9-2019

Nói Chuyện Cầm Bút

TRIỀU HOA ĐẠI & HOÀNG XUÂN SƠN

Ngày tôi rời Huế là 23 tháng 3 năm 1975 trên một chiếc máy bay vận tải, chiếc máy bay ấy đã chở một số dụng cụ máy móc được tháo gỡ từ trung tâm phát tuyến Cồn Tè và mang theo khoảng chừng 20 chục đồng bào từ An Cựu đi theo lánh nạn vào Đà Nẵng. Buổi trưa hôm ấy bầu trời vây quanh Huế và Thành Nội một màu xám xịt, nhìn từ khung cửa kính máy bay lòng tôi buồn rượi, tôi có linh cảm chắc đây là lần sau cùng được nhìn thấy Huế. Ngỏ ý với Trung tá Lạng, người phi công lái chiếc máy bay này, một lần thôi bay thêm một vòng nữa cho tôi được nhìn và từ giã nơi mà đã cho tôi quá nhiều kỷ niệm những ngày còn nhỏ từ Đà Nẵng vào Huế theo học ở trường Thiên Hựu, cái ngày mà: "Học trò xứ Quảng ra thi, MẤY cô gái Huế chân đi không đành", và sau đó rất nhiều lần ra Huế trong thời gian máu lửa theo nghiệp dĩ: Phóng viên chiến trường. Huế đang mưa, lòng tôi cũng vậy đang mưa cùng với Huế.

Đến đây, bỗng dưng nhớ đến người bạn thiết nhà thơ Hoàng Xuân Sơn và những câu thơ ông viết: "Sông Hương chừ trắng nợ rồi/ Phủi tay còn chút buồn rơi cuối dòng". Tôi "giận" ông lắm lắm và rồi tự hỏi: Có thật vậy không, làm sao mà những người con của Huế và biết bao người cũng yêu Huế như tôi lại có thể vô tình đến nỗi "trắng nợ" với Huế dễ dàng như thế được. Vì không tin như thế cho nên nhất tâm phải tìm cho bằng được cái ông nhà thơ này để hỏi cho ra nhẽ vì sao và vì sao mà "trắng nợ" mau như rứa.

Hôm nay trời xui đất rủi chúng tôi đã "gặp" nhau vậy thì mời quý vị cùng chúng tôi chuyện trò với nhà thơ: HOÀNG XUÂN SƠN về Huế và những điều chắc ai cũng muốn biết về: THƠ.

Triều Hoa Đại (THĐ): Dễ chừng cũng đã khá lâu kể từ cái ngày hai ta gặp nhau ở Boston và Dallas bây chừ mới có dịp tâm sự, ông hãy ngồi xuống đây rồi thì chúng ta chuyện vãn một đôi điều.

"Túm" được ông chắc là cái may cho tôi và có lẽ là cái " Rủi" cho ông, vì rằng thì là đã từ rất lâu tôi có một câu hỏi nó cứ canh cánh bên lòng vậy thì hôm nay ông "phải" giải thích sao cho thỏa đáng thì tôi mới chịu: Sao ông lại vô tình quá đỗi với Huế như thế cho được, sinh ra và lớn lên ở Huế thế mà phút chốc ông lại "Phủi tay" và "trắng nợ" với Huế nhanh như thế?

Hoàng Xuân Sơn (HXS): *Vụ này phải nói rằng Oan và Ưng. Đúng anh! Không có một thằng con Huế nào bạc tình bạc nghĩa cỡ đó. Nếu hắn ứng xử như rứa thiệt là đồ vứt đi! Mà ngược lại như anh đã biết đó: Huế là một cái xứ thâm trầm, tình cảm da diết, đứa con tha phương nào cũng luôn quay quắt nhớ về, thương về. Làm răng mà đành đoạn mà bỏ mà buông cho được?! Đừng như ai đó nói chuyện bỏ thì thương vương thì tội!*

Còn cái câu hắn viết: "Sông Hương chừ trắng nợ rồi /Phủi tay còn chút buồn rơi cuối dòng" mà anh kết tội là OAN. Oan lắm, cỡ Thị Kính chớ chẳng phải chơi. Số là cụ thân sinh ra hắn, nhà thơ Thạnh Thủy Hoàng Xuân Hiển, hay viết lời cho những bài ca Huế, trong đó có câu: "Phủi tay rồi nợ sông Hương..." cho một thiên tình sử lâm ly nào đó. Ông cụ không may mất sớm, hắn vin vào ý của câu này, viết theo: Sông Hương chừ trắng nợ rồi... để tiễn biệt và tưởng mộ người thân một sớm một chiều bỏ Huế mà đi.

THĐ: Dù có tha phương nơi góc bể chân trời tôi vẫn một lòng tin rằng những người con xứ Huế đi mô thì đi nhưng hồn thì vẫn "nằm" ở quê nhà, chả vậy mà ông đã viết: "Thấy lạnh một bên vai/ mới hay đời hụt hẫng/ thiếu tóc em gối dài/ thiếu cả đời quanh, quẩn". Hỏi thật ông: những đêm dài thao thức ở quê xa có bao giờ, khi nào ông thấy thiếu Huế với những áo dài tha thướt sáng, chiều qua cầu, hay qua đò, một mái tóc thề nũng nịu với gió hay không?

HXS: *Chẳng phải là những đêm dài thao thức, mà hằng đêm đều như thế, lúc xa quê, thoạt đầu thương nhớ đủ điều. Những hình tượng mà anh nêu ra đều quay quắt đổ xô về trong mộng. Những dấu ấn đặc thù Huế làm mình ray rứt khôn nguôi. Tôi ghi ra một đoạn viết lúc chân ướt chân ráo làm quen với Sài Gòn, với phố người:*

Anh chàng người Huế đi phiêu bạt
Vô tuốt Sài Gòn ở gác thuê
Chiều chiều ngó xuống đường xe cộ
Buồn nhớ chi mô lạ rứa tề!

Và một bài nữa tôi viết trong thời gian đầu cư ngụ ở Sài Gòn, rất tâm đắc, có nhiều bạn thích. Có bạn nhạc sĩ Lê Văn Thành đã phổ thơ thành nhạc:

HUẾ TỪ PHONG VŨ

Khi những cành cây gió đổi chiều
Tôi về nghe nặng bước xiêu xiêu
Hỡi ơi mưa gió là phong vũ
Mà suốt đời em tôi đã yêu

Tôi có gì đâu ngoài trái tim
Một đời sôi nổi đã im lìm
Vai áo đã sờn tay nguội lạnh
Khi mùa mưa bụi vướng chân em

Tôi nhớ em từ sông mắt trong
Từ dáng em trôi tóc mượt bồng
Xa nhau nước dỗi hai mùa lá
Em chờ bến cũ muộn màng rong

Đời đẩy tôi đi những phố câm
Em biết nơi mô tội nghiệp giùm
Ôi chút phong tình thơ ấu cũ
Là bão tan dần đôi cánh chim

Tôi nhớ hơn là chim nhớ mây
Nhớ mùa thu, nguyệt xuống heo may
Nhớ ơi, xa quá ơi là nhớ
Mưa giọt vô tình trong đêm nay

Mùa đông xứ Huế chao ơi nhớ
Những đứa con đau thắt nỗi nhà
Hỡi ơi cố lý là quê cũ
Áo trắng qua cầu em có qua

Tâm sự xa quê như rứa đó! Anh có thấy tội không? Anh THĐ và quý thân hữu muốn nghe thử ca khúc này xin bấm vào link:

http://www.art2all.net/tho/hoangxuanson/nhac/huetuphongvu.html

THĐ: Thật tình mà nói sao tôi thương cái chữ "TUI" mà ông đã viết trong Huế Buồn Chi quá ông ơi: "TUI đi ray rứt nội thành tái tê", đọc lên nghe nó vừa thân thương mà nó cũng lại vừa như trách móc và nũng nịu với kẻ ra đi người ở lại. Thưa, tôi có quá đáng không Ông?

HXS: *Dạ, Huế đã là Huế thì phải xưng TUI. O với tui! Xưng Tôi thì nghe như thế nào ấy! Như ở một miền nào khác. Đúng là thiếu một chút "trách móc nũng nịu".*

THĐ: Trong giấc chiêm bao ông nghĩ đến ngày trở về: "anh về lạ cảnh lạ đời/ hoa soan đầu ngõ nhớ cười sau lưng/ hồn hoang xác lú ngập ngừng/ tự nhiên anh đứng lạ lùng trông anh", đọc câu thơ trích dẫn của ông bỗng dưng tôi lại nhớ đến ông Cao Tần cũng giống như bao nhiêu người xa quê khác khi trở về "mái nhà xưa" mà sao xa lạ quá, "tự nhiên anh đứng lạ lùng trông anh" và "về quê hương mà như lạc tinh cầu" ông thấy hai cái xa lạ ấy thế nào có xót xa chăng?

HXS: *Quá xót xa thưa anh! Mà xót xa cho những người ở ngay trên quê hương mình mà vẫn mang cái tâm thức lưu vong. Nói theo ngôn ngữ bây giờ là "hoàn cảnh lắm anh ạ!"*

Anh mất quê nhà ngay đêm nay
Ngồi bên nhau tưởng xa bao ngày
Anh biết mai này đi biệt xứ
Hồn trở về không lúc rượu say?

(HXS, trích Viễn Phố)

Đến đây, ngừng một chút để xin lỗi anh THĐ và quý bạn đọc về cái bịnh hay trích thơ để làm minh họa. Biết làm răng chừ hè?!

THĐ: Chúng ta vẫn đang nói về Huế phải thế không nào? Và,

vẫn chuyện trong mơ, đời người ai mà chẳng có lúc nằm mơ, mơ nhiều thứ lắm: Chẳng hạn như mơ thấy mình trúng số, mơ nọ, mơ kia, mơ về Huế tôi chắc là phải có nơi ông, thế thì Huế đã nói gì với ông, mấy O chỉ "trong mơ thôi đấy nhé" có hờn trách chi người đi bỏ O ở lại đoạn đành tháng năm không?

THĐ: *Dạ có, mấy o chỉ trách như ri: nì, yêng tê! chơ đi mô mà đi thẳng cò o ngón rứa tê? Anh có hiểu nổi không anh THĐ? (bật mí: đi đâu mà đi biệt, không chịu ngó ngàng chi tới quê hương xứ sở hết!)*

THĐ: Như ông đã viết trong CŨNG CẦN CÓ NHAU một tác phẩm vừa mới gửi tới độc giả "… Hơn 5 năm xa nhà, về nhìn lại sông nước vườn tược, lòng nao nao một khúc ruột, một chặng đời xa xứ…" Thế mới biết cái tình quê sao mà nó da diết đến là dường ấy. Nhưng hôm nay thì ông đã "nghìn trùng xa cách" chắc hẳn rằng cái tình quê ấy nó vẫn quẩn quẩn, quanh quanh làm "nao nao một khúc ruột" phải thế không ông?

HXS: *Dạ mần răng mà dứt cho được thưa anh! Quê hương dẫu không phải màu mè là "chùm khế ngọt" vẫn là núm ruột của mình. Ai đoạn đành vứt bỏ?*

THĐ: Những nhà ngôn ngữ học đều cho rằng nó sẽ được phát triển, giàu có, phong phú hơn khi con người, tập thể ấy sống hợp quần với nhau. Nhưng ngược lại cái ngôn ngữ thiếu "bóng dáng" của quây quần thì sớm muộn gì cũng suy tàn. Ông nghĩ thế nào?

HXS: *Dạ, chí lý! Sống thì phải bầy đàn theo quy luật của xã hội. Sống cô đơn là tự cô lập mình. Ta lưu vong nhưng hợp quần để xây dựng những cộng đồng đó đây phát triển vững mạnh. Dù bên trong vẫn có những mâu thuẫn cần chung sức cùng nhau hóa giải. Nhìn lại đất nước bây giờ: cả một cuộc sống bon chen, mạnh ai nấy lo. Thờ ơ đến độ vô cảm. Đó là dấu hiệu của lụn tàn!*

THĐ: Ví dụ những thổ âm như: MÔ, TÊ, RĂNG, RỨA, thậm chí những từ chửi con mắng cái: MI MẦN cái CHI mà ỐT DỘT RỨA, v.v… và v.v… lâu dần hình như chúng ta không còn được nghe, ông có nghĩ mai kia mốt nọ sẽ không còn tồn tại ở cõi đời này?

HXS: *Chắc cũng còn lưu giữ chút chút nếu ta còn sử dụng và con cháu nghe hiểu được?! Điều này thật khó vì nhiều người còn e rằng tiếng Việt nói chung dần dà cũng thui chột luôn. Có điều sau mấy chục năm xa quê, gặp người Huế vẫn còn nghe phát âm lối Huế, nhưng chữ nghĩa xưa cũ thì ít nghe ai nói. Viết thì còn thấy, có lẽ chỉ là hoài niệm thôi.*

> Lâu lắm không hề nghe thổ âm
> Răng, rứa, chừ, mô cũng lạ dần
> Giọng treo trên núi hồn xiêu lạc
> Giọng bỏ về nơi chốn tị trần

(HXS, Huế Buồn Chi)

THĐ: Trong đời mà chẳng có những giấc mơ, mơ đủ thứ nào là: vợ đẹp con khôn, nhà cao cửa rộng, quyền cao chức trọng, v.v... Tò mò hỏi nhà thơ thế ông đã mơ "thấy" Huế đã nói những gì với ông, buồn vui khi tỉnh giấc mơ?

HXS: *"Đừng bỏ em một mình!" hi hi!*

THĐ: Tôi biết thế nào rồi ông cũng "ghét" tôi vì cứ nhì nhằng dai dẳng hỏi ông hoài về Huế. Thôi thì hai ta nói chuyện khác đi nhé?

HXS: *Vâng, giống như chuyện ông Triều Hoa Đại sao lâu lắm vắng bóng cùng chữ nghĩa. Lo làm giàu hay tu luyện chăng?*

THĐ: Ông làm thơ từ đã lâu mà như nhà phê bình văn học Nguyễn Vy Khanh đã nhận xét thơ ông "giao cảm với người, với đời, ông làm thơ tặng bạn bè văn thơ, bạn đời, bạn từng gặp, v.v... vì do đồng cảnh đồng tình, đồng thuyền đồng hội" nếu quả đúng như vậy thì cửa ngõ "Từ Bi" và "Vô Lượng" trong ông chắc là phải bao la lắm?

HXS: *Dạ không dám nói Từ Bi Vô Lượng (Mô Phật!). Có thể nói là đồng cảm. Từ bạn bè mà ra cả. Tôi có nói ở đâu đó nguồn cảm hứng lớn nhất đời tôi là bằng hữu và người thân. Ở một lúc nào đó thi sĩ Chu Vương Miện đã viết ông HXS (giống ông Luân Hoán) làm thơ tặng tùm lum, thậm chí có thể tặng luôn cái cột đèn cột điện. Vậy thì tốt hay xấu, thưa anh? Cũng trong phóng bút Cũng Cần Có Nhau, tôi có nhắc lại thật vui sướng khi cuối đời in được một tập THÙ TẠC nói toàn chuyện ơn nghĩa bạn bè tha hồ mà "áo thụng vái nhau". Vui sướng hạnh phúc chứ anh?*

THĐ: "… thơ là vũ khí, hóa giải kẻ thù, sự hận thù, sự cô đơn, sự ngăn cách, sự sầu não. Ngay cả định mệnh tàn bạo nữa." Là một người làm thơ đã lâu ông nghĩ sao về câu nói của nhà thơ quá cố Song Hồ mà tôi vừa trích dẫn?

HXS: *Dạ thì như mình mới nhắc, ĐỒNG CẢM mang cho ta nhiều hạnh phúc đến bất ngờ!*

THĐ: Vẫn trích từ nhà thơ Song Hồ: "Người cầm bút giống như một chiến sĩ. Chiến đấu! Anh là chiến sĩ biến bông hoa thành màu cờ." Thơ có nhiều "sứ mệnh" như thế hay sao?

HXS: *Chiến sĩ hay sứ mệnh thì cao cả lớn lao quá. Nhưng người cầm bút tối thiểu phải có lòng tự trọng, không bồi bút, không hùa theo cái ác. Phải có thái độ chính trị rõ ràng.*

Xin lỗi anh, lại trích thơ:

thái độ 4

có thể cây bút này viết hay, thâm thúy
tôi thiệt tình ngưỡng mộ
có thể ngọn bút kia sắc bén phân tích rạch rời ngọn ngành
tôi thán phục
nhưng tôi khinh bỉ và lánh xa những ngòi bút trí trá
viết trắng thành đen không dám nói ra sự thật
bồi tụng a dua
người bạn bảo: đấy là những kẻ chuyên xài bạc giả

bọn viết hay đáng được gọi thiên tài
nhưng chưa bao giờ có thể là
con người đứng thẳng
dưới ánh mặt trời nhân loại

*[thái độ 3**

khi anh nghe thấu lời chim hót
hà cớ gì lấn cấn suy tưởng
về đường đi của bầy kiến hôi
qua vùng xôi thịt

tôi ghét kẻ ác một
ghét kẻ hùa theo ác mười mươi
kẻ ác vẫn ác
kẻ hùa theo ác hô hào luông tuồng quái ác
dưới áo vỏ bày hàng nhân văn

đừng thắc mắc anh đang làm gì ở đâu
hãy chủ vị ngọn sào
đừng để tư duy quơ quào rác rến

hãy viết những câu thẳng thớm
giải mã hàm oan cuộc đời
đừng để tự thân bài thơ
gạ gẫm trò đùa nham hiểm]

Hoàng Xuân Sơn
25-06-2019
* trích Tiền Vệ số ngày 20/2/2013

THĐ: Chắc hẳn ít lắm thì cũng một lần ông nghe người ta nói ở Việt Nam đi đâu cũng gặp anh hùng đến nỗi quay trước, ngó sau, bên phải, bên trái chỗ nào cũng có anh hùng và nhà thơ thì cũng không thua kém gì, dân ta ai cũng "dziết" thơ. Là người Việt Nam dù là sống xa Tổ Quốc nhưng biết được dân ta anh hùng và tài giỏi như vậy ông có vui mừng và hãnh diện không?

HXS: *Xã hội đảo lộn thì sản sinh ra lắm hình tượng quái đản và khôi hài. Anh hùng và thi sĩ ở đâu ra lắm thế?*

Anh hùng xạo cỡ Lê Văn Tám, hay thi sĩ bồi bàn bưng bô kiểu Tố Hữu thì xin chào thua!

THĐ: Làm thơ dễ như thế thì cớ sao nhà văn quá cố Nguyễn Xuân Hoàng lúc sinh thời đã từng nói: "Làm thơ thật là khó", và nhà thơ Đỗ KH cũng có lần ngôn rằng: "Làm thơ khó bỏ mẹ!" Sao mà nó rắc rối vậy ta? Riêng với nhà thơ Hoàng Xuân Sơn thì thế nào, khó dễ ra sao?

HXS: *Tôi thì nghĩ ngược lại: Viết văn khó dzàng trời. Phải suy nghĩ, dựng cốt truyện, đào sâu tâm lý nhân vật, v.v... trong lúc thơ thì bạ đâu DZIẾT đó cũng được. Tôi vẫn thường cà khịa với thằng tôi: gã kia, lười chảy thây, cứ mần thơ miết dzậy?! Vậy thì thơ là ngôn ngữ của kẻ lười biếng. Văn mới khó!*

THƠ TẶNG NHÀ VĂN VÕ KỲ ĐIỀN

Mổ bụng con rồng lấy mật chơi
Đọ chữ làm thơ khó dzàng trời?
Viết văn ư, hỏi nghe khó dữ
Khó thiệt! làm sao mổ bụng người!

HXS – Trích Câu Hỏi Kiếp Người, Võ Kỳ Điền

THĐ: Đọc ở đâu đó có người làm thơ "chuyên nghiệp" đã viết: Viết một bài thơ không phải dễ, mỗi bài có khi phải mất vài tháng. Như vậy thì eo ôi khiếp quá. Riêng với nhà thơ Hoàng Xuân Sơn một bài thơ hoàn chỉnh thì phải mất bao lâu?

HXS: *Thiệt tình nếu thơ tìm đến với mình thì viết ra một mạch dễ dàng (nôm na là có thi hứng). Còn rị mọ viết hoặc viết theo đặt hàng thì xóa đi xóa lại là chuyện thường. Và lắm khi cho vào sọt rác! Một ông bạn bảo làm thơ là lộc thánh trời ban. Nhưng hưởng lộc thơ mà sao trong dạ cứ rối bời?*

Bây giờ thì viết cầm chừng, một lối lao động đầu óc chống tuổi già!

Nhà Văn Phan Tấn Hải thì cho rằng tôi rất kỹ lưỡng trong việc chọn chữ. Và thú thật tôi cũng có dụng công tu từ. Nhưng đặt để câu chữ cho đắc địa thì thiệt là gian nan. Có trời đãi họa may!

THĐ: Với bà Wislawa Szymborska những khi ngồi vào bàn viết thì rất cần sự im lặng, hoàn toàn im lặng, bởi vì theo bà: "thơ không thể phát sinh ra từ tiếng ồn ào…" Khi sáng tác ông có cần một sự im ăng tuyệt đối như vậy không?

HXS: *Im lặng thì dễ viết hơn. Ví dụ, trong đêm thanh vắng, bồng bềnh theo cơn mơ... chữ mình có thể đuổi bắt tứ thơ một cách dễ dàng. Nhưng ngược lại trong trường hợp gay go, việc vàng úp chụp cật lực mình lại viết được và viết nhiều mới lạ chứ. Đó là hoàn cảnh sáng tác nên toàn bộ tập Huế Buồn Chi của HXS, thời mà nhà văn Hồ Đình Nghiêm và tôi ngụp lặn bơi giữa đống hồ, giấy má, máy in chạy rầm rập, tiếng thúc giục la hét của cai cọp thầy chú... Như thế có thể nói trong hoạn nạn ta tìm ra con đường hạnh phúc chăng?*

THĐ: Ông làm thơ như nước chảy, như hoa trôi thế thì giờ giấc nào thích hợp nhất để sáng tác hay chỉ là ngẫu hứng?

HXS: *Cám ơn anh ban bảo điều tốt lành. Nghe thì sướng cái lỗ nhĩ. Tình thiệt thì nhiều khi nước cứ chảy mà hoa chẳng chịu trôi. Cũng ạch đụi (tra lão). Và "hoàn cảnh" lắm anh ạ. Tôi rất luông tuồng (!), không có giờ giấc mần thơ. Không bao giờ ở thế nghiêm. Hình như có nói rồi bạ đâu viết đó. Ngẫu hứng thì xuôi lọt. Mà bị bó buộc phải ngồi vào bàn viết thì rị mọ cố gắng nặn óc trả lời anh sao cho đặng xuôi chèo mát mái như lúc này đây!*

THĐ: Sự khác biệt giữa thơ TỰ DO và thơ TÂN HÌNH THỨC như thế nào?

HXS: *Cái này chắc để cho mấy ngài nghiên cứu gia hoặc thầy bàn tán rộng. Chỉ hiểu sơ sơ rằng thơ tự do là tự do... viết, không bị thúc thủ bởi vần điệu nhưng phải có nhạc điệu dẫn dắt hình tượng; nghe, đọc mới lọt. Tân Hình Thức theo định nghĩa là thơ không vần và vắt dòng. Nhưng cho đến giờ tôi cũng mù tịt về thơ THT. Cũng có làm na ná nhưng không biết có đúng thiệt không hay là của dỏm?!*

THĐ: Tôi mạn phép trích một trong số vô vàn bài thơ của ông đã đăng ở Da Màu, bài có nhan đề:

Vặn mình.

cứ vặn vẹo   nhé
tang tình
bóng thì đứng thẳng
mà hình thì
*   X*
*   I*
*   Ế*
*   U*
đêm hôm
cơn mộng rất thiều
âm âm hố nhạc
dỗ   điều thương tâm

mình đứng. đi
lúc mình nằm
đầy khuôn thước thợ bưng cằm
nguyệt. thôi

Vậy thì bài thơ này phải hiểu là thơ TỰ DO hay TÂN HÌNH THỨC?

HXS: *Dạ, không phải anh! Lục bát đó chớ. Nhưng có tinh thần tự do chút xíu. Làm không theo quy luật trên 6 dưới 8 (mà tôi gọi tạm là lục bát xuôi dòng). Còn chặt, chẻ, băm, bổ là để cho nó mang một tâm tình khác, một khí hậu khác mà người đọc có thể tham gia cắt dán kiểu khác (tôi gọi là lục bát hoạn nạn). Ngay cả chữ XIẾU cũng cà dẹo bất tử!*

Tôi sáng tác loại này đã lâu. Lúc đầu mới mở cửa thì có nhiều người báng bổ lắm. Cho là làm dáng. Là tịt ngòi, kẹt chữ phải xuống hàng cho bài thơ được kéo dài ra? Chừ thì sáu tám xuống hàng bất tử cũng có nhiều người theo. Rần rần viết! Nên chi cũng thấy vui vui. Có nhiều bạn văn cũng bàn luận về cái sự vụ này. Nhưng trong khuôn khổ một bài phỏng vấn tôi không trưng ra đầy đủ được. Chỉ xin trích dẫn (lại trích) thêm thơ để minh họa:

Lục bát. xuôi dòng và hoạn nạn

(Posted: 26/10/2014 in Hoàng Xuân Sơn, Thơ . sangtao.org)

Hoàng Xuân Sơn

sau mưa

(quý tặng nhà sư Thích Đăng Châu)

len lén vào cười với mưa
cùng ru giấc đỗ bên chùa tịnh tâm
màu sen tinh khiết vô ngần
đóa thuyên trên biển búp vàng cánh sông
vào loang sắc với vân mồng
thùy nhiên còn cả rừng không đợi ngàn
chậm từ một bước tranh sang
mi xanh mày đẹp ôm đàn khải mơ.
huyền hư với tuổi không ngờ
qua muôn thức dại cùng ngơ ngẩn tìm

pháo thơ

đứng
nghe
từng chặp
lung
lay
đứng nghe
chợt
thấy mình bay
như cờ
nghe gì
à. pháo bắn
thơ
rung rinh
hết một điện thờ
rung rinh

nhũ thấm

chí ít
mình
phải là mình
xin đừng để
cái thình lình
lôi đi
đi đâu
đi bộ xuống
tầu
đạp xe lên núi
nhìn râu tóc
mình
chí ít
mình
đã là mình

nói không với cả ngàn sao
níu
chút hiện thực
đi vào tai ương
đời nao không có vô thường
sống
là sống với
đinh hương
ngoài lề
bản vuông thước thợ
đùm
đề
dọi dây vẫn ngóng
chờ
nghe
lập trình

Hoàng Xuân Sơn

THĐ: Có rất nhiều độc giả nhờ tôi hỏi ông về chuyện thơ có VẦN và thơ không VẦN, ông giúp tôi để trả lời một vài câu hỏi về lãnh vực này nhé?

HXS: *Câu hỏi này chắc cũng nằm đâu đó trong cách trả lời gợi ý bên trên. Nói chung giữa những người làm thơ bây giờ cũng thấy có chiến tuyến giữa thơ có VẦN, chân phương, cổ điển, tình ý mỹ lệ, diễm kiều, dễ đọc và dễ cảm. Còn thơ Không Vần là viết tự do không theo một quy luật nào nhất định. Tứ thơ và hình tượng thơ mới lạ, táo bạo, có khi vô nghĩa, sỗ sàng mà những ai quen với lối thơ mềm mại cũ sẽ không chấp nhận được.*

THĐ: Lấy cái mốc khởi đi từ Huế Buồn Chi, rồi Viễn Phố, hai thi tập ông làm thơ có vần, rồi sau này ông đã chuyển sang không vần mà tiêu biểu nhất là ở: DA MÀU và TIỀN VỆ thì ông lại sang qua thể loại không vần vậy thì thể loại nào mà ông ưa thích nhất và chuyển tải được nhiều nhất những điều ông muốn gửi vào trong thơ?

HXS: *Thật ra tôi làm thơ không có sự chọn lựa khuôn khổ trước. Cấu tứ và hứng khởi nó tự nhiên đến như thế nào thì viết theo thế ấy. Thường là lục bát trước (thói quen?). Có khi là 5 chữ, 6 chữ, thất ngôn... nhưng thơ tự do thì chuyển tải được nhiều điều gửi gắm. Nói như một bạn văn, thơ tự do như một mảng tranh trừu tượng trong đó bối cảnh có đầy đủ màu sắc, ánh sáng, hoài vọng, hạnh phúc và sự tự hủy.*

THĐ: Thơ không vần còn có thể gọi là thơ Tân Hình Thức mà người được coi là cha đẻ của thơ tự do (free verse) là Walt Whitman với tác phẩm Lá Cỏ (Leaves of Grass) đã chống lại loại thơ có vần điệu mà theo Whitman thì đã lỗi thời nhưng tác phẩm ấy đã không được chào đón của giới phê bình họ coi tác phẩm này hoàn toàn vô giá trị. Rất nhiều nhà thơ Việt Nam cả trong cũng như bên ngoài Tổ Quốc trong đó có ông, ông nghĩ sao về "tương lai" của loại thơ này?

HXS: *Cho đến giờ này, trong và ngoài nước vẫn có nhiều người theo đuổi loại thơ này. Tôi cũng có thử nghiệm đôi chút. Nhưng rốt ráo không mặn lắm. Tương lai như thể nào thì không dám loạn bàn.*

THĐ: Thơ Tân Hình Thức mà người ta cho rằng "là một sự phối hợp giữa ý tưởng và nhịp điệu" vì vậy người làm thơ phải chọn "chủ đề bài thơ" (theme) rồi sau đó chọn "giọng thơ" (tone) rồi sau đó v.v... và v.v... Theo ông như vậy có "rắc rối" quá không?

HXS: *Theo như anh nói thì quả tôi là người sợ rắc rối. Và không muốn bị câu thúc.*

THĐ: Chúng ta nói chuyện ngoài lề một chút cho vui ông nhé. Tôi nhớ trong một cuộc triển lãm tranh trừu tượng người thưởng ngoạn đông lắm, một ông nhà giàu nọ mua một bức tranh mang về treo rất trịnh trọng ở phòng khách. Bạn bè đến nhà ai cũng khen nhưng khi hỏi chủ nhà về bức tranh thì ông ấy thú thực thấy người ta khen thì mua thế thôi, khách cũng thú thực họ cũng chẳng hiểu và ngay cả người hoạ sĩ cũng chả biết nó là gì. Với những người yêu thơ VN ông có nghĩ rằng thời điểm này đã chín mùi, đã thích hợp chưa cho Tân Hình Thức?

HXS: *Dạ, yêu và thích thì cứ tới luôn (bác tài). Thì văn học nghệ thuật cũng nên có này có nọ. Đi độc đạo thì buồn chán chết.*

Cái gì mới thì lúc đầu thường bị ghét bỏ. Lần hồi cũng sẽ hội nhập. Thời gian sẽ gạn lọc và trả lời. Nhưng xin chớ đứng về một phía ném đá ào ào về phía khác.

THĐ: Thử trích một bài thơ tiêu biểu: Những người đàn bà cuối cùng của một dòng họ.

"Những người đàn bà cuối cùng của một dòng họ họ xếp hàng theo chiều ngang thời gian và nói bằng ngôn ngữ lặng những đàn bà của một dòng họ những người đàn bà có là cuối cùng những người đàn bà đi về theo cách riêng của mỗi người đôi mắt mờ đục" (Trích thơ Đài Sử). Ông hiểu sao về bài thơ này?

HXS: *Dạ không hiểu, nhưng cảm được cái tiết tấu.*

THĐ: Không biết ông thì sao chứ riêng tôi thì đã mệt mỏi về chuyện thơ với thẩn lắm rồi thôi thì, nếu thế chúng ta về SÀI GÒN chơi một chuyến nghe ông?

HXS: *Vâng thưa anh! Chuyện thơ thẩn thì nói lui nói tới nói đi nói lại hoài cũng không hết.*

THĐ: Tôi rất muốn được nghe ông kể những ngày xưa cũ khi những bạn bè và cả ông nữa một thời ngang dọc ở Đại Học Văn Khoa, những ngày giáp tết xa nhà, túi rỗng, những đêm hát hò với nữ hoàng chân đất, với nhạc sĩ Trịnh Công Sơn, với Ngô Vương Toại, với Hoàng Xuân Giang và với… ôi thôi vô số tình thân…

HXS: *Dạ cái này mà kể ra hết thì "đêm dài lắm mộng" ngay. Nhiều tình tiết lắm e không đủ chỗ. Vậy thì xin mời đọc phóng bút Cũng Cần Có Nhau của HXS viết về thời kỳ sinh hoạt thanh niên CPS (Chương Trình Phát Triển Sinh Hoạt Học Đường), Quán Văn (Trịnh Công Sơn, Khánh Ly…), Đại Học Văn Khoa… tại Sài Gòn từ 1965 đến 1975. Quý thân hữu cần sách xin liên lạc: hoangxuanson@hotmail.com*

THĐ: Trong cuốn: CŨNG CẦN CÓ NHAU mà ông vừa mới gửi tới độc giả ông có dành riêng một phần để "Vọng Tưởng Bằng Hữu Huynh Đệ Cũ Đã Không Còn" chẳng hạn như ông nhắc tới Trịnh Công Sơn, Hoàng Xuân Giang, Hoàng Ngọc Tuấn, Nghiêu Đề, Nguyễn Đức Quang, v.v… Ông đã viết về họ, đã nghĩ về những người nay đã về một nơi thật xa, với cả một tấm lòng đúng như Nguyễn Vy Khanh đã viết: ông sống cho bạn bè, cho những người đã quen và mới quen, cho người thân, ông đã dàn trải cái TÌNH của một người làm thơ. Phải chăng đó chính là cái "bí quyết" làm ông trở thành "GIÀU CÓ" nhất cất giấu tình bằng hữu bốn phương?

HXS: *Những người anh nhắc trên đa số là thành viên của Quán Văn, một nơi mà nhà văn quá cố Hoàng Ngọc Tuấn gọi là Ở Một Nơi Ai Cũng Quen Nhau trong một thiên truyện ngắn cùng tên. Anh em gắn bó với nhau vô cùng. Nên cái tình cảm bằng hữu đó có thể gọi là thiêng liêng. Gắn bó cho mãi về sau đến lúc ra ngoài nước. Thì bằng hữu vẫn luôn luôn là động lực chính trong các sáng tác của mình. Thiếu bạn bè mình như người mất cả tay chân. Chỉ tiếc là vòng tay không đủ rộng để ôm giữ tất cả.*

THĐ: Quãng thời gian tính từ ngày xa rời Văn Khoa và rời xa Tổ Quốc đến nay ấy thế mà đã mù mịt, ngàn trùng. Một lúc nào đó ngồi một mình, một buổi chiều, một cơn gió nhẹ, một chiếc lá rơi và nhiều cái MỘT nữa trong ông lúc bấy giờ cảm thấy thế nào...?

HXS: *Dạ một mình, một chắc cô đơn lắm anh ạ. Cứ thế. Cứ sau một hội ngộ, rồi xa cách lòng thật là trống vắng hụt hẫng. Phương chi là những biệt ly miên viễn trong đời. Cái tình cảm đó in tuồng vận vào thơ. Nhà văn, họa sĩ Võ Đình trong lời bạt cho cuốn Viễn Phố (thi tập đầu tay của HXS) có viết: "Xa cách, lẻ loi, thương tiếc, uất hận không phải là những hoàn cảnh, tâm trạng hiếm có. Cổ kim đông tây, hễ có thơ là có những nỗi niềm ấy. Nhưng nếu tôi phải gán cho thơ Hoàng (XS) một chữ thì tôi sẽ nói đó là một tiếng thơ CÙNG CỰC CÔ ĐƠN!"*

THĐ: Trước khi chúng ta kết thúc cho phần nói chuyện này ông có cần thêm bớt chi không, ông có muốn nói thêm điều gì với độc giả không?

Riêng tôi xin ông nhận cho lòng biết ơn những tình cảm bằng hữu mà ông, bà đã dành cho bấy lâu nay, tôi mong mỏi buổi nói chuyện này giữa chúng ta sẽ là một buổi nói chuyện lý thú. Vậy xin tha thứ cho những gì mà tôi đã làm phiền ông từ lúc khởi đầu cho đến bây giờ.

HXS: *Dạ không có chi anh Triều Hoa Đại. Tôi phải cám ơn anh đã khơi mào cho một cuộc nói chuyện nếu không bổ ích thì chắc cũng không đến nỗi vô duyên, "ớn chè đậu". Kính cám ơn quý thân hữu và bạn đọc đã chịu thương chịu khó theo dõi. Mến chúc bình yên an lạc.*

Người Gìn Giữ Thành Công
Trong Việc Dịch Các Tác Phẩm
Và Bảo Vệ Sự Trong Sáng Của Tiếng Việt

NGUYỄN HUY CÔN

Bạn đọc không xa lạ gì với những bộ tiểu thuyết đồ sộ và hấp dẫn như: *Chiến tranh và Hòa bình, Con đường đau khổ, Tội ác và Hình phạt, Đèn không hắt bóng, Khải hoàn môn*, v.v... mà ông đã dày công dịch từ nguyên tác. Xin nhấn mạnh là *nguyên tác tiếng Nga*, bởi ông luôn giữ đúng một nguyên tắc cho mình là dịch trực tiếp từ tiếng xuất xứ của tác phẩm. Đó là một nguyên tắc không dễ thực hiện đối với người có không ít 4 ngoại ngữ như ông, thêm vào đó, các sách tương ứng đã dịch ra tiếng Pháp và tiếng Anh trong thời gian trước đây ở ta lại có sẵn.

Đã có lần ông nói với tôi rằng ông chưa bao giờ chấp nhận việc dịch một tác phẩm qua ngôn ngữ thứ hai rồi lại chú thích ngay trong sách là "có tham khảo" thứ tiếng này.

Tại sao ông thực hiện được điều này? Cũng dễ hiểu, bởi ông giữ được văn phong và thần thái của nguyên tác trên cơ sở thể hiện những giá trị tối ưu của tiếng Việt để đưa các danh tác của thế giới tới bạn đọc Việt. Biết nhiều ngoại ngữ nên ông có đủ điều kiện để so sánh các ngoại ngữ về mức độ khó, dễ và nhất là cái hay, cái cốt lõi của từng ngoại ngữ ấy. Ông trân trọng tiếng Nga và học tập tiếng Nga một cách nghiêm túc, từ những con chữ đầu tiên.

Biết nhiều ngoại ngữ, song chưa bao giờ ông lấy ngôn ngữ phương Tây này làm chuẩn mực áp đặt vào văn chương của tiếng nước kia. Trái lại, từ sự hiểu biết ngoại ngữ hay tiếng gốc của tác phẩm, ông đã soi rọi từ nguyên gốc tiếng Nga để thể hiện thành công những nét riêng có của tiếng Việt.

Dịch thuật trên cơ sở am hiểu và nghiên cứu ngôn ngữ có kết quả, rồi nghiên cứu tác động trở lại dịch thuật khiến các tác phẩm dịch thuật của ông, *khi đã chuyển ngữ sang tiếng Việt rồi, ai đã từng đọc rồi thì không muốn rời trang sách.*

CAO XUÂN HẠO
(1930-2007)

Tôi may mắn có dịp bắt gặp đúng khi ông đang ngồi dịch. Trên cái kệ nhỏ đặt cuốn sách để dịch là nguyên tác với ngôn ngữ gốc. Ông dịch *Chiến tranh và Hòa bình* và *Con đường đau khổ* từ nguyên văn tiếng Nga của các sách *Vojna i mir* hay *Khozhdeniye po mukam* chứ không phải từ các sách tương ứng tiếng Pháp có rất sẵn là *Guerre et Paix* hay *Le chemin des tourments.* Tôi còn được xem những quyển vở viết tập vỡ lòng và tập viết tiếng Nga của ông, thể hiện việc học nghiêm túc và quyết tâm học ngoại ngữ, tự học tiếng Nga của ông đến nơi đến chốn nhưng không vì thế mà làm ảnh hưởng đến tiếng Việt trong dịch thuật.

Nhưng trên hết, ông là người có cống hiến xứng đáng về văn học, về ngôn ngữ nhưng trên hết là một công dân yêu đất nước, yêu tiếng nói của dân tộc mình. Ông đã từng chống lại việc lấy ngôn ngữ phương Tây làm chuẩn mực áp đặt vào tiếng Việt mặc dù sành các thứ tiếng này.

Nhiều thế hệ độc giả đã được đọc sách dịch của ông, nhiều sinh viên đã học các sách về ngôn ngữ ông biên soạn, nhiều nhà xuất bản trong và ngoài nước đã ấn loát các tác phẩm của ông! Cả cuộc đời làm việc quên mình vì tiếng Việt, vì sự nghiệp gìn giữ sự trong sáng của tiếng Việt.

Người đó là ông Cao Xuân Hạo, dịch giả tiếng Nga, nhà ngôn ngữ, người tha thiết yêu tiếng Nga đã để lại những dấu ấn thật khó phai trong lòng những người yêu văn hóa-nghệ thuật!

Nguyễn Huy Côn

Người Sài Gòn Xưa Đi Nghe Diễn Thuyết
PHẠM CÔNG LUẬN

Một buổi tối thứ bảy trong tháng 4 năm 1922, tại Hội khuyến học Sài Gòn có một buổi diễn thuyết về nghệ thuật cải lương [*], lúc đó là một bộ môn sân khấu mới nổi lên được vài năm. Người đăng đàn là ông Michel Thành. Trong buổi nói chuyện, ông Thành nói khá dài nhưng ký giả báo Công Luận đi dự và tường thuật lại chỉ tóm lược những ý chính. Mới bắt đầu, chưa chi đã có một trục trặc nhỏ. Khi ông Bền là phó hội trưởng nói *"đề nghị bà con cho ông Thành ngồi vì ông ấy không khỏe"* thì ngay lập tức có một bà tên là Nguyễn Kim Cang đứng lên nói: *"Những người đến nghe là người Annam, đồng bang, chứ không phải bà con nào cả. Ai là bà? ai là con?"*. Bà nói câu ấy khiến ai cũng lấy làm kỳ cục. Ký giả báo Công Luận cho rằng đây là cuộc nói chuyện công ích, mới mở đầu đã có người bắt bẻ như vậy thì khiến cho người nhiệt thành cũng ngao ngán trong lòng. Lâu nay các nhà diễn thuyết hay nhà báo vẫn gọi độc giả hay thính giả là bà con, chẳng những không sai mà còn thân mật nữa.

Sau đó bắt đầu giờ của ông Michel Thành. Ai cũng nghĩ ông Thành sẽ nói về sự hình thành và phát triển của cải lương, nhưng không phải. Chủ yếu ông so sánh sự "Tế toái" giữa cải lương và hát bộ hát Tây mà thôi. Bài nói dài nhưng đại khái có mấy ý. Ông đặt vấn đề vì sao người Việt (thời ấy gọi là Annam) không lấy truyện tích trong sử nước Nam để hát, mà lấy sử nước ngoài. Và tuồng hát cải lương sao hay dùng lối văn vần, thơ ca mà không dùng văn xuôi. Nói đến đó thì có ông Quốc Bửu đứng lên xin lỗi ông Thành để nêu ý kiến. Theo ông Bửu, *"xưa nay truyện sử ta chưa ai in thành sách, nhà soạn kịch dẫu đặt được tuồng theo sự tích nước ta, mà người dân mấy ai chịu xem? Họ thuộc truyện Tàu làu làu, còn truyện ta không thấy in ra quốc ngữ thì đem hát mấy người coi? Huống chi nếu đặt tuồng theo Nam sử chưa chắc nhà nước* (Tây) *khỏi kiểm duyệt"*. Nhân đó, ông Bửu nói về việc người Nam khinh rẻ tiếng Nam, coi việc cầm tờ báo Tây sang hơn cầm báo Việt. Về chuyện diễn tuồng cải lương luôn có ca hát, ý ông Thành không muốn vậy nhưng tình thế bây giờ không muốn không xong. Nhà soạn kịch mà đặt tuồng theo lối văn xuôi thì không có ai đọc, đem diễn không ai xem. Ông Bửu nhắc lại cuộc hí kịch diễn ở nhà hát Tây rất hay, chứng tỏ tài của soạn giả nhưng theo cách đó chỉ có bậc trí thức xem mà thôi, mà số người ấy không nhiều. Ông Quốc Bửu nói hay, nhiệt thành và lanh lợi, người nghe vỗ tay nhiều lần.

Ông Thành tỏ vẻ bình thản, vẫn tiếp tục đề nghị các tài tử có mặt ở đó ca mấy điệu mà ông muốn so sánh thử. Nửa giờ sau ông diễn thuyết tiếp và thừa nhận lời ông Quốc Bửu là đúng. Ông nói thêm là mọi người chớ ngã lòng trước cái mới, những cái mà trước kia không ai nghĩ người Nam mình làm được nhưng rồi cũng đã làm.

Qua bài báo tường thuật về một cuộc diễn thuyết được tóm lược trên đây, chúng ta thấy gần một trăm năm trước, ở Sài Gòn đã hình thành được những diễn đàn trao đổi có nội dung, gần gũi, thiết thực và có tranh luận sôi nổi rồi. Các nhật báo thời gian ấy thường xuyên thông báo ngày giờ và nội dung cho người dân đi nghe diễn thuyết.

Đến tháng 7 cùng năm, ở Nam kỳ Khuyến học Hội có ông le Nestour Hyacinthe ở Rạch Giá đến thuyết giảng bằng tiếng Việt về chủ đề "Địa dư Nam kỳ". Hầu như ai hỏi điều gì đều được ông trả lời, trừ chuyện chính trị và tôn giáo. Cũng trong tháng đó, buổi tối ngày 7 tháng 7, ông Phạm Đôi Kim, nguyên chủ bút Nhựt báo tỉnh sẽ diễn thuyết về "Chấn hưng công nghệ". Lần khác, mọi người nô nức đến nghe Trạng sư Loye diễn thuyết về chuyến du ngoạn ở Nhựt Bổn

Tháng Sáu năm 1933, cũng ở Hội Khuyến học, lương y Ngô Quang Lý diễn thuyết về các điệu hát ở Bắc kỳ. Lần này thính giả đến đông, chật hết cả rạp. Diễn giả nói về điệu ngâm Kiều, ngâm khúc, ru em, trống quân, hát cô đào. Nói đến điệu nào, máy hát mang theo mở minh họa điệu đó, đây là nét rất mới lúc đó. Hôm ấy, diễn giả cũng nói về cây đàn bầu. Ra về, báo chí dù có than phiền là diễn giả tuy nói hơi nhỏ nhưng rất có duyên. Ông biết xen vào những câu chuyện vui tai, có đọc nhiều bài ca, bài ru em, ca dao hay và buồn cười, khán giả nghe không chán. Diễn giả nhân đó cũng nói về phong tục miền Bắc như hội Lim, Tết Trung thu, nhắc đến chuyện cụ Nguyễn Công Trứ và cô đào (có lẽ liên quan đến câu thơ *Giang san một gánh giữa đồng...*). Cuối cùng ông kết luận là mong Nam Bắc coi nhau như một nhà, đừng vì khác phong tục mà chia rẽ. Diễn giả Ngô Quang Lý được người nghe hoan nghinh.

Ngoài ra còn có các buổi diễn thuyết khác được đưa tin trên báo: Ông Lê Trung Nghĩa nói về đề tài "Sài Gòn một trăm năm về trước" tại hội Khuyến học vào ngày 18 Tháng Tám 1933; ngày 4 Tháng Sáu 1936, cùng địa điểm, ông Nguyễn Văn Hanh nói về: "Người Nam và người Bắc"; 13 Tháng Mười Hai 1934, linh mục Seminel nói bằng tiếng Pháp "Tại sao việc quy định về việc mãi dâm có hại cho nền luân lý"; ngày 25 Tháng Bảy 1939, ông Vương Quang Nhường nói về "Hoàn cảnh của người đàn bà Annam có chồng đối với pháp luật".

Nhà văn Thiếu Sơn cũng có buổi diễn thuyết tại Hội Nam kỳ Khuyến học ở Sài Gòn về "Báo giới và văn học quốc ngữ ". Theo giáo sư Nguyễn Văn Trung trong cuốn "Lục Châu học", ông Thiếu Sơn chỉ nói về báo chí, học giả miền Bắc (trong hai tờ Đông Dương tạp chí và Nam Phong) và về ảnh hưởng văn học của hai tờ trên ở Nam kỳ đặc biệt đối với nhóm ông Đông Hồ, Trúc Hà, Trọng Toàn.

Bên cạnh các nội dung trao đổi về văn hóa, âm nhạc, địa lý... còn có những buổi diễn thuyết về các lãnh vực khác. Tháng 10 năm 1934, tại Hội quán Khuyến học ở Chợ Quán, bác sĩ Nguyễn Văn Tung, cai quản "Nhà thương Phong tình Sài Gòn", diễn thuyết vấn đề "Mại dâm trải qua lịch sử"; ngày 6 Tháng Sáu 1939, tại trụ sở hội SAMIPIC, ông Phó Đức Thành ở Vinh (Trung kỳ) nói về "Y giới và dược liệu Trung Việt"...

Các cuộc diễn thuyết còn được tổ chức khi tranh thủ được những chuyến viếng thăm của người ngoại quốc có dịp đến Việt Nam. Đầu năm 1937, Nhà hội âm nhạc mời được cha Velensi, dòng Jésuite, một giáo sư có tài hùng biện trong việc giảng đạo và về các vấn đề xã hội khi đi ngang qua Sài Gòn đến diễn thuyết tại Nhà hội âm nhạc (Philharmonique) đường Taberd. Chủ đề ông nói là "Hiện trạng phương Tây" mà báo chí giới thiệu "Đó là vấn đề cốt yếu giữa lúc này, nhứt là ở phương Đông chúng ta là nơi hai nền văn minh Đông - Tây gặp nhau".

Hội Nam kỳ Khuyến học, được lập ra bởi Michel Văn Vĩ, Đoàn Quang Tấn, Lê Thọ Xuân, Ngô Văn Phát, Vương Hồng Sển... đã đi đầu trong việc truyền bá văn minh văn hóa. Nhiều chi nhánh được lập nên ở các tỉnh, và các cuộc diễn thuyết đã được tổ chức để nâng cao dân trí. Đến như Hội Khuyến học Gò Đen khai trương bằng một buổi "nói chuyện" của bác Hội đồng Tồn nói về lễ nghi phong tục. Mỗi chủ nhật đều có nói chuyện. Có chủ nhật, thầy giáo Gấm giới thiệu "Quả dưa đỏ" của tác giả Hoàng Ngọc Phách.

Hội Nam Kỳ Trí Đức Thể Dục (Société d'Amélioration Morale Intellectuelle et Physique des Indigènes de Cochinchine, SAMIPIC) do Kỹ sư Lưu Văn Lang thành lập cũng tổ chức nhiều buổi diễn thuyết bàn luận về văn học, triết học. Cuộc tranh luận nổi tiếng về "thơ cũ và thơ mới" vào tháng 11 năm 1935 tại SAMIPIC rất gay cấn giữa bà Nguyễn Thị Manh Manh ủng hộ thơ mới và ông giáo Nguyễn Văn Hanh đã diễn ra sôi động, thu hút số khán giả rất đông và đã để lại dư âm thích thú đến nhiều năm sau.

Ông Phan Văn Hùm, chủ bút tờ Đồng Nai, từ năm 1933 đã thuyết trình nhiều lần tại hội quán SAMIPIC với nhiều đề tài về văn hóa, cách mạng. Ông Tạ Thu Thâu, một nhà ái quốc chống thực dân, từ đầu thập niên 1930 cũng đã diễn thuyết ở đây về các đề tài phổ thông đầu phiếu, ủng hộ một chánh phủ dân chủ, tự trị. Năm 1938 SAMIPIC tổ chức một buổi họp giữa các quan lại người Việt và người Pháp để nghe ba ông hội đồng Trần Văn Khả, Thượng Công Thuận và Võ Hà Trị trình bày về chuyến Bắc du của họ để khiếu nại với quan Toàn Quyền Pháp, đề nghị thu hồi nghị định ngày 10 tháng 11 năm 1938 có tính cách chèn ép làm cho các quan lại người Việt bị thiệt thời rất nhiều[**]

Những cuộc diễn thuyết được nhắc đến trên đây chỉ là những ví dụ. Hầu như ở Nam kỳ thời ấy, chủ yếu ở Sài Gòn gần trăm năm trước đều có các cuộc diễn thuyết với các nội dung khác nhau, được quảng cáo trước đó hay tường thuật sau khi diễn ra, trên các báo thời đó như Công Luận, Phụ Nữ Tân Văn, Sài Gòn… Hoạt động này tạo nên không khí học hỏi và trao đổi qua lại trong dân chủ, bình đẳng giữa người diễn thuyết và người nghe, góp phần nâng cao tri thức. Mầm mống chuộng dân chủ, bình đẳng của người Sài Gòn hình thành một phần có lẽ từ giai đoạn này.

Phạm Công Luận

(*) báo Công Luận, Số 489, 11 Tháng Tư 1922
(**) theo Dương Thanh Bình, trong bài viết "HỘI TRÍ ĐỨC THỂ DỤC NAM KỲ SAMIPIC" https:// petruskyaus.net/hoi-tri-duc-the-duc-nam-ky-duong-thanh-binh/.

Mùa Hoa Ô Môi
NGUYỄN AN BÌNH

Theo cánh tay chỉ của Hà tôi ngạc nhiên đến bàng hoàng khi lần đầu tiên nhìn thấy màu hoa hồng tím rực rỡ nở rộ trên cây ô môi ở đầu vàm sông mà Hà nói đó là nhà ngoại của Hà. Cả một cây toàn hoa là hoa, đứng ở xa nó như một cây nấm hồng khổng lồ giữa một màu xanh của dừa, cam và những cây ăn trái khác. Ngày nhỏ tôi chỉ biết ô môi qua những khúc trái ô môi được người bán hàng trong xóm bày trên sạp hàng xen kẽ lủ khủ với bánh kẹo cóc ổi hay trong những cái mẹt của những người bán hàng rong trước cổng trường. Trái ô môi giống như cây gậy đen dài, thô cứng cong cong. Người bán mua về chặt thành từng khúc chừng một gang tay, chỉ cần một đồng bạc là học trò nhỏ chúng tôi sẽ là chủ nhân của những khúc ô môi đó. Muốn ăn phải róc vỏ cứng hai bên đường gân của quả rồi dùng tay ép hai bên đường gân qua lại cho nó xệu xạo đi rồi mới lấy từng múi ô môi tròn tròn đen lánh nhựa bỏ vào miệng nhai một cách ngon lành, nếu người nào mới ăn ô môi lần đầu tiên sẽ không cảm nhận được cái ngon của nó vì mùi vị ngòn ngọt nhưng hơi hăng hắc, cay nồng còn đối với tuổi thơ chúng tôi đó là món quà dân dã mà học trò chúng tôi rất ưa thích. Tôi không ngờ quả ô môi xấu xí, đen đúa như thế mà hoa của nó lại đẹp, quyến rũ vô cùng.

Tôi và Hà học chung với nhau ở trường trung học tư thục TV nằm trên đường Phan Đình Phùng. Thuở ấy học sinh thi rớt vào đệ thất (lớp 6 bây giờ) trường công lập thì phải ra trường tư học. Hiệu trưởng trường TV nơi tôi và Hà học là một vị linh mục công giáo đâu ở tận Sài Gòn, năm khi mười họa mới thấy ông có mặt ở trường, người điều hành trực tiếp là ông giám học S., lùn tịt, đầu hói chạy chiếc xe 67 sơn màu đỏ, mỗi lần ông này lên xuống chiếc Honda đó là học sinh chúng tôi quay mặt nhìn nhau cười vì như đang trông thấy một hình ảnh ngộ nghĩnh quá giống như ông đang đánh vật với chiếc xe gắn máy đó vậy. Lớp đệ nhị A1 tôi năm ấy rất đông học sinh gần 60 mạng chứ ít sao, mà thành phần cũng rất hỗn tạp. Để tránh việc mất tập trung trong giờ học tôi chọn dãy bàn đầu gần bảng vì thế tôi và Hà ngồi chung bàn với nhau. Hà không phải người thành phố mà nhà ở tận vàm Thới An Ô Môn, vì ở huyện không có trường cấp 3 nên Hà được cha mẹ cho xuống nhà bà ngoại ở thành phố học. Nhà ngoại Hà cách thành phố gần 4 cây số qua cầu Đầu Sấu nên mỗi ngày Hà phải đón xe lam đến trường. Ngày bình thường thì không nói làm gì, cực nhất là những ngày mưa dầm và những ngày đổi tiết học bù vào buổi chiều. Vì là trường tư nên số giáo viên cơ hữu rất ít, đội ngũ giáo viên thường là giáo viên công lập được mời dạy thêm và có đôi ba ông sĩ quan có bằng cấp xin dạy thêm giờ nên mỗi lần họ bận công tác là chúng tôi bị bắt học bù vào buổi chiều, vì nhà xa nên buổi trưa Hà phải ở lại trường đợi học xong mấy tiết buổi chiều rồi mới đón xe lam về. Hà lớn hơn tôi hai tuổi, có mái tóc rất đẹp, dài mịn xõa chấm vai, bọn con trai trong lớp tôi nhiều đứa mê mái tóc đó đặt tên là tóc hoàng kim vì nó không đen nhánh mà ửng một màu vàng rất đẹp. Hà giỏi toán còn tôi lại giỏi văn do đó chúng tôi thường trao đổi, giúp đỡ nhau trong học tập rất ăn ý. Mỗi lần học buổi chiều Hà thường rủ tôi ở lại trường cho vui. Mỗi lần như thế Hà rất chu đáo, đem cơm theo sẵn để tôi cùng ăn chung. Sau khi ăn xong chúng tôi tìm một góc yên tĩnh để ôn bài vì năm nay là năm chúng tôi thi tú tài một nên bài vở rất nhiều, có người học chung lại có dịp trao đổi với nhau nên chúng tôi học, hiểu bài rất nhanh. Hà thường nói với tôi về ước mơ tương lai của cô sau này sẽ thi vào trường sư phạm trở thành cô giáo dạy học cho mấy đứa nhỏ ở quê nhà vì chiến tranh mà nhiều đứa thất học rất tội nghiệp. Ước mơ của Hà thật bình thường giản dị như bao cô gái vùng quê khác.

Một ngày tháng tư gần cuối năm học, đột nhiên Hà rủ tôi về nhà bà ngoại chơi, tôi cũng háo hức muốn biết nhà ngoại của Hà như thế nào nên đồng ý ngay. Thế là sau buổi học ngày thứ bảy tôi lấy xe đạp chở Hà về nhà. Qua khỏi cầu Đầu Sấu chúng tôi xuống xe dẫn bộ đi dọc theo con sông, qua mấy cây cầu dừa được một khoảng khá xa, Hà chỉ cho tôi thấy nhà ngoại nằm dưới bóng cây ô môi rực hoa hồng tím ấy.

Hôm ấy tôi được ngoại Hà đãi cho một bữa cơm canh chua cá lóc bông súng và cá rô kho tộ thật ngon, tôi cũng góp sức bằng cách lội xuống ao ngắt những cọng bông súng to ụ để nấu canh. Ăn cơm xong tôi và Hà ra ngoài bờ sông dưới gốc cây ô môi để ngắm cảnh, nói chuyện học hành với nhau. Thấy tôi chăm chú nhìn lên cây ô môi đang mùa trổ bông, Hà giải thích cho tôi biết cây ô môi mỗi năm chỉ trổ hoa một lần vào khoảng cuối xuân, đặc biệt trước khi bắt đầu kết nụ, cây ô môi rụng hết lá rồi mới bắt đầu trổ bông, bông trổ trên những cành dài mấy sải tay nhìn giống như hoa đào. Bông ô môi hồng thắm, chỉ lớn bằng gấp đôi hoa khế nhưng khi trổ dày đặc, oằn trĩu cả thân cành. Chỉ cần qua một đêm, những cành cây khẳng khiu xấu xí của ô môi như bỗng thức dậy với những chùm bông hồng tím rực rỡ đến lạ kỳ. Hà nói hoa ô môi đẹp lắm, nó được nhiều người ví như hoa đào phương Nam, nó đẹp quyến rũ một cách lạ lùng, nhất là những ngày nắng vàng tươi, những chùm hoa ô môi khoe sắc lung linh trong gió, óng mượt như tơ. Mùa hoa ô môi có thể kéo dài cả tháng, những cánh hoa khi nở xong lần lượt lìa cành, nhuộm đỏ cả sân vườn, dòng kênh. Ô Môi bắt đầu kết trái mãi đến tận mùa hè năm sau mới có thể thu hoạch được.

Hà cúi xuống đất nhặt một cánh hoa ô môi đưa cho tôi nói:

- Bình cài lên tóc của Hà đi.

Hà thường xưng hô bằng tên với tôi như vậy. Tôi cầm lấy cánh hoa cài nhẹ lên mái tóc của Hà, cô hỏi tôi:

- Bình thấy Hà thế nào?

Tôi hơi bối rối:

- Chị đẹp lắm, trong lớp nhiều anh thích chị lắm chị biết không?

Đột nhiên Hà cầm lấy tay tôi, run rẩy:

- Còn Bình có thích Hà không?

Mặt tôi đỏ lên, lần đầu tiên được người con gái cầm tay, lại hỏi mình có thích cô ấy hay không, một sự rung động nhẹ nhàng len vào lòng mình một cảm giác êm dịu khó tả, tôi nói nhỏ:

- Sao chị hỏi như vậy? Không thích sao mình làm bạn với nhau bấy lâu nay?

Hà nhìn tôi hơi buồn, rồi buông tay tôi ra, nhìn ra bờ sông. Vài cánh hoa ô môi rơi rụng xuống dòng sông trôi dật dờ trên mặt nước, nói bâng quơ:

- Sợ sau này Bình không còn thích Hà nữa.

Tôi lặng im không nói cũng nhìn ra bờ sông, không phải tôi không biết Hà có nhiều tình cảm đối với tôi, nhưng từ lâu tôi đã vạch một hướng đi riêng cho mình. Ánh sáng của thành phố Sài Gòn lúc bấy giờ đang hấp dẫn đối với tôi, tôi như con thiêu thân muốn bay về đó bằng bất cứ giá nào. Tôi phải lên đó học tập và thực hiện những ước mơ hoài bão của mình. Tôi không thể ở lại vùng quê nhỏ bé cùng Hà thực hiện ước mơ bình thường giản dị của cô nhưng tôi không dám nói dự định của mình sợ làm Hà buồn, thôi đành vậy cứ để thời gian qua đi. Mọi việc sẽ được giải quyết thôi mà.

*

Sau mùa thi tú tài năm ấy, có kết quả xong Hà nộp đơn thi vào trường sư phạm Vĩnh Long để thực hiện mơ ước làm giáo viên mà mình ấp ủ từ bấy lâu nay, còn tôi thì lên Sài Gòn tiếp tục học để thực hiện những ước mơ xa vời viển vông của mình. Lúc ấy ở miền Tây muốn làm giáo viên dạy tiểu học, thí sinh đều phải qua Vĩnh Long để thi vào trường sư phạm. Vì nhà xa nên Hà xin vào ở nội trú trong trường luôn, vài tuần hay một hai tháng Hà mới về Cần Thơ thăm ngoại hay về Ô Môn thăm gia đình, tôi và Hà gần như không còn có dịp gặp nhau, chúng tôi chỉ còn thăm hỏi nhau qua thư từ, những lời hỏi thăm, khích lệ nhau trong học tập, đôi lần Hà hỏi bâng quơ tôi có bạn gái chưa tôi chỉ trả lời ỡm ờ rằng chuyện đó còn xa xôi quá tôi chưa nghĩ tới, rồi tôi cũng hỏi Hà câu đại để như thế nhưng trong thư trả lời sau đó Hà không nhắc tới, lời trong thư có vẻ hơi buồn. Rồi thư từ giữa chúng tôi mỗi ngày cũng một thưa dần, thưa dần.

Lần cuối tôi nhận được thư của Hà, cô báo tin là đã ra trường gần một năm, xin về quê nhà ở Ô Môn để dạy. Cô cũng cho hay bà ngoại cô, người mà cô thương yêu rất mực đã mất tròn một năm rồi, ngôi nhà cũ với khu vườn nhỏ không người trông coi đã được sang cho người quen. Và quan trọng hơn hết là Hà báo tin sắp lập gia đình với một giáo viên cùng trường, anh là người ở xa nhưng vì thương Hà nên đồng ý đổi về quê Hà cùng dạy chung, nếu tôi thời gian đó có rảnh về quê Hà dự đám cưới cho vui và trong thư Hà cũng mong muốn tôi sẽ tìm được người mà mình yêu thương. Tôi trả lời lại với Hà rằng tôi rất vui khi cô tìm được một nửa của mình, hạnh phúc bên người chồng yêu thương cô, hứa sẽ cố sắp xếp việc học hành để về dự nhưng trong thâm tâm tôi lại do dự không muốn về. Một cảm giác buồn buồn như đánh mất một thứ gì đó thật sự lúc bấy giờ tôi nghĩ mãi vẫn không ra. Trong tâm trí tôi lại hiện ra hình ảnh cây ô môi bên bờ sông Đầu Sấu nhà ngoại của Hà, cái cây ô môi mọc de ra ngoài mé sông đến cuối xuân là bắt đầu rụng hết lá để bắt đầu cho một mùa hoa mới với những chùm hoa hồng phớt rực rỡ đứng mãi đằng xa vẫn có thể trông thấy màu hoa tươi tắn đến nao lòng của nó, những cánh hoa ô môi chỉ sau một đêm nở bung hết mình một cách mạnh mẽ nhưng cũng rất thầm lặng, lặng lẽ nở rồi từng cánh cũng lặng lẽ rơi trôi theo dòng nước ra sông cái và không biết sẽ trôi về đâu không ai biết nữa. Dưới gốc cây ô môi ngày ấy có một người con gái có mái tóc hoàng kim dịu mềm hỏi một thằng con trai vừa lớn râu mới lún phún lông tơ xem có thích cô ấy không và thằng con trai ấy trái tim bắt đầu biết xao xuyến, rung động nhưng đã tự kiềm chế vì không muốn dừng lại ở một ước mơ bình dị của cô gái đã lặng lẽ rời xa. Sau nầy lớn lên trải qua nhiều thăng trầm trong cuộc sống, những đắng cay đổ vỡ trong tình cảm tôi mới hiểu được cái cảm giác buồn buồn khi được Hà báo tin sắp lập gia đình, đó là sự mất mát một thứ tình yêu hồn nhiên ngây thơ của tuổi học trò, sự rung động đầu đời đã qua đi và nếu ta không biết giữ lấy nó sẽ không bao giờ trở lại lần thứ hai trong cuộc đời mình nữa.

Bỗng nhiên tôi lại nhớ bài ca vọng cổ của soạn giả Viễn Châu về hoa ô môi nghe buồn tha thiết:

> *"...Ô môi rụng cánh ngoài sân*
> *Mấy mùa hoa nở mấy năm đợi chờ*
> *Ô môi rụng cánh tơi bời*
> *Chuông tắt lâu rồi, tôi còn đứng đợi ai?"*

Nguyễn An Bình

Tiếng Quê
HUỲNH VIẾT TƯ

1.

Khi mùa xuân về, những hàng cà chua chín mọng màu đỏ tươi, đung đưa dưới cái giàn cao chừng một mét trong những khu vườn. Lũ trẻ con xóm chúng tôi lấm lét thèm thuồng khi đi học ngang qua… Nhưng ấn tượng nhất vẫn là vườn cải mọc lên tươi tốt, xanh bạt ngàn. Người trồng nhổ mang đến chợ Hội An bán. Cây cải là thức ăn chính: cải ăn sống, cải luộc, dưa cải, canh cải, dưa cải kho thịt, kho cá… Mùa cải nhiều gia đình còn muối trong chum, trong vại thành món dưa cải để ăn và bán trong những mùa sau. Nhất là khi ngày đông, tháng lạnh, mưa gió, bão lụt tràn về. Thế mà, có lúc trúng mùa không dùng hết, đành để lại lấy giống cho mùa sau. Lúc bấy giờ nhìn vườn cải đã lên ngồng trổ hoa. Một màu vàng mênh mang vời vợi dưới cái nắng rạng rỡ sáng tươi mà dịu dàng mùa xuân. Sau mùa đông u ám và lạnh lẽo, từng đàn ong bay đi lấy mật, đàn bướm đủ màu sắc lượn lờ tạo nên bức tranh quê êm đềm, mộc mạc, khiến lòng người xao xuyến bâng khuâng. Để rồi, *Gió đưa cây cải về trời, rau răm ở lại chịu lời đắng cay*, rưng rưng niềm cảm xúc…

Chiều làng quê nắng hanh vàng, những cánh gió xuân hây hẩy gọi mời, thổi vào từ bến sông Thu Bồn. Mảnh đất đầy sương gió, dãi dầu mưa nắng, bão lụt. Tôi chạnh lòng, xót xa… Đã bao lâu rồi không nhìn thấy màu vàng rộm trải dài tràn ra tận bến sông quê như một thảm vàng mênh mông? Tôi cũng không nhớ rõ. Có lẽ đã lâu lắm rồi, xa quê! Sao mà nhà quê chẳng chịu xa tôi? Qua bao tháng năm, cái màu tóc đen nhánh ngày xưa đã nhuộm màu sương khói. Lướt mắt nhìn về phía khoảng trời mênh mang vàng hoa cải không lẫn vào đâu. Ngoài kia, bông cải đã trổ vàng rộm cả một góc trời, điểm xuyết những luống hoa thì là màu trắng sữa. Gió thoang thoảng đưa cái mùi hương hăng hắc mà nồng nàn, ngập ngừng mà quấn quít bước chân ai? Hít vào một hơi thật sâu mùi hương quê nhà bình dị và thở ra nhẹ nhàng, sảng khoái: Tôi đã về quê mình, Cẩm Nam!

Ngày xưa, từ làng quê thanh bình này đã nuôi nhiều thế hệ chúng tôi lớn lên giữa cánh đồng hoa cải rực rỡ. Bao người con gái Cẩm Nam có được cái vẻ đẹp mặn mà của hương đồng gió nội tắm gội và mùi bồ kết vườn xưa thoang thoảng hương quê. Các cô với suối tóc dài, đen nhánh, mượt mà, là niềm ao ước mang tên "con gái xuân thì". Không son phấn mà đôi môi mọng đỏ, đôi má hây hây hồng, bước vào tuổi tròn trăng. Và, các cô thôn-nữ-sinh Cẩm Nam, trong tà áo dài trắng trinh nguyên nhận được bao ánh mắt đắm đuối đến cuồng si của những chàng trai muôn phương. Khi ngồi trên chiếc đò ngang sang dòng sông Thu Bồn. Tròng trành. Sóng và gió phất phơ đưa. Tóc và những cánh áo dài hòa quyện như đám mây bềnh bồng phất phơ bay, chưa kịp sà xuống mặt nước đã tung ngược lên không gian mênh mang sương khói sớm mai. Cứ như là bức tranh đầy mê hoặc! Các cô sang sông, bước vào cổ tích phố. Bởi Hội An, thời gian không còn đủ quyền năng để nhào nặn thành những nhăn nheo hư cũ như đời người, mà chỉ làm sóng sánh thêm cho lớp rêu dày xanh hơn lên, dẫu nơi đó, nhiều thế kỷ đã ngưng tụ đặc quánh, trong từng ngôi nhà, góc phố, từng con đường, con hẻm. Và, thật tuyệt vời, trong từng con người cổ phố Hội An.

Khi con người đã qua bên kia dốc cuộc đời, có lúc ngoái đầu nhìn lại, cái tồn đọng, ủ ấm cuộc đời, có lẽ, là những kỷ niệm ấu thơ nơi quê kiểng còn ôm ấp, cứ cất giữ khư khư, chôn chặt trong lòng, cứ như là báu vật, chẳng cần phải bùng cháy, để rồi, ngay sau đó tắt lịm, cứ âm thầm âm ỉ cháy! Chỉ còn lại một nỗi nhớ quay quắt, chờ một chiếc đũa tre khơi gợi, cời nhè nhẹ là bùng lên. Không kìm nén được nữa mà tìm về... Dẫu nuối tiếc yêu thương và nỗi nhớ có lúc tan trong quên lãng vì thời gian, vì sự khắc nghiệt với cái nợ cơm áo mang tên "cuộc đời".

2.

Ngày mai không chỉ là những nỗi buồn, như câu chuyện về cây chuối ở vườn quê nhà, hy sinh thầm lặng cho đời. Cây chuối mang một buồng quả chín, lá héo rũ xác xơ, thân oằn xuống như sắp gãy, mà có lúc, nếu không có con người dùng cây chống đỡ, nó cũng gãy đổ sớm, vì phải mang trên mình một buồng trĩu quả. Có những cây chuối dị biệt, đã cho ra đời một buồng chuối từ trên đọt thườn thượt dài xuống chấm đất, con người phải đào hố để buồng chuối còn có chỗ chui xuống dưới mặt đất. Khi buồng chuối chín hoàn toàn, cây chuối mẹ sẽ gục hẳn xuống. Dẫu hoài niệm rơi trong nỗi buồn, trong khắc khoải lỡ làng, thì cây chuối mẹ đã dành những phần tinh túy nhất, dồn hết sinh lực cho những quả chuối được chín, để dâng tặng cuộc đời vị ngon ngọt đưa hương! Đó là hình ảnh đẹp về sự hy sinh của Người Mẹ quê tảo tần một nắng, hai sương, chung thủy cả cuộc đời dâng tặng...

Những cây chuối con dưới gốc mẹ mọc lên tiếp nối cuộc đời nhà chuối! Dẫu mạnh mẽ như một mũi tên, như một mụt măng non bắt đầu nhú mầm từ lòng đất, cây mẹ vẫn ấp ủ, bao bọc và chở che suốt trong hành trình chuối con lớn lên. Càng lớn, thân mẹ phải căng mình, dồn sức, oằn mình nuôi dưỡng, dẫu sức mẹ bây chừ cũng đã cùng kiệt, rạn nứt, nhói đau và ứa máu. *Ầu ơ... Gió đưa bụi chuối sau hè, ba mẹ qua thác lớn, đưa bè xuôi sông/ Giữa trời sông nước mênh mông/ mong bè đến bến, về bồng con thơ/ Bè đưa trăng đến trong mơ, nhẹ rung cánh võng, vẩn vơ câu hò...* Cây mẹ vắt kiệt mình tận hiến rồi héo úa, rồi tàn lụi chính nơi mình sinh ra. Bây chừ, những mầm cây chuối con đang ngồn ngộn sức xuân vươn lên. Một cuộc sống mới, một sự hy sinh mới lại bắt đầu...

Tôi chợt hiểu và tự trả lời cho câu hỏi bấy lâu nay của lòng tôi, ta có thể xa nhà quê và tuổi thơ vì thời gian dành cho miếng cơm manh áo, nhưng nhà quê và tuổi thơ đã bám rễ trong lòng ta, đố ai mà dứt ra được? *Ngọn gió xôn xao, Gió đong đưa kỷ niệm. Mây trắng lững lờ, Mây nhớ bến sông xưa. Giấc ngủ trong mơ, Hay mơ là giấc ngủ. Trăn trở bên đời, Trời, mây, gió... bâng khuâng.* Cuộc đời như con nước cuốn trôi dạt về phương nào thì cũng phải biết dừng lại một khúc, một chặp, để ngoái đầu nhìn lại. Sống chậm lại để những ký ức đau buồn, tiếc nuối, những hoài niệm yêu thương xa khuất tầm tay, tan biến trong con sóng buốt giá cô đơn giữa muôn trùng quên lãng, để hiểu được đầy đủ giá trị cuộc sống mà ta đã được nhào nặn để sinh ra, trưởng thành và thụ hưởng. Để khi đi vào cõi vĩnh hằng ta thật sự tự hào và mãn nguyện làm thân một con người...

3.

Quê nhà ơi! Nơi ta khát khao tìm về khi xa xứ. Nhớ, cứ mỗi mờ sáng tinh mơ, tôi vùng dậy khỏi chiếc giường tre kêu răng rắc, bước ra ngoài vườn, bên sau nhà, những bụi chuối chìm trong tán lá xanh rờn và mơn mởn, lao xao những đợt sóng nhẹ ru gọi điệu nhạc tình quê, những giọt sương đọng lại qua đêm, lung linh tinh cầu những hồng, xanh, tím biếc… khi ánh mặt trời còn đang ở phía đàng đông. Dòng Thu Bồn phía trước, mùa thu cứ lặng thầm giăng một gam màu vàng nhạt, sáng như tơ vương trong nắng mai, trong không gian còn ướt đẫm sương rất điệu đàng và dễ thương chi lạ.

Bỗng dưng có tiếng khua động vang lên những âm thanh "cốc... cốc… cốc…". Lơi nhịp rồi lại chắc nhịp, rồi lại lơi… Tiếng gõ và tiếng cây dầm đập xuống sông làm nước tung tóe để đuổi cá vào lưới của những ghe đánh cá, làm xao động cả một vùng quê đang yên bình mênh mang sông nước. Từ những con suối núi rừng Ngọc Linh ở thượng nguồn xa lắc xa lơ, dòng sông Thu Bồn chảy trôi ra biển Đông ở Cửa Đại đã in bóng bao thế hệ ngư dân dùng tiếng gõ mưu sinh. Rồi đến những con đường quê, chẳng chịu lớn mà cứ nho nhỏ và ngoằn ngoèo dẫn dụ tôi về làng quê cổ tích…

Tôi lại đi về phía sân trước, để ngắm cái màu vàng rạng rỡ ấy, bỗng thấy đời thêm mến thương! Không hiểu vì sao, tôi mê mẩn cái màu vàng hoa cải. Cái màu vàng ma mị, ẩn chứa bao ước mơ thầm kín cô gái tròn trăng, lần đầu tiên biết e lệ với ánh mắt da diết dịu dàng. Tôi cứ chân trần chạy ùa ra, hòa mình vào những luống vàng hoa miên man, dịu vợi… Nâng niu trên tay những cánh hoa mềm, rồi ngẫu hứng, bứt lấy, hất tung lên trời, ngắm nhìn và ngửa cổ hít sâu vào trong lồng ngực hương vị tinh khiết sớm mai se lạnh, hít thật sâu cái mùi nồng nàn hương hoa cải. Mùi nhà quê trăm mến ngàn thương…

Bất chợt tôi tự hỏi, có bao nhiêu người khi xa quê đã đi qua hết một bụi chuối, một vườn chuối quê mùa mộc mạc phía sau vườn nhà mình và vườn cải rộm vàng mang cái mùi hăng hắc bao trùm cả một vùng trời đất, rồi chìm vào bến sông quê. Đất mẹ đã sinh ra những mạch nguồn chứa chan từ cội rễ, để không ngừng tuôn chảy muôn phương... Khi đi xa còn có ai nhớ đến, cất giữ trong lòng những hình ảnh vơi đầy, để nuôi dưỡng một tình yêu trong trẻo và thánh thiện nơi nhà quê?

Huỳnh Viết Tư

Hạt Bụi Lênh Đênh

(Nguyên tác: Vivere senza radici)

ELENA PUCILLO TRUONG

Bản dịch của Trương Văn Dân

- "Welcome aboard!"

Cô tiếp viên nhìn thẻ lên máy bay và hướng dẫn tôi đến chỗ ngồi. Nhưng loại máy bay này thì tôi đã quá quen nên tìm đến ghế của mình ở cạnh lối đi không mấy khó khăn.

Đã từng bay hàng nghìn dặm nên tôi được ưu tiên lên máy bay trước và đặt chiếc va li nhỏ lên khoang hành lý mà lúc này hãy còn trống chỗ.

Trước đó tôi đã lấy ra xấp tài liệu mà mình sẽ đọc và nghiên cứu trong suốt chuyến bay và không quên lấy ra chiếc mặt nạ che mắt để khi nào cần ngủ. Tôi ngồi vào chỗ của mình, thầm mong là chiếc ghế gần cửa sổ sẽ không có ai ngồi.

Tôi ngồi xuống và nhớ lại cuộc gặp với đối tác vừa rồi. Vì đã chuẩn bị mọi thứ chu đáo nên sau khi rời Abu Dhabi vào buổi sáng thì buổi chiều tôi đã đến London. Ở đây tôi có một cuộc hẹn tại Business Center ngay tại sân bay Heathrow, chờ ở đó khoảng 5 tiếng đồng hồ và tối đó bay qua Toronto. Một cuộc gặp có thể nói là thành công và sau khi siết tay để chào từ giã hai *manager* người Anh tôi còn có thời gian để ăn một chút gì.

Tôi lật xấp tài liệu trong khi các hành khách khác bắt đầu lên máy bay. Có người ngoài hành lý còn mang theo các đồ vật lỉnh kỉnh, quà lưu niệm của chuyến đi ra nước ngoài, có thứ khá cồng kềnh. Bằng cách này cách nọ các tiếp viên hàng không cũng sắp xếp được hành lý của khách vào khoang và trên môi họ luôn giữ một nụ cười thân thiện.

Đã sắp đến giờ máy bay cất cánh và chỗ ngồi bên cạnh tôi vẫn còn trống. Lòng tôi khấp khởi mừng thầm là mình sẽ có được không gian rộng và thoải mái để có thể ngủ một giấc ngon trong chuyến bay dài những 8 tiếng đồng hồ. Thế nhưng ngay lúc ấy xuất hiện một chiếc bóng màu nâu của một nhà sư, chiếc đầu trọc lắc lư một chiếc túi vải có thêu hình bánh xe pháp luân treo lên cổ. Một tay kéo chiếc va li, tay kia cầm thẻ lên tàu ông vừa đi vừa nhìn dãy hàng ghế để tìm chỗ ngồi của mình. Cuối cùng ông dừng lại bên cạnh tôi, mỉm cười và chỉ vào chiếc ghế trống bên cạnh. Tôi đứng lên nhưng không giấu được cái cảm giác hụt hẫng của mình. Chỉ trong tích tắc mà niềm hy vọng có một chuyến đi rộng rãi và thoải mái tan thành mây khói. Tuy nhiên tôi vẫn cố tỏ ra lịch sự, giúp ông đặt hành lý lên khoang và lách mình để ông bước vào chỗ ngồi.

Đành thôi... nhưng tôi cũng hy vọng là mình sẽ ngủ được trong suốt hành trình.

Tôi cầm xấp hồ sơ trên tay nhưng con mắt bên phải thỉnh thoảng cũng liếc xem những cử động của người bạn đồng hành. Điều làm tôi chú ý là nụ cười và đôi mắt thân thiện của ông, một vài nếp nhăn mờ nhạt, còn lại là một người đàn ông bình thường, ngoài đôi giày sandale có lẽ không phù hợp lắm với khí hậu mưa và lạnh ở London. Ông mặc chiếc áo cà sa màu nâu mà các viền đã hơi mòn, trên cổ và ở cổ tay phải có đeo một tràng hạt và vòng đeo tay bằng gỗ cùng loại. Tôi rất khó tập trung và nghe không rõ phát biểu của cơ trưởng là máy bay chuẩn bị cất cánh. Rồi thấy nhà sư đang khó khăn cài dây an toàn tôi quay qua giúp và ông nhìn tôi mỉm cười để cảm ơn.

Bay được một lát thì các tiếp viên bắt đầu phục vụ nước uống trước bữa cơm tối. Từ vị trí làm việc của họ tôi thấy một cô tiếp viên đang đi tới, trên tay bưng một chiếc khay. Khi đến gần, cô ta hỏi để xác nhận là có phải nhà sư đã yêu cầu cơm chay không. Nhà sư mỉm cười, chắp hai tay và gật đầu. Ông từ tốn đặt chiếc khay lên kệ, tháo chiếc vòng đeo tay bằng gỗ và bắt đầu lần tràng hạt, nhịp độ chậm rãi theo tiếng niệm kinh bằng một giọng khẽ khàng. Lúc ấy thì cô tiếp viên mang thức ăn cũng vừa đến.

- Ông ăn gà hay cá?

- Tôi dùng gà, cảm ơn cô!

Tôi đặt khay thức ăn lên kệ và thấy nhà sư miệng lẩm nhẩm niệm kinh nhưng mắt ông vẫn quan sát những gì xảy ra chung quanh.

Một tiếp viên hỏi chúng tôi uống gì và cả hai chúng tôi đều chọn nước suối. Tôi chuyền cho ông chiếc ly nhựa và đặt chiếc kia lên khay. Cô tiếp viên đẩy chiếc xe qua hàng ghế trên.

Chỉ lúc bấy giờ nhà sư mới đeo chiếc vòng vào cổ tay, ông chắp tay nhìn tôi mỉm cười và cả hai chúng tôi bắt đầu mở cái hộp có quấn giấy bạc để bắt đầu ăn. Tôi hiểu ngay là nhà sư đã chờ tôi nhận chiếc khay của mình để cả hai ăn cùng một lúc. Đó quả thật là một ý tưởng lịch sự, một điều mà hiếm khi tôi bắt gặp. Tôi thường đi máy bay và đây là lần đầu xảy ra với mình.

Tôi bắt đầu ăn, gà còn nóng và được dọn chung với cà rốt và đậu hòa lan, đơn giản nhưng khá ngon. Tôi chỉ ăn có thế cùng vài lát bánh mặn, bỏ món sà lách trộn có ớt Đà Lạt và những thứ khác mà tôi biết là khó tiêu hóa, rồi ăn thêm một chút trái cây.

Trong khi ăn tôi liếc nhìn người bạn đồng hành đang ăn một cách chậm rãi, hình như là rau luộc, tàu hũ, một lát pho mai, hai phong bánh mặn và một ít trái cây. Hình như không có mảnh vụn nào rơi ra ngoài khay, nhà sư cẩn thận dùng nĩa để sớt đậu hũ xào với rau, trông rất giống rau mồng tơi. Thế rồi chúng tôi cũng ăn xong, nhưng nhìn quanh ở các dãy ghế khác tôi nhận thấy có người ăn ngấu nghiến như không kịp nhai, các hộp đựng thức ăn rớt xuống sàn máy bay, các thứ nước sốt văng tung tóe, không chút cẩn thận nào. Mà cái cảnh này thật ra tôi đã quen lắm rồi, thật khó chịu, nhưng nó thường lặp lại trong những chuyến đi.

Nói là quen thế thôi chứ thật ra tôi luôn cảm thấy khó chịu khi thấy nhiều người uống rượu và chòng ghẹo các cô tiếp viên hay khách đồng hành.

Nhưng tôi là ai mà có thể phán xét về sự thiếu tôn trọng hay hành xử thiếu văn minh của người khác?

Tôi làm ra vẻ khác biệt như thể tôi đang đứng cao hơn họ. Mà thật ra, đó là những thứ đã lớn lên trong tôi, không có ai dạy tôi thế nào là đúng là sai, là tốt hay xấu. Tôi đã phải tự học một mình. Tôi nhớ đến tuổi thơ của mình, cùng với những đứa trẻ khác trong phòng lớn, một chén súp trước mắt, mùi ẩm mốc của chiếc mền xù xì thô kệch để giữ ấm và xô nước lạnh buốt vào những buổi sáng đầy sương mù.

Tôi không nhớ lúc ấy mình nói bằng thứ ngôn ngữ nào. Người ta mang tôi đến một căn nhà và ở đó tôi phải học một thứ ngôn ngữ xa lạ, tiếng Anh, và lúc đó tôi mới biết thế nào là hơi ấm của một chiếc giường và mùi thơm dễ chịu của những tấm *drap*. Tôi là một đứa bé mồ côi, bị bỏ rơi ở một góc đường trong một thành phố nhỏ ở Á châu mà tôi không còn nhớ là đâu. Có một ai đó đã nhặt tôi lên và cho tôi ăn uống. Cuộc đời bắt đầu từ lúc được chăm nuôi và cũng là bắt đầu một cuộc đời hạnh phúc. Trong trí tôi vẫn còn đọng lại hình ảnh đôi mắt và nụ cười thân thiện của một người đàn bà có mái tóc vàng dợn sóng. Và chỉ có thế. Rồi có lẽ có một điều kinh khủng gì đã xảy ra nên sau đó tôi bị đưa vào một trại mồ côi. Tôi học, và học rất giỏi, tôi cố gắng xử sự đường hoàng, hy vọng là một ngày nào đó được trở về ngôi nhà ấm áp có những tấm *drap* thơm mùi hoa oải hương. Nhưng điều đó đã không xảy ra.

Tôi học và sau đó bắt đầu làm việc. Tôi cố gắng và làm việc tận tâm và sau đó ra ngoài, thuê một căn phòng nhỏ. Vừa làm, vừa học, và đến tối tôi mới trở về căn phòng ấy để ngủ. Rồi bây giờ tôi nhận ra rằng cho đến hôm nay tôi vẫn chưa có một căn nhà. Có lẽ là một điều kỳ lạ mà sau cái căn phòng nhỏ ấy tôi chưa bao giờ mua một căn hộ. Không cần thiết. Vì công việc, tôi di chuyển từ khách sạn này qua khách sạn khác, từ chuyến bay này đến chuyến bay nọ, tôi thường bay đêm để sáng hôm sau là có mặt ở nơi hẹn rồi sau đó lại khởi hành đến một nơi khác, tính toán chính xác về sự khác biệt giờ giấc. Tôi đã tạo được cho mình một công việc độc lập và cần thiết, rất nhiều công ty cần đến sự tư vấn của tôi nên họ sẵn sàng trả tất cả mọi chi phí di chuyển và ăn ở. Tôi đã tự mình tạo nên công việc này và tôi thấy rất hãnh diện.

Tôi gần như không nhận biết là cô tiếp viên đã thu lại các khay thức ăn và máy bay đã bắt đầu hạ bớt đèn để cho hành khách dễ ngủ. Nhà sư chợt đứng dậy, ra dấu và tôi vội đứng lên để nhường chỗ cho ông bước ra ngoài lối đi. Tôi nhìn theo bóng ông và tà áo cà sa di chuyển về phía cuối của máy bay. Tôi cũng nhân dịp này bước ra và đi về phía phòng vệ sinh để giãn gân cốt. Khi tôi quay lại chỗ ngồi thì thấy nhà sư đã xếp bằng ngồi theo vị trí kiết già và đang lần tràng hạt, người hơi nghiêng về phía cửa sổ. Trong ánh sáng lờ mờ, tiếng những viên gỗ va chạm vào nhau theo nhịp niệm kinh bỗng tạo cho tôi một cảm giác như bị thôi miên, thư giãn, rồi gần như không hay biết gì, tôi chìm vào một giấc ngủ sâu.

Tôi thức giấc sau khi ngủ được chừng một tiếng đồng hồ. Cũng có vài hành khách thức giấc nhưng phần đông còn ngồi ngủ với cái tai nghe áp lên đầu trong khi màn hình vẫn còn chiếu sáng. Tôi quay nhìn sang bên phải và trên vai tôi trĩu nặng vì cái đầu của nhà sư đang ngủ say. Có lẽ để tránh hơi lạnh từ máy điều hòa không khí nên ông đã đội lên đầu chiếc mũ len màu nâu, nhưng trong giấc ngủ, chiếc mũ lệch về phía sau và rơi xuống, để lộ ra mấy vết cháy hình tròn trên đỉnh đầu, tất cả đều tròn và bằng nhau nên không thể cho đó là những vết phỏng tình cờ. Có một điều gì đó từ nhà sư nên đã thu hút sự chú ý của tôi, một sự thu hút rất bản năng, mặc dù chúng tôi chưa nói với nhau lời nào. Tôi đặt chiếc mũ lên thành ghế và đứng dậy để đi lấy một ly nước. Đến quầy làm việc tôi thấy một nam tiếp viên đang sắp xếp các chai nước cam vắt, nước ép táo và nước suối. Tôi xin một chai nước lọc và trở về chỗ ngồi.

Khi trở về chỗ, tôi cẩn thận tránh những chiếc chân của hành khách thò ra lối đi. Chỗ ngồi chật hẹp nên ai cũng ngồi thu hình theo những tư thế kỳ lạ để có thể chợp mắt. Trong bóng tối tôi thấy một bóng nâu và nhìn kỹ thì ra là nhà sư đang cúi xuống để tìm cái gì đó. Tôi đến gần và bật đèn đọc sách ở chỗ ngồi của mình. Trong lúc ngủ, chiếc mũ của ông rơi xuống và trong bóng tối ông không nhìn thấy. Tôi nghe tiếng cười khe khẽ của ông lúc nhặt được chiếc mũ và cầm nó trong tay như thể đó là một chiến tích. Một tiếng cười hồn nhiên như trẻ thơ làm sáng lên khuôn mặt. Không nín được, tôi cũng cười theo. Chờ cho ông ta ngồi vào chỗ, thấy ông vén hai vạt áo, đặt một vạt xuống mặt ghế, từ từ ngồi xuống rồi đội lên đầu chiếc mũ vừa tìm được.

Trong tất cả những cử động ấy tôi nhận ra là trên đầu láng bóng của nhà sư không chỉ có một mà là những ba vết đốt, đều nhau, ở gần vùng trán phía trước. Tò mò, tôi chỉ vào ông ta và xòe ra ba ngón tay.

Ông nhìn tôi và bắt đầu nói chuyện. Tôi thật bất ngờ, tưởng ông ta không biết tiếng Anh, rồi im lặng và thích thú nghe ông kể chuyện bằng một giọng trầm và thấp.

Đó là những dấu đốt hình tròn mà người ta gọi là "tàn hương", một dấu hiệu thiêng liêng trong Phật giáo. Khi còn trẻ, tôi chỉ đốt một vết nằm ở giữa, và năm ngoái tôi mới đốt thêm hai đốt nữa ở hai bên. Đây không phải là hệ thống giáo phẩm trong Phật giáo, tôi chỉ là một nhà sư tầm thường, nhưng với tôi, các vết thẹo này đều mang một ý nghĩa đặc biệt. Đó là một thách thức với bản thân, về khả năng vượt qua đau khổ nhờ thiền định.

Tôi lắng nghe ông nói mà lòng đầy hoài nghi, giọng của nhà sư nói những lời mà tôi hiếm khi nghe. Tôn giáo. Vượt qua nỗi đau, thiền định.

Mà có thật là trí óc chúng ta có khả năng này? Có thể nào chúng ta tránh được hay vượt khỏi nỗi đau?

Tinh thần có thể giúp chúng ta làm dịu được nỗi đau thể xác hay sự khổ sở của tâm hồn. Thí dụ như để tránh cơn đau bao tử hay cơn đau đầu, chúng ta có thể tập trung thư giãn, hít thở sâu và tập trung để làm cơn đau dịu lại. Trong thế giới hiện đại rất phổ biến thái độ không chấp nhận hay cưỡng lại, nhưng thật ra phải hiểu rằng sự đau khổ cũng là một phần của chúng ta, chấp nhận và hiểu biết về nó sẽ giúp chúng ta có sức mạnh để vượt thoát dễ dàng hơn.

Tôi chăm chú lắng nghe rồi sau đó tò mò hỏi vì sao mà ông chọn lựa trở thành một tu sĩ Phật giáo?

Và trong lúc nhà sư kể chuyện hình như tôi cũng đang nhìn thấy một ngôi chùa dưới bóng cây và những con đường đất đầy bụi mù.

Tôi không chắc là mình đã chọn lựa hay không... Có lẽ đúng hơn là tôi đã chấp nhận những gì đã xảy ra vì sự việc đã xảy ra như thế, để trở thành cái con người mà tôi đang là. Người ta đã bỏ rơi tôi trên một con đường đầy bụi nằm giữa Việt Nam và Campuchia, lúc đó tôi chỉ mấy tháng tuổi, và có người đã nhặt tôi rồi mang đến một ngôi chùa nhỏ. Các nhà sư nơi đây đã nuôi tôi, lớn lên ở đó tôi trở thành một chú tiểu, tôi học thuộc kinh kệ và lịch sử của đức Phật. Tôi còn nhớ là khi họ cạo trọc, chỉ để trên đầu một chỏm nhỏ và khi nó dài ra tôi thường vắt lên mang tai. Đó là quãng thời gian mà tôi học tập, và có lẽ cũng chính là quãng thời gian mà tôi còn vô tư và có nhiều niềm vui hồn nhiên của tuổi trẻ.

Rồi một ngày, có một nhà sư từ xa đến chùa, lúc ra đi ông dắt tôi theo. Đó chính là sư phụ của tôi. Tôi đã học thật sâu về nỗi đau, làm thế nào để giúp mọi người sống khỏe mạnh thông qua thuật châm cứu, bấm huyệt và ngôn ngữ phù hợp để khuyên họ làm thế nào để vượt qua nỗi đau thể xác và khổ sở tâm hồn. Chuyến bay đầu tiên của tôi là bay qua Francoforte để gặp một người bạn của sư phụ. Sau đó thì tôi liên tục di chuyển. Từ nhiều năm nay tôi đã đi qua rất nhiều thành phố, tôi đã giúp nhiều bác sĩ trong bệnh viện, có khi người ta còn dành cho tôi một căn phòng để tiếp những ai có nhu cầu hay cần liên lạc với tôi theo lời khuyên của các bác sĩ.

Nhưng ngoài tiếng Anh, ông làm thế nào để trao đổi với những bệnh nhân?

Đơn giản hơn những gì mà người ta có thể nghĩ, vì ngoài tiếng Anh và tiếng Pháp, mà bất kỳ ngôn ngữ nào cũng đều có thể. Vì mọi cảm giác đau đớn của con người đều như nhau. Có một niềm tin từ phía họ và sự tôn trọng từ phía tôi. Chỉ cần một ánh mắt và một nụ cười là để hiểu ngay rằng cuộc gặp của chúng tôi không phải là một sự tình cờ. Tôi có mặt ở nơi đó là vì họ. Thông thường thì sau cuộc gặp, họ có để lại một ít tiền thông qua cô y tá và cô này chuyển lại cho tôi. Tôi dùng một phần tiền để trang trải các chi phí di chuyển và ăn ở, phần còn lại tôi gửi về ngôi chùa đã nuôi tôi khôn lớn để họ có thể giúp đỡ những người nghèo. Tôi không biết gì về sự ra đời của mình, tôi sống mà không có gốc rễ, tôi như một hạt bụi lênh đênh, bay từ châu lục này qua châu lục khác nhưng mỗi lần tôi có một cuộc gặp và giúp được một người nào đó thì tôi hiểu lý do vì sao tôi phải sống cuộc sống này.

Câu nói cuối của nhà sư đã làm tôi xúc động đến sững sờ. Đối với tôi thì như đang soi bóng mình trong gương. Tôi cũng là người không có quá khứ, tôi cũng sống mà không biết cội rễ nhưng tôi sống mà chẳng có ích gì cho ai, thật khác với vị tu sĩ khiêm tốn này.

Tôi như bị câm họng và nghĩ rằng, cho đến lúc ấy, tôi chưa từng bao giờ nghĩ là trước hoặc sau gì thì tôi cũng sẽ phải đối diện với những vấn đề của khổ đau, của bệnh tật và lúc đó tôi chỉ có một mình.

Thời gian cứ lặng lẽ trôi mà chúng tôi chẳng ai hay là máy bay sắp sửa hạ cánh ở phi trường Pearson, cách Toronto chừng 30km.

Tôi giúp nhà sư lấy hành lý xuống và lấy luôn chiếc va li của mình. Tôi không quên bỏ các giấy tờ và tài liệu vào ngăn kéo mà dù đã lấy ra nhưng tôi chẳng đọc được một chữ nào.

Nhà sư nhìn tôi mỉm cười nhưng trong đôi mắt ông ta tôi có nhìn thấy phảng phất một nỗi buồn.

- Có lẽ nên chào từ giã ở đây thôi! Lát nữa qua các trạm kiểm soát, nhận hành lý ký gửi, sẽ rất lộn xộn.

- Vâng, xin cảm ơn chuyến đi thú vị này, và cảm ơn ông đã làm tôi suy nghĩ... Ai biết là sau này chúng mình sẽ còn cơ hội gặp lại nhau?

- Chúng ta không thể nào biết được đâu, dù có khi tất cả đều đã được định mệnh sắp đặt. Cầu chúc bình an nhé, người bạn mới.

Lời lẽ và thông điệp mà nhà sư nhắn gửi như đã để lại trong tôi một điều gì. Có lẽ tôi đã gặp được một người có thể hiểu rõ tâm trạng của mình hơn tất cả những người đã gặp.

Những năm tháng về sau tôi chỉ còn lưu giữ một kỷ niệm mơ hồ về chuyến đi ấy, tôi tiếp tục sống trên chiếc máy bay này đến chiếc máy bay khác, trải qua khách sạn này đến khách sạn khác và tôi chỉ nhớ về chuyến đi đó mỗi khi tôi có trong lòng mình những mối lo và những buồn đau.

Tôi nằm một mình và lòng đầy lo ngại trong một căn phòng vô trùng ở bệnh viện John Hopkins ở Baltimore thuộc tiểu bang Maryland. Người ta đã mang tôi từ sân bay đến đây bằng xe cứu thương. Lúc tỉnh dậy thì bác sĩ cho hay là sau khi máy bay hạ cánh, vừa bước ra thì tôi bị té ngã. Có thể là một cơn đau tim. Các bác sĩ đã khó khăn lắm mới giúp tôi hồi sức, và bây giờ tôi đang nằm trong tình trạng cần theo dõi.

Ông cần phải bình tĩnh. Chúng tôi cần xem diễn biến trong vài ngày tới thế nào.. còn phải xét nghiệm và chờ kết quả...

Trong đêm tôi còn có một cơn đau nữa. Tôi có cảm giác như mình đang nắm đuôi một con ngựa trở chứng, chạy băng băng trên một cánh đồng dài vô tận; một con ngựa mất kiểm soát và đang phi trong trái tim đã làm tôi hụt hơi, chỉ muốn gào lên.

Các y tá vội vàng mang bình oxy chạy đến cùng với thuốc an thần. Ngày hôm sau bác sĩ đến bên tôi và nói:

- Rất tiếc là cơn khủng hoảng tim của ông là ngoài dự kiến. Và rất nguy hiểm. Chúng tôi nghĩ là cần giải phẫu dù chúng tôi không chắc chắn lắm về kết quả, nhưng dù sao thì cũng phải còn nước còn tát. Còn bây giờ chúng tôi đang cố gắng kiềm chế những tình huống bất ngờ để giữ ổn định.

Lời lẽ của bác sĩ không khích lệ cho tôi một chút nào trong khi ánh mắt của ông như còn truyền theo các cảm giác về một sự thật còn bi thảm hơn.

- Nếu tình trạng nguy cấp như vậy thì tôi cần phải thu xếp một số việc. Yêu cầu ông bảo y tá đến gặp tôi. Tôi cần phải gọi điện.

- Vâng, ông yên tâm, tôi sẽ báo cho cô y tá đến ngay.

Sự lo ngại của tôi về công việc đang làm là ưu tiên. Trong một văn phòng ở Baltimore, nơi mà tôi phải gặp các lãnh đạo, có vài người có thể thay tôi để tiếp tục. Sau vài cú điện thoại và trao đổi với các sếp lãnh đạo thì công việc coi như đã tạm ổn.

Vị giám đốc trung tâm còn nói thêm:

- Chúng tôi còn có thể làm điều gì khác cho ông nữa không? Có cần là chúng tôi thông báo cho người thân nào trong gia đình không?

- Thưa không, cảm ơn ông. Ở Bệnh viện người ta cũng hỏi tôi như thế. Tôi đáp và nhắc ông nhớ những điều tôi căn dặn về công việc.

Tôi hy vọng là mình sẽ làm kịp, và trái tim mình sẽ ổn trở lại.

Tôi biết là mình đang ngầy ngật vì thuốc, có lúc tôi cảm thấy như mình đang lơ lửng trong một cái bong bóng đang tan biến, điều lạ lùng là nằm trong đó tôi không còn nghe đau đớn, chỉ có bình an.

Tôi giật mình thức giấc vì bất ngờ có ai đó ngồi bên cạnh mình. Tôi nghe một bàn tay đang đặt lên trái tim và cùng lúc đó cũng có một bàn tay khác đang nắm lấy cổ tay mình. Tôi mở mắt một cách khó nhọc và trời ơi, trước mặt tôi là ánh mắt sáng rỡ của nhà sư mà mình đã gặp trên chuyến bay.

Nhà sư nhìn tôi mỉm cười và bàn tay ông dời từ trái tim để đặt lên trán tôi. Ông không nói gì, nhưng sự hiện diện của ông ở nơi đây đã ban tặng cho tôi một sự bình yên không thể nào nói được nên lời.

Ông áp miệng sát bên tai tôi.

- Ông bác sĩ đang chữa trị cho bạn đã gọi cho tôi nhưng thú thật trước đó tôi không bao giờ tưởng là mình sẽ được gặp lại bạn. Chắc bạn đã trải qua nhiều đau khổ và lo sợ, nhưng bây giờ bạn hãy bình tĩnh nhé. Bạn không còn cô đơn hay chỉ một mình nữa đâu.

Tôi không còn sợ nữa. Ông chính là người duy nhất mà tôi muốn gặp lại trong lúc này để từ giã, người anh em ạ.

Đó chính là lời nói cuối cùng của tôi và tôi đã vĩnh viễn rời bỏ phút giây ấy, để yên bàn tay tôi trong bàn tay nhà sư, trong khi từ đôi mắt của ông, dường như cũng đang có vài giọt nước mắt đang rơi xuống.

Bản dịch của **Trương Văn Dân**
Sài Gòn, tháng 6- 2019

Tiếng Vọng Quá Khứ

NGUYỄN THÀNH

Lúc trước, nhà tôi ở gần công viên Lê Thị Riêng bây giờ. Tết Mậu Thân năm 1968, đêm giao thừa nghe tiếng pháo đì đùng khắp nơi, nhưng lạ lắm thấy nhà đất như rung chuyển rần rần... Nghe loáng thoáng bố tôi bảo mấy ổng mở trận rồi, khắp xóm nghe nói gì đó ùa ra đường nhìn về phía sân bay, thấy đạn phòng không lia trên bầu trời đêm những tia lửa hình vòng cung. Chẳng ai ngủ được cứ thấp thỏm đến sáng vẫn chưa hết những tiếng nổ từ xa vọng lại, rung rinh nhà cửa.

Tôi leo lên mái nhà, nhìn về phía sân bay Tân Sơn Nhứt thấy mấy chiếc máy bay mỗi lần nhào xuống thả mấy trái bom nổ chấn động cảm giác rất rõ dù ở xa, hồi đó nhớ mang máng là máy bay A37 thì phải, nghe người lớn gọi thế, đến trưa thì không còn nghe gì nữa. Còn bé mà, đâu biết gì đâu nhưng cảm thấy sợ...

Mùa hè 1972, chiến trận miền Trung và các nơi nổ ra ác liệt, lúc đó tôi cũng lớn chút rồi, mà hình như càng lớn thì cảm giác sợ càng rõ rệt. Kinh khủng hơn, mỗi ngày thấy hàng chục xe tải loại chở đất đá, phủ bạt kín chẳng biết từ đâu nối đuôi nhau vào nghĩa địa sau khu nhà tôi ở đến khu đất trống phía sau nhà xác. Ở đó đã có rất đông người và rất nhiều các xe chuyên dụng, họ đào một cái hố lớn mỗi chiều cả trăm mét, sâu cũng 2-3 mét. Sau đó các xe tải theo đường dốc lài chạy xuống, họ tháo những tấm bạt che ra, lúc đó mọi người mới biết trên xe toàn là xác người chết, ai nhìn thấy cũng rụng rời tay chân vì chẳng có xác nào toàn vẹn. Họ đổ xác người xuống hố như xác động vật chôn tập thể, cứ trải một lớp xác rồi trải một lớp vôi bột, rồi lại một lớp xác… cứ thế ròng rã cả nửa tháng trời cho tới khi cái hố khổng lồ ấy gần đầy thì họ lấp đất lại và cho xe ủi phẳng lỳ rồi bỏ đi. Cả một thời gian dài khu vực chúng tôi ở sặc mùi tử khí, ngày ngày các hộ phải đốt bồ kết hay vỏ bưởi để khử mùi cả tháng trời mới vơi, hình ảnh ấy ám ảnh tôi suốt một thời gian dài…

Lúc đó mấy ông Việt cộng nhà mình rút vào du kích, đêm đêm chẳng biết ở chỗ mô tê nào mấy ổng phóng hỏa tiễn, mà bệ phóng nghe nói chỉ là hai cái cây bắt chéo đặt trái hỏa tiễn lên nhắm về hướng nào đó rồi kích điện. Người ta bắn có tọa độ *delaut* đàng hoàng, còn mấy ổng nhà mình hên xui, hên thì nó rớt trúng mục tiêu muốn bắn, xui thì nó bay đi hướng khác, Sài Gòn nhà cửa san sát nên dễ trở thành mục tiêu hú họa xui xẻo và dân lãnh đủ. Gần nhà tôi có gia đình bà cụ Phương, hôm đó con trai và con dâu nằm ngủ trên lầu ôm đứa cháu mấy tháng tuổi. Có người kể lại, thấy có tia lửa xẹt từ phía nghĩa địa (công viên Lê Thị Riêng bây giờ) rớt trúng lầu nhà cụ Phương nổ rung chuyển đánh thức cả xóm dậy, chạy qua xem thấy vợ chồng chết chẳng toàn thây, mà lạ là đứa bé bay từ trên lầu xuống dưới đất mà chẳng bị gì, nằm trong cái mền nhỏ khóc oe… oe…. Sáng ra, lối xóm mỗi người phụ gia đình cụ Phương dọn dẹp đống đổ nát, chính quyền địa phương cùng bà con lối xóm hỗ trợ, người góp công, người góp của dựng tạm lại căn nhà. Thế là từ đó cụ Phương một nách nuôi mấy đứa trẻ mồ côi tới giờ, trời thương sao ấy, giờ chúng trưởng thành và yên bề gia thất hết.

Sau sự cố ấy, nhà nào cũng hoảng vía, mua bao mua cát về làm cái hầm trú ẩn ngay trong nhà, tối tối cả gia đình chui vào hầm ngủ tới sáng, người lớn càm ràm riết, còn đám trẻ con thì sợ hãi lắm. Lâu dần rồi cũng quen, thời chiến tranh mà, thành phố không nổ ra chiến sự nhưng lâu lâu nghe chỗ này bị gài mìn, chỗ kia bị ném lựu đạn, đêm đêm thấy tia lửa xẹt trên bầu trời… thì người lớn tâm trạng cũng thấp thỏm chẳng yên, trẻ con thì hoang mang tột cùng…

Hòa bình rồi không còn nghe tiếng súng, tiếng bom mìn nữa, cuộc sống hiện tại kéo con người vào vòng xoáy cơm gạo nên những người thời ấy cũng tạm quên những gì đã diễn ra, nhưng không phải vì thế mà người ta quên hẳn. Ký ức vẫn hằn sâu, được gợi lại khi chung quanh cuộc sống hàng ngày nghe được những chuyện chẳng vui về việc quyền lợi dân sinh còn kém, giáo dục còn nhiều bất cập, nạn tham nhũng của các nhóm lợi ích được chống lưng bởi những đám tai to mặt lớn, nạn hà hiếp dân lành. Đất nước bị đe dọa từ mưu đồ nham hiểm của bọn cầm quyền Trung Quốc về mọi mặt kinh tế, chính trị, quân sự và nóng lên mỗi ngày khi dồn dập các tin tức từ Biển Đông, nóng nhất hiện tại là việc giàn khoan Hải Dương Địa chất 8 hiện đại nhất cùng đoàn tàu hộ tống của bọn chúng đang xâm chiếm thềm lục địa Việt Nam, điển hình là bãi Tư Chính đang là nỗi bức xúc của toàn dân Việt.

Lòng người không còn nhớ đến quá khứ thù địch nữa, nhưng xương máu đổ xuống hai bên chiến tuyến và những nỗi đau cả hai phía gánh chịu để mong những điều tốt đẹp cho đất nước. Lòng tin dần vơi đã khiến những người trong cuộc phân vân về một số người hiện tại, đang ngồi ở những vị trí quan trọng rằng: "Nhờ đâu mà họ không phải nếm mùi chiến tranh thảm khốc hy sinh mất mát, nhờ đâu mà họ được được học hành tử tế, thành đạt, leo cao trèo sâu…", để rồi họ quay lưng với đồng bào của họ, họ quay lưng với quá khứ, vô ơn bạc nghĩa với những người nằm xuống, những người đã hy sinh vì vận mệnh của đất nước thân xác còn nằm bờ bụi ở một nơi nào đó trên mảnh đất thân yêu của quê hương… Cũng chính vì những kẻ này mà mặc dù Việt Nam tuy phát triển khá tốt nhưng vẫn còn trì trệ nhiều mặt.

Tiếng bom đạn ngày xưa không còn nữa, nhưng vẫn vọng về những tiếng ì ầm để đánh thức những lương tri lạc lối để cùng hướng tới một con đường chung. Lịch sử vẫn còn đó, những kẻ quay lưng với quá khứ, phủi ơn tiền nhân, phản bội bậc cha anh đi trước… chắc chắn trời đất sẽ không dung túng, quả báo nhãn tiền và phải chịu sự phán quyết của dân tộc một ngày không xa.

Nguyễn Thành
Sài Gòn, 13/10/2019

Gọi Bạn
DƯ MỸ

Đã qua rồi một thời sinh tử
Rượu khề khà dăm cốc tìm quên
Canh bạc đời. Đỏ đen, đen đỏ
May đời mình còn lại cái tên.

Ta uống cạn nỗi niềm thương nhớ
Bạn bè chừ mấy đứa biệt tăm
Cơm áo cuối đời chưa rũ sạch
Câu thơ không trọn kiếp tơ tằm.

Nhớ bạn xưa giữa chiều Đông Bắc
Đời đã tàn theo theo lá thu rơi
Mở trang nhục sử, lòng tan tác
Thương quê hương tơi tả bên trời.

Khan cổ gọi nhau trên xứ lạ
Những thằng thất tán thuở đao binh
Về đây uống nhớ thời oanh liệt
San sẻ bên nhau một chút tình...

Dư Mỹ

Tôi Không Thích Xem Phim
The Vietnam War (*)
NGUYỄN VĂN GIA

Con sông
hiền hòa
không rộng lắm
Chỉ dăm bảy phút
bước sang cầu

Mà bao năm tháng
xa thăm thẳm
Tình người chết lặng
dưới sông sâu

Bao nhiêu trai trẻ
không về nữa
Gái trai cái tuổi
chớm yêu nhau

Mộng lớn mộng con
vùi trong lửa
Hồn oan vất vưởng
khắp nơi nơi

Còn bao nhiêu nữa
người vô tội
Chết vội vàng
chẳng hiểu tại sao

Có phải lời nguyền nào
thuở trước
Mà nay đành chịu
cảnh binh đao

Rõ ràng nước Mỹ
rồi nước Đức

Lịch sử
có lần cũng chia đôi

(Lòng không kiêu ngạo
khi chiến thắng
Nên chẳng nỡ nào
đày đọa nhau)

Tay nắm lấy tay
ngày thống nhất
Dâng trào nước mắt
buổi trùng lai

Cùng chung một mẹ
dân một nước
Kẻ thắng
rồi ra cũng như thua

Thắng thua
khi đã hiểu ra được
Mọi chuyện trên đời
cũng ... thường thôi

(Tội dân đứng giữa
hai lằn đạn
Trúng đạn bên nào
cũng chết thôi!)

Bao năm đất nước
im tiếng súng
Lòng người còn đó
mãi chia phôi

Chỉ thương
bao kẻ không về nữa
Mồ hoang
giờ vất vưởng
nơi đâu...

Nguyễn Văn Gia

(*) Bộ phim tài liệu "The Vietnam War" Chiến Tranh Việt Nam (2017)
của Ken Burns và Lynn Novick

Lời Ru Muộn
LÊ THANH HÙNG

Cánh võng xuân thì trễ tiếng ru
Đong đưa tao, lời ru loạn nhịp
Khẳng khiu hương, đời hoa cuối liếp
Nở sáng bừng trong nắng mùa thu

Chiếc lá thẫn thờ rơi nghiêng qua
Chợt tiếng trẻ u ơ, cựa quậy
Thao láo nhìn con bê đang chạy
Lạc mẹ trong chiều hoang tái xa

Vội vàng đưa, võng đổ liên hồi
Nghe day dứt, lời ca váng vất
Ngắc ngứ chìm trôi, vờ tất bật
Một điều gì, lay động xa xôi

Miết triền xanh, hun hút chân trời
Đời rộng hẹp, mướt màu hoa cỏ
Mùa thu chợt khẽ rơi đâu đó
Trong lời ru khắc khoải buông lơi

Chầm chậm chiều đi, bóng nắng tròn
Soi ngang vách, trùng triềng nắng quái
Như đẩy đưa nỗi niềm ái ngại
Gửi cho người một vết môi son...

Lê Thanh Hùng

Phía Em Nắng Có Vàng Không
QUỲNH NGA

Phía em có nắng vàng không
Bên tôi sương lạnh nghe mông mênh buồn

Có con sóng tạt vào khuôn
Vỗ lên đêm khuyết từ muôn năm nào

Vườn khuya bóng đổ xanh màu
Nghe đôi tay buốt lạc nhau mấy mùa

Trăm năm đâu đã thành xưa
Từ ly bỗng hóa cơn mưa hoang về

Rụng vào đêm tiếng chuông mê
Xoay mùa ký ức bốn bề nhớ nhau...

Quỳnh Nga

Chờ Quê
HUỲNH LIỄU NGẠN

chờ đêm đêm xuống giữa trời
chờ trăng trăng lặng chờ người người đâu
chờ em qua buổi chợ đầu
mà sao bữa đó một màu mưa thôi

chờ đêm đêm cũng bồi hồi
chờ mây mây cũng luân hồi có không
anh chờ núi anh chờ sông
bước đi giữa chốn hư không quê nhà

qua đêm chờ thấy trăng tà
thấy quê đổ ngọn mưa sa ngút ngàn
qua đêm chờ thấy xóm làng
thấy em và thấy điêu tàn quê hương

chờ thêm một kiếp vô thường
ai mang cát bụi lấp đường quê tôi.

Huỳnh Liễu Ngạn

Sự Có Mặt Của Nỗi Buồn
ĐẶNG HIỀN

Em chọn một người để ghen tương
Để giận hờn để thấy mình còn sống
Để đêm vẫn được lấp đầy
Và ngày không vùi vào giấc ngủ

Em chọn một người để đùa vui
Để nhan sắc không còn ủ rũ
Để mắt long lanh và lòng tưng tức
Để hạnh phúc theo dòng hạnh phúc tuôn

Em chọn một người để si mê
Cho buổi chiều trôi trên mơ ước
Cho ngực thơm và đôi chân biết mỏi
Cho những câu lục bát si khờ

Em chọn một người để hành hạ
Trong từng bài thơ em viết
Bằng những dịu dàng
Những cho đi không lấy lại bao giờ

Em chọn một người để yêu thương
Với sự có mặt của nỗi buồn
Thì em chọn ai
Bài thơ hay cánh đồng?

Đặng Hiền

"Trôi Sông",
Những Dòng Tình Mới Lớn

LUÂN HOÁN

Thời mới lớn chưa nhận ra rõ rệt
từ phút nào, những thay đổi ra sao
có chi đó dường như là trục trặc
manh nha từ những vụn chiêm bao...

Thời mới lớn, đồng nghĩa với giai đoạn biết có cái gì khác lạ ở con gái, khiến mình ưa nhìn, ưa vẫn vơ suy nghĩ, nặng phần mơ mộng. Một thời kỳ đẹp rực rỡ như vậy, nhưng tôi ôm nặng mặc cảm về sự èo uột của mạng sống mình. Tôi sớm có cảm tưởng sẽ chết yểu, chết bất đắc kỳ tử. Chính vì thế, khi lòng dạ nhập chung với thơ, tên gọi các thi phẩm của mình mang đậm sự bi quan này. Một Về Trời chưa đủ, phải thêm Trôi Sông, thậm chí tô đậm rõ nét hơn với Chết Trong Lòng Người, vào các năm tiếp sau lênh đênh trên dòng tình si đầu đời...

Nói đến Trôi Sông, hình như nhiều người liên tưởng đến Lạc Chợ - trôi sông lạc chợ - Câu chữ dính liền trong dân gian, để nói lên một kiếp sống nổi trôi không ra gì. Thế nhưng cái "thứ trôi sông lạc chợ" ở đây lấp lánh cái gì rất ư màu mè thi ca. Và tôi hình như đã có chút vịn vào hình ảnh này.

Sẽ thật bất ngờ, nếu bạn đến với Trôi Sông. Bởi bạn chẳng gặp những suy tư non nớt về cuộc sống, trái lại bạn sẽ đụng đầu với nguồn tình phơi phới. Một trái tim tập yêu, nhưng chưa tập thất tình. Cái gọi là "suy tư cuộc chiến" chỉ mờ nhạt, thấp thoáng trong này. Đây là tập thơ tình, trai chưa trên gái chưa dưới, rất đúng là chân chất tinh khiết. Tóm lại một tập thơ có khá nhiều bài, tôi cưng và nâng niu rất mực trân trọng.

Nội dung khởi từ Đẩy Đưa Mấy Lời, có công dụng thay lời mở, chặt chẽ vần vè lục bát, nhưng tôi phân thân từng cặp 6/8 theo phong trào thời bấy giờ:

"người từ tám hướng
đi ngang
bốn phương
sẵn dịp lang thang chốn này
mời
nghiêng chân, nhướng lông mày
mũ khăn vẫn đội
guốc giày vẫn mang

bước vào...
từng bước thanh nhàn
chẳng cần nhón gót khẽ khàng hồ nghi
từng đường hoa dưới chân đi
không mìn bẫy
chẳng có gì
ngoài ra:

một vườn chim đứng dâng hoa
một nguồn nước nhú dòng ra sữa vàng
và tôi
(có thể mơ màng)
là thân sinh của sữa vàng, chim, hoa...

lượm tôi lên
ngắm qua loa
giữ tâm bình lặng
thế là
cảm ơn
sợi tơ vừa lót trong lòng
sợi tình được thở vài năm
cũng là
tôi tan vào được bao la

(trang 5 & 6)

Để dẫn ngay đến hình ảnh Nhập Thế, đại khái như;

"hành trang vài bộ áo quần
một xấp giấy trắng lừng khừng vai mang
con đường bụi nắng chang chang
vuốt mồ hôi bước hoang mang theo đời..."

Tôi đi đâu ở những bước đầu?

Sinh gần cùng thời với thế chiến thứ hai. Theo gia đình, tôi có cuộc hành trình đầu tiên, đã có tên gọi "Trên Chặng Đường Tản Cư", cô đọng những diễn tiến:

"... nằm ngửa giữa khoang ghe
lắng nghe mái dầm tre
chao nghiêng vào sóng nước
trôi lựng chựng e dè
...

tôi ngồi trong thúng tre
nằm quai gióng lắng nghe
tiếng cú cầm chừng nhắc
- coi chừng con ma le
...

tôi ngồi mở nút phơi
lỗ rún không được lồi
đọng bao nhiêu là đất
mần ra vài cục chơi
... "

Bài thơ chia ba phần gồm 19 khổ, đều là những nhận xét trẻ con nhưng gom lại những hình ảnh có thực, đủ để tôi kết bài:

"mỗi ngày mỗi thặng dư
chân tình ở trong tôi
hẳn nhiên nhờ có được
trên chặng đời tản cư"

(trang 12).

Tiếp liền với bài này là bài "Tiên Phước, 1946". Theo chủ quan, đây là bài thơ chủ đề quê hương, tôi viết ấm tay nhất, bao nhiêu năm tôi chưa có bài nào mình yêu thích hơn bài này. Tiên Phước là nơi tuổi lên 5 của tôi kéo dài đến lên 8. Đây vùng đất thay đổi cả âm giọng của tôi, nặng trịch đến bây giờ. Bài khá dài, nhưng tôi trích trọn như thêm một lần nữa cảm ơn con người và cỏ lá của một miền rừng núi, đã thu hút và ảnh hưởng thật lớn với riêng tôi.

" bốn hướng mù mù mây giáp đất
thọc tay xuyên thủng, xé không ra
ngùn ngụt khí hàn trồi mặt đất
máu tưởng chừng như đọng dưới da

rừng dạy cây vươn cành tự tại

chen vai dựa bóng thở vào nhau
nghìn năm chuyển bước không dợn nét
âm thuần, dương chuẩn tận ngàn sau

hương núi lừng lừng nuôi hổ sói
đá chồng đá dưỡng để giun sinh
mạch suối mang mang dòng nhạc tấu
chim gọi tình nhau âm tái sinh

Tiên Phước đội trời nghênh ngang đứng
tôi chào ra mắt thuở lên năm
lòng như vạt đất mời cây mọc
xin gọi một lần, thay viếng thăm:

cây quế, cây tiêu, cây đủng đỉnh
cây ưi, cây ráy, cây dầu lai
cây mây, cây sơn, cây lật mất
rau sưng, rau má, cải tàu bay....
còn bao tên gọi không kịp nhớ
vẫn trổ hoa trên gót chân ngày

lòng như nhánh đậu cho chim hót
thả giọng lại xem những cánh bay
bìm bịp, cú mèo, vàng anh, khướu
họa mi, chất quạch, sáo, bù chao...
những tiếng hót vàng chưa tên gọi
đang thổi âm thanh đến cõi nào?

lòng như ổ ấm trùm muôn thú
mái gầm, bò cạp, vắt, đỉa, mang...
hiền lành, hung dữ để huề sống
ngôn ngữ riêng: chung một diễn đàn

lòng như thảm bạch mời ông lão
búi tóc tròn vo một củ hành
hai ngón cái chân còn quay lại
tìm nhau trong bước ngại đi nhanh

Tiên Phước ôm tôi năm bốn sáu
xưởng chè rộng bỏ gió tan hoang
úp lưng trong mái đình Tiên Hội
tôi vẽ i tờ xuống mấy trang

củi lượm mấy que dồn cho chị
chà là mấy nhánh bẻ cầm tay
trái sim mập ú như bụng nhộng
vui miệng lai rai cắn cả ngày

đi xuống đi lên đồi tiếp núi
con đường đủ dẻ gọi bâng quơ
sông Tứ Hòa xanh lòng đá lát
ba năm nằm chưa nổi bao giờ

Tiên Phước buồn ơi, tôi đã bỏ
con cá lia thia, con rạm đồng
con gà tự túc lông chưa đủ
sấm chớp ào ào chiều mưa dông

tôi đã đi rồi, tôi xuống núi
một lần ghé lại cũng đành không
bom có dội nhằm vào bụi duối
lòi con rắn mối thuở tôi chôn?

(trang 11-16)

Tiên Châu, Tiên Hội, Tiên Phước không chỉ thở cùng tôi chừng ấy. Mà còn sản sinh: Cùng Đá Tiên Châu, Một Ngày Ở Núi, Cái Thời Lên Tám Ưa Quên, Nhắc Tôi Một Chút Mẹ Hiền, Người Bạn Ngoài Bụi Cây, Những Góc Rừng Khó Quên, Những Buổi Trưa Xanh Ở Tiên Châu, Tiên Châu Chiều Cuối Năm... là những viên ngọc của hồi ký thơ. Đẹp với riêng tôi và hy vọng cũng tương đối xinh với những ai đồng cảm.

Muốn nhưng tôi chưa tự viết phê bình cho thi phẩm của mình. Tôi chỉ nêu những điểm kỷ niệm rất cần có trong hồi tưởng lúc tuổi xế chiều. Trong cuộc sống, chúng ta được khuyến cáo không nên nhớ về quá khứ, hoa hòe hơn như ai đó đã từng dùng "ăn mày dĩ vãng", nhưng tôi gần như thực hành ngược lại. Sắp 78 năm với cuộc đời, thiếu hụt chân bước từ năm tuổi 28, tôi vẫn chưa chống gậy. Đúng ra tôi đang đi tiếp đoạn đời còn lại bằng cây gậy hoài niệm.

Tôi vẫn quanh quần viết về cái tôi, không dám lơ mơ cái khác vì hiểu rõ khả năng của mình. Làm thơ (kiểu trời ơi của tôi) là việc dễ nhất. Nó chẳng mấy tiến bộ, bạn chỉ cần đọc thử đôi bài lục bát, sẽ thấy cách viết bừa bãi, không cần phân xác câu chữ của tiền nhân, tôi gắng giữ từ ngày đầu chơi thơ đến bây giờ, dù thỉnh thoảng cũng làm dáng. Mọi cái mới giống nhau thành cái cũ.

Ở Trôi Sông:

"câu thơ lục bát mọc chân
từ ca dao nó đi lần sang tôi
khi mô nó sẽ qua đời?
chắc sống vĩnh viễn với trời đất thôi
mai sau khi tôi chết rồi
xin lấy nó đắp mặt tôi sau cùng"

(trang 104)

Và thử viết ngay ít câu bây giờ, không đợi hứng:

"làm thơ nịnh gái cả đời
khen mi tán mắt tụng môi ca cằm
hết khuôn mặt đến tay chân
từ cái mắt cá khen dần dần lên
hông thon ngực dựng chênh vênh
phần nào mô tả cũng trên điểm mười
chừng nấy chữ xào tới lui
rõ chưa mòn được những lời khoa ngôn
để hù thiên hạ hết hồn
vẽ luôn chân tướng lũng cồn em xinh
cội nguồn của cái huê tình
không gọi tên tục mất linh thơ liền
yêu em mà chẳng biết ghiền...
thì yêu mới nửa cái duyên làm người..."

(lúc này là 8giờ 40 phút sáng thứ bảy, 22-12-2018)

Cái ba-nhe trong lục bát tôi cỡ này có từ thời *"anh ngu như thể con bò | lên yên xe đạp lò cò theo em...*" lận. Gần đây thấy đã hơi chán, nên tôi bình dân hóa trong thi phẩm đang viết Liên Hoa Thi. Học lại cái tinh hoa cổ.

Tán dóc về thơ dễ lạc đề, xin trở lại với Trôi Sông.

Tập thơ đếm được 55 bài dàn đầy 118 trang, kể cả phụ bản in màu của Thái Tuấn, Rừng, Nguyên Khai, Vũ Thái Hòa, Khánh Trường, Trịnh Cung. Đây là bản in lại năm 2001, với bìa tranh Nguyên Khai do nhà thơ Song Vinh trình bày.

(Nhìn từ bìa in, các chữ trên bìa nổi lên như kỹ thuật ba bốn chiều gì đó, nhưng scan, chụp lại thì ảnh mất vẻ đẹp này). Tập thơ do em tôi, Lê Hân chăm sóc ấn loát.

Yêu chưa nhiều thất tình chẳng bao nhiêu, nhưng Trôi Sông vẫn rất là thơ mê gái, thơ tán gái. Vài bạn thơ đã tâm đắc hùn sức tán thêm. Công kỹ nhất là nhà thơ Nguyễn Đông Giang. Anh công bố hẳn những nét riêng từng nhân vật hiện diện trong bài Qua Ngõ Mỹ Nhân, (in ở trang 52 đến trang 58). Bài này giới thiệu ngoài mười một người đẹp một thời của Đà Nẵng, mỗi người mười câu trong 11 đoạn. Không có giờ viết thành trường ca, nên số người đẹp còn lại, tôi nhốt hết vào đoạn 12 bằng cách gọi quý danh: Quý Phẩm, Thạch Trúc, Ỷ Vân, Bích Hà, Xuân, Đông, Hồng, Phú, Phước, Nga. Những bạn từng sống ở thành phố này hẳn không xa lạ với những tên gọi gợi lên sự nhớ nhung dù rất vu vơ.

Đã lỡ ưu ái cho 11 người đẹp tôi từng lẩn thẩn qua ngõ, nên nay không thể không trích đoạn mỗi người hai câu mời các bạn đọc cho biết:

> *"... lòng tôi phiêu lãng mười phương*
> *bỗng về ở trọ trên trường túc hoa"* (Minh Xuân)

> *"... trầm hương từ cõi thịt da*
> *trải xanh ngọn gió ngấm ra sông Hàn..."* (Như Thoa)

> *"... cho tình thức cũng chiêm bao*
> *cho tình ngủ cũng nhả thơ nhớ đời..."* (Trân Châu)

> *"... trông qua cổng thấy em cười*
> *Chúa tha tôi tội yêu người sau lưng"* (Lâm An)

> *" lò dò qua ngõ Bích Quân*
> *giú bàn tay ở túi quần, đăm chiêu..."* (Bích Quân)

"... gáy ngà đỡ mái tóc cao
rõ ràng có hạt bụi thao thức nằm..." (Thu Hà)

"... nắng không vào lọt chỗ nằm
hạt thơ đâu dễ bén mầm bên hoa..." (Quỳnh Chi)

"... ai cho phép một con ruồi
yêu người hóa điểm son tươi bên cằm... (Thúy Oanh)

"... bâng khuâng qua ngõ Ái Cầm
chợ Cây Me ngó, thì thầm trên vai..." (Ái Cầm)

(bài này đúng nghĩa viết lách, khó bởi phải né bạn tôi).

"... nhạc luồn theo những ngón tay
xoay lưng ong những vòng quay vật vờ..." (Diệu Minh)

(hồi này nhà thơ Nguyễn Bá Trạc chưa xuất hiện)

"... giá bứng được cánh môi tươi
lấy thơ lấp lại cho đời khỏi ghen..." (Phước Ninh)

Qua những tán tụng này cho thấy tôi dẻo miệng, nhưng cũng nói lên tình thiệt, tôi không dám mê ai, nên may cũng chưa yêu ai đến độ thất tình. Cái dở của tôi ở điểm này. Tôi luôn lượng sức, biết mình biết ta, và toan tính tránh cho mình những bầm dập. Tôi khoái nhìn mỹ nhân, nhưng thường thưởng ngoạn như họa phẩm, trân trọng nhưng hơi kém chân tình. Nguyên nhân cũng dễ hiểu thiếu tiếp xúc, gần gũi.

Trong Trôi Sông cũng không thiếu nét riêng cá nhân tôi trong giai đoạn "báo động ở Thanh Bồ | máu chảy ở Đức Lợi...". Rất đậm hình ảnh "ngồi 'suy tư cuộc chiến' | bên cốc cà phê đen | dòm phớt tờ nhật báo | ngó trời, không nói năng..." hoặc về nghề kiếm đủ cà phê thuốc lá "những ngày tôi trốn lính | làm précepteur | gặp em đâm luýnh quýnh | cô học trò bé thơ... bài toán tôi lơ giảng | bài thème tôi quên xem | lo khoe vài tờ báo | có người đề tặng em..."

Nội dung toàn tập ít nhiều cũng dễ thương, Đã có vỏn vẹn hai câu thay lời vào tập:

"thả lòng theo gió trôi sông
nở thơm đôi ngọn phù vân bên đời - LH"

nên kết tập, cũng là lục bát như vầy:

"hăm lăm năm sống tà tà
hăm lăm năm sống xuề xòa hồn nhiên
sáu mươi năm nữa, đương nhiên
vẫn thanh đạm một cõi riêng đời mình
làm thơ, dạo phố, làm tình
làm ông vua của những tình nhân ta
làm con của quả đất già
làm cha của đám lá hoa xanh vườn

cuộc đời sẽ rất dễ thương
nếu em chung chiếu chung giường với ta

làm thơ để khỏi chóng già
câu thơ bất tận chính là trái tim
bây giờ xin tạm ngồi im"

(trang 115)

Cho thanh xuân này trôi sông kể cũng tội. Nhưng con đã đặt tên trước nên đành vậy.

Thi phẩm này bị hẩm hiu vì nó ra đời hạn chế dưới dạng in ronéo. Và các bạn biết không, tôi đã thực hiện 10 bản đặc biệt viết tay trên giấy pelure. Trò này tôi học từ bạn tôi, Nguyễn Nho Sa Mạc. Một tờ giấy để ngang được gấp đôi có thể viết như hai mặt, theo cách đóng hai mép tờ giấy sẽ nằm phía gáy sách.

Nguyễn Nho Sa Mạc thường viết bằng mực tím, chữ anh rất giống chữ con gái, mềm mại thiệt thà. Tôi, trái lại, viết không gò bó cũng không cố tạo nét bay bướm. Chữ tôi tự nhiên có hoa tay theo nhận xét của nhiều bạn, đẹp hơn chữ Huy Giang nhưng kém hơn chữ Phan Duy Nhân, hai bạn trong thời này của tôi.

Tào lao thiên địa cũng để khen mình thêm một phát, đời còn vui mà. Chả xin lỗi ai làm gì.

Luân Hoán
ngưng viết lúc 10giờ 09, ngày 22-12-2018.

Kỳ tới: Chết Trong Lòng Người Những Suy Tư

Bài thơ cuối cùng của nhà thơ
Nguyễn Đức Bạt Ngàn (1948-2019)

TỰ PHÁC HỌA

từ cuối tháng ba năm ngoái (2018)
tôi đã cùng bệnh tật đấu đá lẫn nhau
hiện tại tuy đang thủ huề
nhưng biết đâu
không chừng tôi sa cơ
sẽ hóa không

bất chợt hào hứng
nên tạm phác họa dăm chút đời mình
(cho mai sau nhìn lại)

về bản thân:
sinh ra từ một làng quê
mẫn cảm
vướng nợ chữ nghĩa
từ niên thiếu cho đến tận bây giờ
tâm tư phóng túng hồn nhiên
yêu tự do khai phá
đời thơ hư ảo mông lung
đời thường tỉnh táo

về ứng xử:
bình đẳng
tôn trọng chúng sinh
không phân biệt lớn nhỏ sang hèn thông minh ngu dốt trí tuệ tài năng
bởi vì vận hành nhân giới cũng như cây lá
bộ phận nào cũng quan trọng
thiết yếu như nhau

về sáng tác:
thơ đến với tôi như ám chướng

viết vì không thể không viết

về thưởng ngoạn:
không có tác giả lớn cũng không có tác giả nhỏ
không có tác phẩm hay hoặc tác phẩm dở
tất cả đều được tôi học tập nâng niu
chiêm nghiệm để bồi bổ cho vốn "sống-viết" của mình

về bằng hữu:
đời thường có nhiều bạn thân
tri kỷ của đời thơ rất hiếm

về tình nhân:
cám ơn em hương sắc
hồng hào chất ngất

về đại gia đình:
thời thơ ấu ấm áp
trưởng thành thì xa cách cha mẹ anh em

về đời riêng:
làm chồng làm cha bất xứng
rất may là được cô vợ khoan hòa thực tế đại lượng tri kỷ chí tình

về tác phẩm:
hầu hết được lưu trữ tại Thư Viện Quốc Gia Canada (Library and
Archives Canada)
đã đăng ký bản quyền (certificate of registration of copyright) tại
Canadian Intellectual Property Office

di ngôn:
tri ân sự sống có tôi
dự phần
cám ơn sự chết đang thân ái chờ tôi
họp mặt
sống chết bình an
tôi vô cùng thênh thang

Nguyễn Đức Bạt Ngàn
April 13th, 2019
Edmonton, Canada

Tin Văn Nghệ

MINH NGỌC

1/ Nobel Văn chương 2019:

Giải Nobel Văn chương năm nay lại tiếp tục chọc dư luận khi trao cho hai nhà văn Olga Tokarczuk (Ba Lan) và Peter Handke (Đức).

Olga Tokarczuk sinh năm 1962, là nhà tâm lý học theo trường phái của triết gia Carl Jung. Các tác phẩm của bà nặng về phân tâm học. Quyển sách đầu tiên được dịch ra Anh ngữ là *Dom dzienny, dom nocny* ("*House of Day, House of Night*", 1998), từ đó các tác phẩm của bà xuất bản bằng Anh, Pháp ngữ và nhiều ngôn ngữ khác ở Âu châu. Bà hai lần nhận giải thưởng văn chương cao quý nhất của Ba Lan là giải Nike, và các giải văn chương ngoại quốc như giải Vilenica (Slovenia) 2013, giải Man Booker Quốc tế 2018. Tiểu thuyết *Prowadź swój pług przez kości umarłych* ("*Drive Your Plow Over the Bones of the Dead*", 2009) được dựng thành phim hình sự *Spoor* thắng giải Ngân Hùng (Silver Bear) tại Đại hội Điện ảnh Quốc tế Berlin 2017. Tuy là một trong những tác giả Ba Lan nổi tiếng thế giới, bà bị công kích ở chính quê hương mình sau tiểu thuyết *Księgi jakubowe* ("*The Books of Jacob*", 2014) đi sâu vào những mâu thuẫn tôn giáo và nền tảng xã hội Ba Lan trên bối cảnh thế kỷ 18. Phe ái quốc cực đoan ở Ba Lan chống đối bà dữ dội, cho rằng bà bôi nhọ quốc gia dân tộc, bà trở thành tâm điểm của những chiến dịch lăng mạ căm thù trên internet. Mặc dù vậy, quyển tiểu thuyết này được trao giải văn chương Kulturhuset 2015 của Thụy Điển và giải Laure Bataillon của Pháp. Bà được cho là một nhà nữ quyền thiên tả.

Peter Handke sinh năm 1942, sống ở Đông Berlin, khu vực do Hồng quân Liên Xô kiểm soát sau Thế chiến II, sau đó gia đình ông sang Áo định cư. Ông học luật khoa ở Đại học Graz nổi tiếng ở Áo, bắt đầu viết văn và bỏ trường luật năm 1965 khi quyển tiểu thuyết đầu tay *Die Hornissen* (*The Hornets*) được nhận xuất bản. Ông đã được trao nhiều giải văn chương ở Đức và Áo. Ông còn chuyên viết kịch bản và đạo diễn phim. Phim *Die linkshändige Frau* (Người đàn bà thuận tay trái) do ông đạo diễn được đề cử giải Cành cọ vàng ở Đại hội Điện ảnh Cannes 1978. Tuy tài năng, ông bị dư luận đả kích vì quan điểm cực hữu qua những bài viết về nội chiến Nam Tư ủng hộ chính thể Serbia, cho rằng chiến dịch tàn sát người Bosnia được dàn dựng để bôi nhọ chính phủ Serbia. Khi cựu tổng thống Nam Tư và Serbia Slobodan Milošević bị truy tố ra tòa án Tội phạm Quốc tế với các tội danh diệt chủng, ông đã yêu cầu Handke làm nhân chứng bào chữa cho mình. Tại đám tang Milošević năm 2006, Handke đọc bài điếu văn bằng tiếng Serbia tuyên bố sát cánh cùng người Serbia và

Milošević, chỉ trích thế giới xuyên tạc sự thật về Nam Tư. Cùng năm đó, ông được đề cử cho giải văn chương Henrich Heine nhưng giải thưởng bị rút lại trước sức phản đối của dư luận. Năm 2014, Handke được trao giải kịch nghệ Ibsen của chính phủ Na Uy, Văn bút Na Uy phản đối kịch liệt, dân chúng biểu tình ở Oslo chống Handke, truyền thông kêu gọi hội đồng trao giải từ chức. Việc trao giải Nobel cho Peter Handke năm nay cũng không tránh khỏi làn sóng chỉ trích. Hiện Handke cư ngụ ở Chaville, gần Paris.

2/ Man Booker Prize:

Giải văn chương của khối Liên Hiệp Anh năm nay lên danh sách gồm toàn những tác giả gạo cội, công bố ngày 3 tháng Chín:

Margaret Atwood, *The Testaments*
Lucy Ellmann, Ducks, *Newburyport*
Bernardine Evaristo, *Girl, Woman, Other*
Chigozie Obioma, *An Orchestra of Minorities*
Salman Rushdie, *Quichotte*
Elif Shafak, *10 Minutes 38 Seconds in This Strange World*
Tác giả được chọn sẽ nhận giải ngày 14 tháng Mười.

3/ Prix de Goncourt:

Ngày 3 tháng Chín, Viện Hàn Lâm Goncourt cũng công bố danh sách chung kết giải văn chương năm nay:

Le ghetto intérieur, Santiago H. Amigorena
Le ciel par-dessus le toit, Nathacha Appanah
Un dimanche à Ville-d'Avray, Dominique Barbéris
La part du fils, Jean-Luc Coatalem
Mur Méditerranée, Louis-Philippe Dalembert
Tous les hommes n'habitent pas le monde de la même façon, Jean-Paul Dubois
Un monde sans rivage, Hélène Gaudy
Rouge impératrice, Léonora Miano
La terre invisible, Hubert Mingarelli
Soif, Amélie Nothomb

Avant que j'oublie, Anne Pauly

Sœur, Abel Quentin

Extérieur monde, Olivier Rolin

Le cœur battant du monde, Sébastien Spitzer

Les choses humaines, Karine Tuil

Viện Goncourt sẽ trao giải cho tác giả được chọn ngày 4 tháng Mười Một. Các giải Renaudot, Médicis và Femina cũng lần lượt công bố danh sách chung kết và sẽ trao giải vào đầu tháng Mười Một.

4/ The Goldfinch:

Ngày 13 tháng Chín, phim *The Goldfinch* (*Kim tước*) có sự góp mặt của siêu sao Nicole Kidman trình chiếu ở Mỹ và nhận nhiều chỉ trích từ các chuyên gia phê bình, trở nên một thí dụ nữa về tác phẩm văn học thất bại trong điện ảnh. Phim được chuyển từ tiểu thuyết được giải Pulitzer 2014 của nữ văn sĩ Donna Tartt. Ngoài giải Pulitzer, quyển tiểu thuyết còn được giải Andrew Carnegie 2014, vào chung kết giải thưởng của giới phê bình National Book Critics Circle và giải Bailey cho tác giả nữ, được Amazon chọn là sách hay nhất năm 2013. Câu chuyện được nhân vật chính thuật ở ngôi thứ nhất, cậu bé Theodore Drecker 13 tuổi, bắt đầu từ hôm cùng mẹ đến thăm triển lãm hội họa Hòa Lan ở bảo tàng nghệ thuật Metropolitan Museum of Art (New York), có bức *The Goldfinch* (*Kim tước*) của Carel Fabritius. Một quả bom phát nổ, giết chết mẹ cậu và nhiều người khác. Một ông lão hấp hối đưa cậu chiếc nhẫn nhờ trao lại cho một người tên James "Hobie" Hobart, chỉ tay lên bức *Kim tước*, Theodore lấy bức tranh và bỏ chạy trong cơn hoảng loạn. Sau đó cậu tìm ra Hobie để giao lại chiếc nhẫn và được biết ông lão cùng Hobie kinh doanh buôn đồ cổ. Cha của Theodore đem cậu đến Las Vegas sống nhưng không ngó ngàng đến con. Theodore kết bạn với Boris, cùng uống rượu, hút cần sa, chơi thuốc. Khi cha của Theodore say rượu tử nạn xe hơi, Theodore trở về New York, được Hobie nuôi và cùng kinh doanh đồ cổ với ông khi trưởng thành. Anh kiếm nhiều tiền bằng cách buôn đồ giả. Boris xuất hiện, cho biết anh ta đã lấy bức *Kim tước* khi hai người còn đi học chung để bán cho bọn buôn tranh, còn bức Theodore vẫn giữ là tranh giả. Hai người cùng đi Amsterdam truy lùng tông tích của bức tranh.

Sau những nỗ lực chừng như tuyệt vọng, Boris giúp cảnh sát bắt được bọn buôn tranh và được thưởng một số tiền lớn. Trở về Mỹ, Theodore dùng số tiền thưởng đi khắp nơi tìm cách mua lại những món đồ giả anh đã bán trước kia.

Carel Fabritius là môn đệ tài năng nhất của danh họa Rembrandt. Trong vụ nổ kho thuốc súng ở Delft năm 1654 phá hủy phần lớn thị trấn, Fabritius thiệt mạng và hầu hết họa phẩm của ông bị thiêu hủy, bức *Kim tước* là bức tranh hiếm hoi còn sót lại, trở thành vô giá. Bức tranh hiện thuộc sở hữu của một gia đình ở Le Hague. Câu chuyện bị mất cắp và cuộc phiêu lưu của bức tranh trong quyển tiểu thuyết này hoàn toàn hư cấu. Nữ văn sĩ Donna Tartt cho biết bà chọn bức tranh làm chủ đề vì kích thước nhỏ (23x34 cm, 9x13 inch) có thể giấu dễ dàng, và hình ảnh con chim thu hút trẻ em độ tuổi đó. Bà viết cuốn sách với cảm xúc chứng kiến cảnh Taliban phá hủy các pho tượng Phật cổ ở Afghanistan, không biết Fabritius chết vì vụ nổ thuốc súng cũng như chi tiết lúc chết Fabritius đang vẽ chân dung một phó tế nhà thờ tên Simon Decker. Những trùng hợp này khiến Donna Tartt tin rằng cuốn sách là một định mệnh kỳ lạ. Tuy nhiên danh tiếng của bức tranh và của cuốn sách đã không cứu vãn được bộ phim.

5/ Andrea del Verrocchio:

Không ai là không biết tới Leonardo da Vinci, bằng chứng là triệu triệu người đổ xô đến Louvre để chiêm ngưỡng Mona Lisa, và tiểu thuyết *Da Vinci Code* của Dan Brown cũng như bộ phim rất ăn khách, trở nên một hiện tượng. Tuy nhiên, đây là lần đầu tiên mới có chương trình triển lãm ở Hoa Kỳ tác phẩm của họa sư Andrea del Verrocchio, người đã đào tạo và un đúc tài năng của da Vinci.

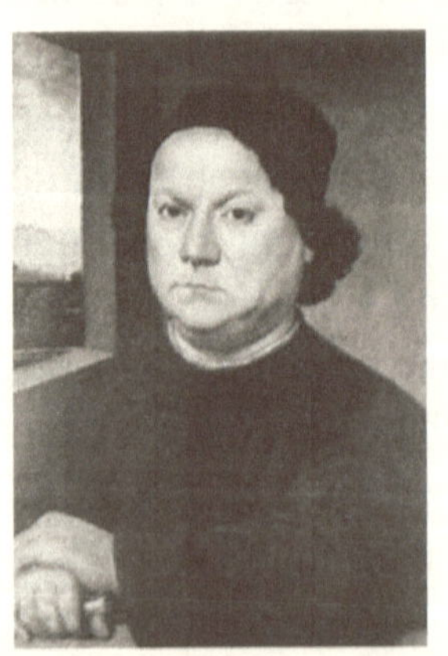

Andrea del Verrocchio sinh năm 1435 tại Florence, mất năm 1488 tại Venice khi ông đến đó làm tượng Bartolomeo Colleoni. Các tác phẩm hiếm hoi còn lại ngày nay, ngoài bức tượng này, có tranh "Đức Mẹ bế con" ở Bảo tàng Berlin, tranh "Mẹ Đồng Trinh và hài đồng" ở Bảo tàng Quốc gia London, tranh Tobias ở Bảo tàng Quốc gia London, tranh "Lễ rửa tội của Chúa" ở Bảo tàng Uffizi (Florence) cùng vẽ với da Vinci, tranh "Đức Mẹ với John Baptiste và thánh Donato" ở Thánh đường Pistoia (Tuscany) bị bỏ dở khi Verrocchio đi Venice và được Lorenzo di Credi hoàn thành, cùng nhiều tác phẩm điêu khắc hiện còn rải rác khắp Florence.

Triển lãm Verrocchio tại Bảo tàng Nghệ thuật Quốc gia (National Art Gallery), Washington DC từ 15 tháng Chín 2019 đến 20 tháng Giêng 2020.

6/ Charlie Cole (1955-2019):

Năm nay thế giới tự do ngoài Trung Quốc tổ chức tưởng niệm ba mươi năm biến cố Thiên An Môn, bức ảnh anh sinh viên áo trắng tay không một tấc sắt đứng đơn độc trước mũi súng đoàn xe tăng quân đội giữa cảnh hoang tàn chết chóc đã trở thành biểu tượng của tinh thần tranh đấu cho tự do dân chủ trước bạo lực. Tác giả bức ảnh nổi tiếng đó vừa từ trần ngày 5 tháng Chín tại Bali vì nhiễm trùng huyết, hưởng dương 64 tuổi.

Charlie Cole sinh năm 1955 tại Texas. Năm 1980, ông đến Nhật, làm việc cho khu vực Á châu của tạp chí Newsweek. Năm 1989, ông được Newsweek gửi đi Bắc Kinh lấy tin ảnh về cuộc biểu tình của sinh viên ở Thiên An Môn. Khi quân đội và cảnh sát tiến vào đàn áp, Cole và các phóng viên ngoại quốc cùng chung số phận với các sinh viên, bị đánh đập, lục soát không kiêng nể. Tối 4 tháng Sáu 1989, Cole cùng Stuart Franklin, phóng viên tạp chí Time, bị cảnh sát đấm đá, phải chạy ẩn vào một khách sạn trên quảng trường. Sáng sớm ngày 5 tháng Sáu, hai phóng viên nhìn ra cửa sổ, trông thấy đoàn xe tăng tiến vào cùng với hàng ngàn binh lính. Trưa hôm đó, binh lính bắt đầu xả súng máy không thương tiếc vào đám đông người biểu tình. Sau đó, quảng trường trở thành tử địa đẫm máu với những chiếc xe đạp lăn lóc, xe bus cháy rụi. Khi quảng trường đã hoàn toàn vắng lặng, đoàn xe từ từ sắp thành hàng lăn bánh khỏi quảng trường. Bỗng, một thanh niên mặc áo trắng bước ra, một tay cầm chiếc túi, tay kia cầm áo khoác, đứng ngay trước mũi chiếc xe tăng dẫn đầu. Cole đưa máy lên, điều chỉnh cự ly và góc độ. Chiếc xe tăng nhích gần hơn về phía người thanh niên, mũi súng từ từ hạ xuống nhắm vào anh. Cole bấm máy.

Cole kịp giấu cuộn phim trong bình nước bồn cầu nhà tắm khi cảnh sát ùa vào lục lọi, sau đó mang đến văn phòng hãng thông tấn AP ở Bắc Kinh để chuyển về Newsweek. Bức ảnh được trao tặng giải World Press năm 1990 và được dùng làm một trong những hình ảnh đại diện cho biến cố Thiên An Môn, nhắc nhở lương tri nhân loại.

7/ Robert Frank (1924-2019):

Nhiếp ảnh gia Robert Frank, nổi tiếng với bộ sách ảnh *The Americans* ghi lại sinh hoạt của người dân Mỹ thời hậu chiến khắp nơi từ thành thị đến đồng quê, từ vùng sông nước đến miền rừng núi, từ trần ngày 9 tháng Chín, thọ 94 tuổi. Ông sinh năm 1924 tại Zurich, Thụy Sĩ, trong một gia đình Do thái. Ông sớm say mê nhiếp ảnh và theo học nhiều nghệ sĩ tên tuổi. Năm 1947, ông di cư đến Hoa Kỳ, làm cho tạp chí Harper's Bazaar. Sau đó ông chu du khắp Âu châu và Nam Mỹ, chụp được nhiều bức ảnh quý, làm thành một bộ sách ảnh. Năm 1950 ông trở về New York, có triển lãm ảnh tại

Bảo tàng Nghệ thuật Hiện đại (MoMA). Năm 1955 ông nhận được học bổng của Guggenheim để đi khắp nước Mỹ ghi lại những hình ảnh với ấn tượng của ông là "nước Mỹ ảm đạm, cô độc". Ông trải qua những kinh nghiệm đáng nhớ như kỳ thị (Do thái) ở miền Trung Tây và miền Nam, cách biệt giàu nghèo, tương phản giữa bề ngoài hào nhoáng của xã hội Mỹ và góc khuất đen tối bên trong, sử dụng những kỹ thuật đặc biệt để diễn tả như độ nhoè, ít ánh sáng và cắt cảnh. Khi trở về New York năm 1957, ông cho nhà báo Jack Kerouac xem những ảnh chụp được, Kerouac thích thú tình nguyện viết phần bình luận cho ảnh để in sách *The Americans*. Tuy nhiên, các nhà xuất bản ngần ngại vì tư tưởng tiêu cực của bộ ảnh, sách được xuất bản trước tiên tại Paris năm 1958 bản tiếng Pháp *Les Américains* với bài viết của Simone de Beauvoir, Erskine Caldwell, William Faulkner, Henry Miller và John Steinbeck. Khi sách xuất bản tại Hoa Kỳ lần đầu năm 1959, các bài viết này bị lược ra, chỉ có bài giới thiệu của Jack Kerouac. Từ 1959 ông chuyển sang làm phim tài liệu. Ông sang Nova Scotia, Canada, sống từ 1971 và qua đời ở đó.

8/ "Tự Lực Văn Đoàn và các cây bút hậu duệ":

Ngày 15 tháng Chín, buổi ra mắt tuyển tập *"Tự Lực Văn Đoàn và các cây bút hậu duệ"* diễn ra tại California State University at Long Beach, do Khoa Á châu và Mỹ Á học của trường này bảo trợ, với sự hiện diện của nhiều thành viên gia đình Nguyễn Tường.

Không kể các thành viên khác của Tự Lực Văn Đoàn, riêng gia đình Nguyễn Tường đã có đông đảo tên tuổi góp mặt vào văn chương: Nguyễn Tường Hùng (con ông Nguyễn Tường Thụy), Ngọc Cường Nguyễn Tường Cường (con ông Nguyễn Tường Thụy), Nguyễn Tường Tâm (con ông Nguyễn Tường Cẩm), Nguyễn Tường Việt (con Nhất Linh), Nguyễn Tường Triệu (hay Trần Khánh Triệu, con ruột Nhất Linh và con nuôi Khái Hưng), Nguyễn Tường Thiết (con Nhất Linh), Ng. Tuyền Nguyễn Minh Thu (con Hoàng Đạo), Nguyễn Lân (con Hoàng Đạo), Nguyễn Từ Dung (con Hoàng Đạo), Đặng Thơ Thơ (con bà Minh Thu, cháu ngoại Hoàng Đạo), Duy Lam Nguyễn Kim Tuấn (con bà Nguyễn thị Thế), Thế Uyên Nguyễn Kim Dũng (con bà Nguyễn thị Thế), Nguyễn Tường Nhung (tức bà Ngô Quang Trưởng, con Thạch Lam), Nguyễn Tường Giang (con Thạch Lam)…

9/ "Nghệ thuật của Hoàng Ngọc Biên, Nguyễn Thị Hợp, Nguyễn Đồng":

Trong hai ngày 21 và 22 tháng Chín, tại trụ sở nhật báo Người Việt (Westminster, California) có cuộc triển lãm tranh của các họa sĩ Nguyễn Quỳnh, Hoàng Ngọc Biên, Nguyễn Thị Hợp và Nguyễn Đồng và ra mắt cuốn "Nghệ thuật của Hoàng Ngọc Biên, Nguyễn Thị Hợp, Nguyễn Đồng" do họa sĩ Nguyễn Quỳnh biên soạn.

Họa sĩ Nguyễn Quỳnh học Cao Đẳng Mỹ thuật Gia Định, là một trong những thành viên sáng lập Hội Họa Sĩ Trẻ. Sau 1975 ông tị nạn tại Hoa Kỳ, tốt nghiệp đại học Columbia (New York) văn bằng Tiến sĩ Triết học và Tiến sĩ Giáo dục, giảng dạy tại nhiều đại học ở Hoa Kỳ, có tác phẩm và khảo luận thuyết trình và xuất bản bằng tiếng Anh. Ông có tác phẩm trưng bày tại Bảo tàng Guggenheim (New York).

10/ Viet Film Fest:

Từ 11 đến 13 tháng Mười, Đại hội Điện Ảnh Việt Nam Quốc Tế (Viet Film Fest) tổ chức tại Orange County, California với 12 phim dài và 30 phim ngắn được chọn để trình chiếu, từ Việt Nam và các nhóm thực hiện gốc Việt ở nhiều nước trên thế giới, với các tên tuổi quen thuộc: Charlie Nguyễn, Leon Lê, Victor Vũ… Đặc biệt, trong chương trình có buổi chiếu phim *Heaven and Earth* (1993) của đạo diễn Oliver Stone dựa trên hồi ký của bà Lệ Lý Hayslip với diễn viên chính Lê thị Hiệp (đã mất năm 2017 vì ung thư), với buổi hội luận cùng bà Lệ Lý Hayslip.

11/ Nhà văn Thái Lãng (1940-2019):

Nhà văn Thái Lãng tên thật Nguyễn Thái Lãng, di cư vào Nam năm 1954, cộng tác với nhóm Thái Độ của Thế Uyên trước 1975 và các tạp chí Đất Nước, Vấn Đề, Văn… Đã xuất bản *Sương Mù Xám, Nhật Ký Của Người Chứng, Trong Một Ngày Của Một Người*. Sau 1975 ông định cư tại Hoa Kỳ và vắng bóng trong các sinh hoạt văn học. Ông mất tháng Tám 2019.

12/ Nhà báo Nguyễn Mạnh An Dân (1945-2019):

Ông tên thật là Nguyễn Mạnh Dạn, sinh quán ở Quy Nhơn. Ông học Đại học Văn Khoa rồi vào trường Võ bị Thủ Đức. Sau 1975 ông đi tù cải tạo 7 năm, khi ra tù ông cùng gia đình vượt biên sang đảo Pulau Bidong, ở trại tị nạn hơn 4 năm mới được sang định cư ở Hoa

Kỳ. Ông viết nhiều bài ký, phỏng vấn và tùy bút về chiến tranh Việt Nam. Ông tử nạn giao thông ngày 7 tháng Chín tại Houston, Texas.

13/ Nhà báo Lữ Giang Nguyễn Cần (1935-2019):

Ông Nguyễn Cần sinh năm 1935 tại Quảng Bình, là thẩm phán ở Sài Gòn trước 1975. Ông bị bắt đi tù cải tạo đến 1984 và định cư tại Hoa Kỳ năm 1990. Ông cộng tác với nhiều báo Việt ngữ như Sài Gòn, Sài Gòn Nhỏ, Việt Herald, Việt Catholic… và truyền hình Việt ngữ Vietface TV, VOV Orange County với những bài bình luận chính trị gây ra nhiều sóng gió tranh cãi. Ông dùng bút hiệu Lữ Giang (xin đừng nhầm với nhà thơ nhà báo Lữ Giang ở Hà Nội đã mất năm 2005), Tú Gàn. Ông mất ngày 10 tháng Chín tại California do ung thư ruột.

14/ Đoàn Chính (1945-2019):

Ca sĩ tenor Đoàn Chính vừa từ trần tại Montreal ngày 10 tháng Chín. Ông là con thứ hai của nhạc sĩ Đoàn Chuẩn, sau một chị gái. Ông bị nhập ngũ đưa vào chiến trường miền Nam năm 1966. Năm 1968 trong cuộc tổng công kích Mậu thân, đơn vị của ông tổn thất nặng ở Hàng Xanh phải rút lui, Đoàn Chính nhân dịp đó ra hồi chánh và cộng tác cho các chương trình phát thanh. Ông dạy thanh nhạc tại đại học Minh Đức và lập khoa Ca xướng Cổ điển Tây phương (opera) ở trường Quốc gia Âm nhạc, chưa kịp đào tạo khóa đầu tốt nghiệp thì năm 1975 phải di tản sang Canada. Ông ít sinh hoạt âm nhạc chuyên nghiệp nhưng tham gia tích cực các sinh hoạt cộng đồng. Ông có kỹ thuật điêu luyện và âm vực rộng của một giọng hát opera tenor, chỉ phô diễn hết trong các bản nhạc cổ điển Tây phương bằng tiếng Anh, Pháp hay Ý, khó thể hiện trong các bản nhạc Việt nên khán giả Việt ít cảm thụ được cái tuyệt diệu trong giọng hát của ông và do đó ít biết đến bằng các ca sĩ phổ thông.

15/ Thi sĩ Nguyễn Đức Bạt Ngàn (1948-2019):

Nguyễn Đức Bạt Ngàn, tên thật Nguyễn Đức Cẩm, sinh quán Huế. Trước 1975 ông đã làm thơ nhưng nổi tiếng hơn sau năm 1979 khi ông định cư ở Canada và bắt đầu sáng tác cho nhiều báo và tạp chí hải ngoại như Văn Học, Văn, Làng Văn, Nắng Mới… Đã xuất bản *Giã Từ Ân Phúc, Bình Minh Câm, Giữa Triền Hạn Reo, Từ Giã Ngày* và góp mặt trong các tuyển tập thơ văn hải ngoại. Ông mất ngày 27 tháng Chín tại Edmonton, Canada sau một thời gian bệnh nặng.

16/ Họa sĩ Nguyễn Văn Trung (1937-2019):

Họa sĩ Nguyễn văn Trung, nổi tiếng là bậc thầy về nghệ thuật sơn mài, từ trần tại California ngày 4 tháng Mười. Ông sinh quán ở Sài Gòn, tốt nghiệp Cao đẳng Mỹ thuật Gia Định năm 1959, tu nghiệp về sơn mài tại Nhật. Hãng sơn mài Mê Linh do ông và họa sĩ Nguyễn văn Minh chủ trương đã thực hiện nhiều họa phẩm sơn mài nổi tiếng, điển hình là bức *Bình Ngô Đại Cáo* ở phòng khánh tiết Dinh Độc Lập. Sau 1975 ông định cư tại California, tiếp tục sáng tạo tranh sơn mài.

Du Tử Lê tên thật Lê Cự Phách, sinh năm 1942 tại Hà Nam, di cư vào Nam năm 1954. Ông bắt đầu sáng tác và có thơ đăng báo từ khi còn học trung học Chu văn An (Sài Gòn). Ông học Đại học Văn khoa và phục vụ tại phòng Thông tin Báo chí, Cục Tâm Lý Chiến với cấp bậc đại úy. Hoạt động trong chức nghiệp phóng viên chiến trường, ngoài thơ, ông viết tùy bút và phóng sự cho các tạp chí văn học. Du Tử Lê được trao giải Thi ca của Tổng thống năm 1973. Ông di tản ngày 30-4-1975 và định cư tại Los Angeles, California, tiếp tục hoạt động văn học và báo chí, ra báo Nhân chứng, Tay Phải, và Văn Nghệ, cộng tác với nhiều tạp chí và ban Việt ngữ đài Tiếng nói Hoa Kỳ (VOA), xuất bản gần hai mươi tập thơ và tùy bút. Năm 1983, ông được độc giả Mỹ chú ý với bản dịch tiếng Anh bài *"Khi tôi chết hãy đem tôi ra biển"* đăng trên nhật báo Los Angeles Times, bài này về sau được chọn in trong tuyển tập *World Poetry An Anthology of Verse From Antiquity to Our Present Time* (1998). Ông được mời đến diễn giảng tại các trường đại học ở Hoa Kỳ. Thơ của ông đã có nhiều nhạc sĩ phổ nhạc: Phạm Đình Chương, Anh Bằng, Từ Công Phụng, Đăng Khánh… Sau nhiều năm bị nhà nước Việt Nam lên án phản động, năm 2014 tập thơ *Giỏ hoa thời mới lớn* xuất bản trong nước, ông về dự các buổi giới thiệu ra mắt sách và từ đó được đề cập tới nhiều hơn trên truyền thông Việt Nam. Những năm sau này ông có thêm đam mê hội họa và đã vẽ nhiều tranh triển lãm. Ông mất đột ngột ngày 7 tháng Mười tại tư gia ở Orange County, California.

18/ Thi sĩ Sa Giang Trần Tuấn Kiệt (1939-2019):

Trần Tuấn Kiệt sinh quán Sa Đéc, theo học Quốc Gia Âm Nhạc về đàn dân tộc, ông từng kéo đàn cò cho gánh hát cải lương, chơi  đàn tranh và thổi sáo, ngâm thơ. Ông bắt đầu có thơ đăng trên Văn Hóa Ngày Nay của nhà văn Nhất Linh năm 1958 rồi cộng tác với Phổ Thông của thi sĩ Nguyễn Vỹ, sau đó là nhiều tạp chí văn học ở Sài Gòn. Ngoài các tập thơ, ông chủ biên bộ *Thi Ca Việt Nam Hiện Đại, 1880-1965* (Khai Trí 1967), viết sách võ hiệp dưới bút hiệu Việt Thần, Việt Long, Duy Thức, và chủ trương nhà xuất bản Hồng Lĩnh. Ông được trao giải Thi ca của Tổng thống năm 1969 với tập thơ *Lời Gởi Cây Bông Vải*. Sau 1975 ông bị bắt đi tù cải tạo gần mười năm, theo lời ông viết trong hồi ký là "vì chuyện bá láp không đâu". Ông vẫn tiếp tục làm thơ tuy không xuất bản, và viết tùy bút, hồi ký. Ông mất ngày 8 tháng Mười năm 2019 tại Sài Gòn.

Minh Ngọc

Chia Buồn

Thành kính tiễn đưa người quá cố, cùng chia buồn đến quý gia đình.

1. Nhà văn Thái Lãng, 1940-2019.
2. Nhà báo Lữ Giang Nguyễn Cần, 1935-2019
3. Ca sĩ Đoàn Chính, 1945-2019
4. Nhà thơ Nguyễn Đức Bạt Ngàn, 1948-2019
5. Nhà thơ Sa Giang Trần Tuấn Kiệt, 1939-2019
6. Nhà thơ Du Tử Lê, 1942-2019
7. Họa sĩ Nguyễn Văn Trung (1937-2019)
8. Nhà báo Nguyễn Mạnh An Dân, 1945-2019

Tòa soạn Ngôn Ngữ và tất cả anh chị em đóng góp tác phẩm.

NGUYỄN
VY KHANH
VĂN HỌC MIỀN NAM
1954-1975
Tổng quan
Quyển thượng
tái bản lần 3
NHÂN ẢNH 2019
NGUYỄN
VY KHANH
VĂN HỌC MIỀN NAM
1954-1975
Tác giả
Quyển hạ
tái bản lần 3
NHÂN ẢNH 2019
NHÂN ẢNH
đã in và phát hành

CAO NGUYÊN

thơ mưa

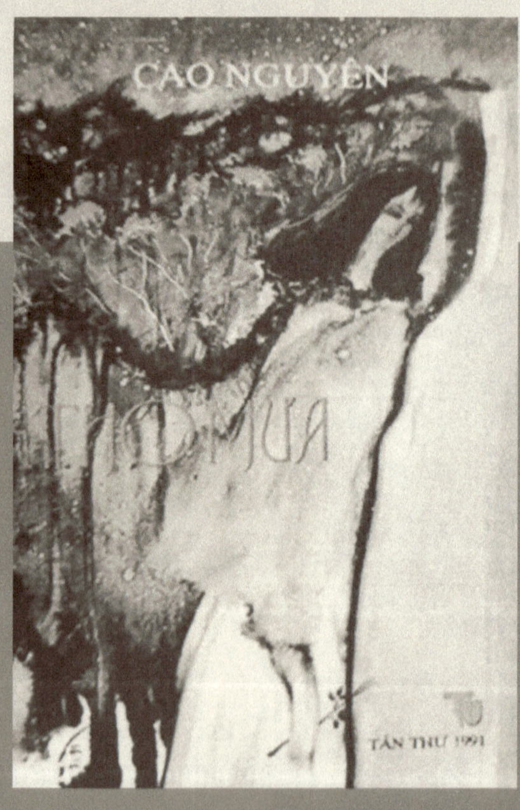

Mời đồng bào đón đọc tác phẩm cảm động, uẩn súc: *Trường thi "Tướng Quân Ca"* do Hoàng Minh Chân sáng tác, gồm hơn 400 câu, ra đời từ xúc cảm đến từ sự tuẫn tiết của đại úy Nguyễn Đình Giang, khóa 25 Võ Bị Đà Lạt, cùng với ban chỉ huy đại đội Trinh sát trung đoàn 50, sư đoàn 25 Bộ binh; thiếu úy Nhảy dù Huỳnh Văn Thái cùng trung đội của ông, cũng như hơn 40 quân nhân anh hùng khác của VNCH. Mục đích của tập thơ là để vinh danh những anh hùng này trong sử Việt hiện đại.

Tập thơ này do Nhân Ảnh xuất bản và đã phát hành vào khoảng cuối tháng 8, 2019.

Để tặng, Không bán

Có thể liên lạc với tác giả tại qhoang222@gmail.com để có được tác phẩm.

Tác giả Hoàng Minh Chân là một free thinker - lâu lâu có thơ đăng trên các báo với bút hiệu Chân Huyền, Tâm Nguyên.

THE HUNDRED-YEAR MARATHON
CHINA'S SECRET STRATEGY
TO REPLACE AMERICA AS THE GLOBAL SUPERPOWER
MICHAEL PILLSBURY

TRẦN LƯƠNG NGỌC
CHUYỂN NGỮ VÀ CHÚ THÍCH

CUỘC ĐUA MARATHON 100 NĂM

SÁCH LƯỢC BÍ MẬT CỦA TRUNG QUỐC
NHẰM TRANH NGÔI BÁ CHỦ THẾ GIỚI CỦA HOA KỲ

PHONG TRÀO VIỆT HƯNG PHÁT HÀNH
NHÀ XUẤT BẢN NHÂN ẢNH
2019

Liên lạc mua sách: hieue025@rogers.com

RA KHƠI

ẤN PHẨM VĂN HỌC NGHỆ THUẬT

NHÀ XUẤT BẢN
VĂN HÓA - VĂN NGHỆ

2

1.2020

Liên lạc mua tạp chí Ra Khơi: vanhocunescom@gmail.com

ĐẶT MUA DÀI HẠN
Tạp chí NGÔN NGỮ
Phát hành 2 tháng 1 kỳ

Ở Hoa Kỳ:

$120 US/1 năm
$20 một số
Liên hệ: Lê Hân, han.le3359@gmail.com - tel: (408) 722-5626

Ở Canada:

$138 CAD/1 năm
$25 một số
Liên hệ: Tạ Trung Sơn, tatrungson@hotmail.com
tel: (514) 354-5338

Ở Pháp:

Mua qua www.amazon.fr

Ở Đức:

Mua qua www.amazon.de

Ở Việt Nam:

150.000 đ một số
Liên hệ: Nguyễn Thành, vanhocunescom@gmail.com
tel: (84) 0903385141